'जागृती'तून जागृतीकडे

जयश्री काळे

#AnyoneCanPublish with
सकाळ प्रकाशन

#AnyoneCanPublish with

सकाळ प्रकाशन

Jagrutitun Jagrutikade

'जागृती'तून जागृतीकडे

प्रथम आवृत्ती :
१८ फेब्रुवारी २०२३

प्रकाशक :
सकाळ मीडिया प्रा. लि.
५१५, बुधवार पेठ, पुणे-४११ ००२

मुखपृष्ठ : प्रतीम काटे

मांडणी आणि मुद्रितशोधन :
सारद मजकूर, पुणे

ISBN : 978-93-95139-74-8

अधिक माहितीसाठी :
०२०-२४४० ५६७८ / ८८८८८४९०५०
sakalprakashan@esakal.com

सामाजिक दिशा देणारे आईवडील
सुमा आणि गो.वि.(विंदा) करंदीकर

सामाजिक भान जपणारे सासूसासरे
प्रभावती आणि श्री. वा. काळे

यांना सादर अर्पण

प्रस्तावना

नुकतेच जयानं लिहिलेलं तिच्याच 'जागृती'नावाच्या संस्थेविषयीचं अतिशय प्रामाणिक आणि सुंदर पुस्तक वाचनात आलं. पंचवीस वर्षांचा काळ रेखाटताना जयानं खरं म्हणजे त्याचबरोबर एक लहानसं आत्मचरित्रही रेखाटलं आहे.

जया म्हणजे जयश्री काळे ही सुप्रसिद्ध ज्ञानपीठ विजेते कवी आणि विचारवंत विंदा करंदीकर यांची मुलगी. स्वतः विंदा आणि जयश्रीच्या आई म्हणजेच सुमा यांचे तिच्यावर संस्कार कसे झाले याचं अतिशय चांगलं वर्णन आपल्याला या पुस्तकात वाचायला मिळतं. त्या घरांमध्ये कुठली मूल्यं जपली जात होती हेही आपल्याला कळतं आणि आजच्या पैसा, प्रसिद्धी आणि चंगळवाद याच्यामागे सुसाट धावणाऱ्या समाजातल्या मूल्यांपासून दूरही कसं रहाता येत याचं प्रात्यक्षिकही आपल्याला या पुस्तकात बघायला मिळतं.

उदाहरणार्थ माहीमच्या बेडेकर सदन या चाळीमध्ये राहत असताना तिथल्या इस्त्री करणाऱ्या मुलाची गोष्ट मनाला चटका लावून जाते. आपल्या कपड्यांना आपणच इस्त्री करावी असं विंदांचं म्हणणं असल्यामुळे ते कपडे त्या मुलाकडे देत नसत. पण एकदा एका मुलीचा फ्रॉक इस्त्री करताना फाटला म्हणून मुलीच्या आईने त्याची इस्त्री आणि पैसे कसे काढून नेले, त्यानंतर जयाच्या आईनं स्वतः एक फ्रॉक शिवून त्या मुलीच्या आईला देऊन ती इस्त्री कशी सोडवली आणि त्या मुलाची उपजीविका पुन्हा सुरू कशी झाली याचं हृद्य वर्णन आपल्याला यात वाचायला मिळतं.

असे अनेक प्रसंग आपल्याला त्या घरात वाहणारा आणि आज लोप पावत चाललेला माणुसकीचा झरा दाखवतात आणि जयामध्ये संपूर्ण पुस्तकात जी माणुसकीची झलक आपल्याला पाहायला मिळते त्याची कारणं आपल्याला सहजपणे समजतात. मग त्यात कोणाचं इंग्रजी सुधारण्याकरता विंदा आणि सुमा यांनी केलेले प्रयत्न असोत किंवा इतरही

अनेक प्रसंग असोत.

विंदा निरीश्वरवादी होते, पण जयाच्या आई म्हणजे सुमा मात्र श्रद्धाळू होत्या. पण तरीही एकमेकांनी एकमेकांच्या विचारांचा आदर कसा राखला, त्यातून विंदांनी जयाला प्रश्न विचारायला कसं शिकवलं हे जयानं छानपैकी सांगितलं आहे.

रुईया कॉलेजमध्ये शिकवताना स्वतः आपण अनेक गोष्टी कशा शिकत गेलो हेही जया आपल्याला सांगते. ज्यांचे आई-वडील सुशिक्षित आणि सुस्थितीत नसतात, त्यांची आयुष्यं कशी भरकटत असतील याविषयी जयाच्या मनात एक खंत निर्माण होते आणि अशांसाठी काहीतरी करायची इच्छाही तेव्हाच निर्माण होते.

या पुस्तकातली मला आवडलेली सगळ्यात मोठी गोष्ट म्हणजे यातला मोकळेपणा आणि प्रामाणिकपणा. आयुष्यामध्ये जगताना प्रत्येकाच्या अनेक चुका होतात पण सगळे ते मान्य करतातच असं नाही. हे पुस्तक म्हणजे त्याला अपवाद आहे. फक्त शिकवतानाच नाही तर पुढे जागृती ही संस्था चालवताना आपल्या हातून कशा काही चुका झाल्या आणि त्यातून आपण काय शिकलो हे जया अतिशय मोकळेपणे मान्य करते. हे जरा दुर्मिळच.

बँकेमध्ये नोकरी करताना आपल्या सामाजिक जाणिवा कशा रुंदावल्या हे जया छान पद्धतीनं सांगते. निरक्षरतेमुळे वडार वाडीतल्या बायका बँकेत पाऊल टाकायला कशा कचरायच्या आणि त्यामुळे काही मैत्रिणींना बरोबर घेऊन कष्टकरी लोकांमध्ये अर्थसाक्षरतेचा कार्यक्रम कसा हाती घेतला गेला, त्यातून एका बचत गटाचा कसा जन्म होतो हेही आपल्याला यात वाचायला मिळतं. कमी उत्पन्नाच्या लोकांना कमी व्याजदरानं कर्ज मिळावं यासाठी अनेक वस्त्यांमध्ये जाऊन लोकांना भेटणं याचेही अनुभव जया आपल्याला सांगते.

यानंतर 'सुचरिता' या संस्थेमध्ये अनेक गरजूंना शिकवण्याचं काम जयानं केलं. या

पुस्तकात पानोपानी अनेक सामान्य गरजू, कष्टाळू माणसांच्या कहाण्या आपल्याला वाचायला मिळतात. सर्वसाधारणपणे कित्येक माणसांना अशा कहाण्या दिसतातसुद्धा. पण दरवेळेला त्यांच्याकडे डोळस पण माणुसकीच्या दृष्टीकोनातून बघणं, त्यातून काहीतरी शिकणं आणि त्यांच्यासाठी काहीतरी भरीव करणं हे सगळेच करत नाहीत. पण हेच आपल्याला सर्व पुस्तकभर शिकवून जातं. यातला महत्त्वाचा भाग असा की यात कुठेही परोपकाराची भावना नाहीये. 'बघा मी यांच्याकरता काहीतरी केलं' असा दिखावाही नाही. यात आतून आलेला एक समतेचा झरा आणि कळकळ आपल्याला दिसते. त्यामुळे या सगळ्यांमध्ये त्यांना दान देण्यापेक्षा त्यांना सक्षम कसं करता येईल आणि स्वतःच्या पायावर कसं उभं राहता येईल याविषयीचा सकारात्मक दृष्टीकोन सर्व पुस्तकात दिसतो.

यातूनच जागृती या संस्थेची निर्मिती कशी झाली, तिची वाढ कशी झाली, त्यात कशी कशी संकटं आली आणि त्यातून वाट काढत जागृती कशी उभी राहिली याची हीअद्भुत कहाणी आपल्याला खूप शिकवून जाते. पाण्याचा प्रश्न, स्वच्छतेचा प्रश्न, व्यसनाधीनतेचा प्रश्न, शिक्षणाचा प्रश्न, आरोग्याचा प्रश्न, कुपोषणाचा प्रश्न अशा अनेक प्रश्नांवर हे पुस्तक प्रकाश टाकतं आणि तेही स्वतःला आलेल्या अनुभवांमधून.

यातली रोमाची कहाणी खूपच चटका लावून जाणारी आहे. बिगारी काम करणारे तिचे वडील दारू प्यायचे आणि रोमाच्या आईला मारायचे. शिवाय तिचीच कमाई हडप करायचे. रोमा पोटात असताना तिच्या आईला तिच्या वडिलांनी दारूच्या नशेत पोटावर लाथ मारली. झालेल्या दुखापतीमुळे बाळंतपणात रोमा जगली पण आई दगावली. पोलीस केस झाली; नवरा तुरुंगात गेला आणि रोमा आश्रमशाळेत गेली आणि त्यानंतर ती जागृतीत आली. पण तिथे ती कशी विचित्र वागायला लागली आणि तरीही संस्थेनं तिला

कसं वळण लावलं, पुढे ती कशी सुधारली, तिचं लग्न कसं लावून दिलं आणि दोघांनी मिळून चक्क दोन हॉटेल्स कशी काढलीही कहाणी खूपच रोमांचक आहे.

अशा किती कहाण्या सांगाव्यात? गंमत म्हणजे एका बाजूनी म्हणावं तर हे जयाचं आत्मचरित्र आहे, म्हणावं तर ही जागृतीची कहाणी आहे आणि या दोन्ही गोष्टी खऱ्या आहेतच पण त्याचबरोबर आपल्याला या पुस्तकात या समाजाचं, त्यातल्या सुखदुःखांचं त्यातल्या गरजवंतांचं, त्यातल्या अनेक प्रश्नांचं आणि ते सोडवण्यासाठी मदत करण्यासाठी उभं राहणाऱ्यांचं एक जिवंत चित्रही जया आपल्यासमोर चितारते. हे पुस्तक प्रत्येकानं वाचलंच पाहिजे असं मला वाटतं. हे वाचल्यानंतर आपण जास्त समृद्ध नक्कीच होतो.

एक अतिशय जिवंत अनुभवांचं सुंदर पुस्तक दिल्याबद्दल जयाचं मनःपूर्वक अभिनंदन आणि शुभेच्छा!

अच्युत गोडबोले

मनोगत

१८ फेब्रुवारी २०२३ रोजी जागृतीचे काम सुरू करून पंचवीस वर्षे झाली. त्यानिमित्ताने मागे वळून पाहताना जागृतीच्या कार्यवृत्ताचा लेखाजोगा मांडावा असे वाटले. हे लिहिताना मी जागृतीची संस्थापक आणि कार्यकारी विश्वस्त असल्याने आणि माझ्या नजरेतून लिखाण झाल्याने कोठे कोठे 'मी' डोकावू शकते. पण ते अपरिहार्यपणे, ओघात आणि प्रत्यक्ष अनुभवांती आलेले आहे.

पंचवीस वर्षांतील घडामोडींचा आढावा घेताना सफलतेच्या क्षणातील पुन:प्रत्ययाचा आनंद मिळाला, तर असफलतेतील त्रुटी नव्याने शिकवून गेल्या. सामाजिक क्षेत्रात काम करणाऱ्या किंवा नव्याने काही करू इच्छिणाऱ्या कार्यकर्त्यांना हे कथन थोडीफार दिशा देऊन गेले, तर हा लेखनप्रपंच सार्थकी लागला असे होईल.

जागृतीच्या यशापयशाची कारणमिमांसा पुस्तकात फारशी केलेली नाही. वाचकांनी ती केली आणि आमच्या समोर आणली तर त्याचे नक्कीच स्वागत आहे आणि त्याचा पुढील वाटचालीसाठी निश्चित उपयोगही आहे.

अत्यंत कठीण, विपरीत परिस्थितीशी जागृतीने दिलेल्या छोट्याशा टेकूच्या आधारे झुंजत अनेक मुले-मुली पुढे गेली. त्यांच्या सत्यकथा नक्कीच प्रेरक आहेत. परंतु आपला काळोखा भूतकाळ इतरांसमोर मांडला जावा हे त्यांना फारसे प्रशस्त वाटणार नाही. हे लक्षात घेऊन काही नावे आणि संदर्भ बदलेले आहेत.

तपशीलाबाबत अधिक खात्री करून घेण्यासाठी जागृतीतील मंगला पाटील, रेखा बिडकर आणि सर्व सहकाऱ्यांची खूप मदत झाली. विश्वास काळे यांनी माझे लिखाण हस्ताक्षर लावत तत्परतेने संगणकीय छपाईमध्ये रूपांतरित करून दिले आणि ते तत्परतेने वाचून आनंद करंदीकर यांनी काही महत्त्वाच्या सूचना केल्या. हे सर्व बहुमोल साहाय्य सगळ्यांनी किती आत्मियतेने, आनंदाने केले ते शब्दात उतरवणे कठीण.

पुस्तकाला प्रस्तावना प्रतिथयश लेखक, संगणकतज्ज्ञ आणि सामाजिक कार्यकर्ते अच्युत गोडबोले यांनी विचारणा करताच त्वरित लिहून दिली. त्याच्या प्रस्तावनेतून पुस्तकातील आशय हा समाजमुल्ये वृद्धिंगत करण्यासाठी पोषक असावा याची वाचकांना कल्पना येईल.

'सकाळ'सारख्या मान्यवर, दर्जेदार आणि सामाजिक प्रश्नांची सखोल जाण असणाऱ्या प्रकाशन संस्थेने पुस्तक प्रकाशित केले आहे. त्यामुळे पुस्तकाला सर्वदूर वाचकवर्ग लाभण्यास आणि व्यापक सामाजिक भान जागवण्यास नक्कीच मदत होणार आहे.

जागृती उभी करताना गेल्या २५ वर्षांच्या काळात अनेक हितचिंतक, समाजसेवी संस्था, स्वयंसेवी वृत्तीने मदतीला तत्पर असलेले परिचित-अपरिचित, उदार हस्ताने अर्थसाहाय्य करणारे देणगीदार यांच्याशी कायमचे ऋणानुबंध जोडले गेले. समाजातील जातीधर्मापलीकडे जाऊन जनहिताचा व्यापक दृष्टीकोन असणारा मोठा जागृती परिवार निर्माण झाला. या सगळ्यांच्या साथीने जागृतीचे काम पुढे नेत असताना गतकाळाचा मागोवा वाचकांपुढे ठेवताना आनंद होत आहे.

१८ फेब्रुवारी २०२३ जयश्री काळे

अनुक्रमणिका

कौटुंबिक जडणघडण - समाजभान

मागे वळून पाहाताना लक्षात येते की, जागृती सेवा संस्था सुरू करण्यात आणि तिच्या १५ ऑगस्ट १९९७पासून सुरू झालेल्या पंचवीस वर्षांच्या वाटचालीत लहानपणी, वाढत्या वयात, आई-वडिलांकडून,परिचितांकडून सहजपणे ऐकत, पाहात, अनुभवत आलेल्या अनेक घटनांचा, आचार-विचारांचा मोठा प्रभाव आहे.

जागृतीचे काम करताना अनेक कडू घोट पचवायला लागले पण यातूनच काही बरे निष्पन्न होईल या उमेदीवर पुढे जात राहिलो. अनेक अडचणी आल्या, चांगला चाललेला उपक्रम धनदांडग्याच्या मनगटशाहीमुळे रातोरात बंद करावा लागला, स्थानिक सत्ताधाऱ्यांनी दादागिरी करून संस्थेची जागा बळकावली, अनेकांनी दिलेली आश्वासने ऐन वेळेला न पाळून दगा दिला आणि आम्ही तोंडघशी पडलो. अशी एक ना अनेक विघ्ने समोर ठाकली. या सगळ्यात आमच्याकडूनही झालेल्या चुका काही अंशी कारणीभूत होत्या. भोळसट आशावाद, 'काय भुललासी वरलीया रंगा' याप्रमाणे माणसाची योग्य पारख करता न येणे, कायदेशीर कागदपत्रांच्या बाबतीतील ढिसाळपणा इत्यादी बऱ्याच चूका उमजल्या आणि त्या सुधारत गेलो, शिकत गेलो. परत नवीन केलेल्या चुकांचा भुर्दंड, मनस्ताप काही प्रमाणात होत राहिला पण या सगळ्याला पुरून उरेल अशी हे काम केलेच पाहिजे ही तीव्र इच्छा आणि त्यातून मिळणारे समाधान हे दशांगुळे वरच राहीले आणि जागृतीचे काम वाढत राहीले.

मुंबईत येण्यापूर्वी सुरुवातीला दोन वर्षे आम्ही डोंबिवलीला राहात होतो. भाऊ (वडील - विंदा करंदीकर)आणि आई (सुमा) दोघांनाही लोकलगाडीचा रोजचा दीड दोन तासाचा प्रवास करायला लागायचा. आई छबिलदास शाळेमध्ये शिक्षिका होती. सुदैवाने आम्हाला ओळखीतून माहीमच्या बेडेकर सदन या चाळीमध्ये त्या दोघांना त्यांच्या नोकरीच्या ठिकाणाहून जवळ अशी अडीच खोल्यांची जागा मिळाली. मग आई वडिलांबरोबर

मी, माझा धाकटा भाऊ, कोकणातून शिकायला आलेली आतेभावंडे, धाकटी आत्या असे आमचे कुटुंब १९५६मध्ये तिथे आलो. मी सात-आठ वर्षांची शाळकरी मुलगी असल्यापासून ते एम.ए.च्या पहिल्या वर्षापर्यंत म्हणजे जवळजवळ पंधरा सोळा वर्ष तिथे राहिलो. आता आई-वडिलांचा सहवास अधिक लाभू लागला आणि आम्ही घडत गेलो.

आई शांत, सौम्य वृत्तीची आणि स्वभावतःच कनवाळू. कोणाला काही दुखलं-खुपलं तर पटकन मदतीला जाणारी. आमच्या दोन-तीन इमारतींमधील मोकळ्या जागेतील एका कोपऱ्यात एक सोळा-सतरा वर्षांचाबिहारी मुलगा टेबल टाकून इस्त्री करून द्यायचा. आमच्या घरचे कपडे त्याच्याकडे जात नसत कारण हे परवडण्यासारखे आणि भाऊंना पटण्यासारखे नव्हते. इस्त्रीच्या कपड्यांचा पोषाखीपणा कशाला आणि वाटलेच तर स्वतः इस्त्री करावी, गादीच्या खाली घडी करून ठेवली तरी होते इत्यादी. दिवसभर कोळशाची इस्त्री चालवून रात्री दमून जाऊन हा मुलगा कुठून तरी भजी पाव आणून खात असे. दिवसभर अगदी ऐन उन्हाळ्यातसुद्धा डोक्याला घट्ट रुमाल बांधलेला असे. आईने विचारले तेव्हा म्हणाला, "एका बाजूला डोकं खूप दुखतं, दवा खायला पैसा कुठून आणणार?" आईने थोडीशी विचारपूस केली आणि तीत्याला सकाळी उठल्या उठल्या अनश्यापोटी मोरावळा खायला नेऊन देऊ लागली. त्याचा गुण आला, त्याची अर्धशिशी थांबली. एकदा एकामुलीचा फ्रॉक इस्त्री करताना तो फाटला म्हणून मुलीच्या आईने त्याची इस्त्री आणि त्याचे त्या दिवशी जमलेले पैसे काढून घेतले. त्याने खूप गयावया केली केला पण बाई काही ऐकेना. तो रडत रडत आईकडे आला, त्या बाईंना आईने समजावले. शेवटी एक नवा फ्रॉक मुलीला देण्याचे मान्य केल्यावर तह झाला. आईने रातोरात घरातले एक कोरे कापड घेऊन तिच्या हातमशीनवर बसून एक अधिक सरस फ्रॉक त्या बाईंना शिवून दिला आणि तेव्हा त्याबाईंनी इस्त्रीपरत केली.हातून गेलेले उत्पन्नाचेसाधन परत मिळाले याचा त्याला झालेला आनंद अवर्णनीय होता. आई शिवणकाम छान करायची, माझे कपडे तीच शिवायची. तिने मला शिवण शिकवायचा प्रयत्न केला पण मला फारसा रस नव्हता हे तिच्या लक्षात आले. पण आमच्या कामवालीची तिच्याबरोबर येणारी पंधरा-सोळा वर्षाची मुलगी मनीषा मात्र आई शिवताना बघत बसायची. आईने तिला ब्लाउज आणि परकर शिवायला शिकवले. ती छान शिवायला लागली. आईच्या मशीनवर लहान बाळाचे बाळंतविडेही शिवून द्यायला लागली. पण तिच्या घरी मशीन नसल्याने त्यातून म्हणावेसे असे हौसेच्या पलीकडे काहीही निष्पन्न होत नव्हते. तेव्हा आपले स्वतःचे लाडके मशीन आईने तिला दिले आणि सांगितले, "मी आता माझे ब्लाऊज स्वतः न शिवता तुझ्याकडे देईन पण एका अटीवर, शिलाई घेतली पाहिजे." म्हणता म्हणता तिचा शिवणकामात जम बसला. लग्नानंतर तिने स्वतः शिवणाचे दुकान काढले आणि

स्वकमाईवर तीन खोल्यांचा ब्लॉक घेतला. जागृतीत शिवण वर्ग सुरू केला तेव्हा हे उदाहरण डोळ्यासमोर होते. त्यामुळे केवळ शिकवण्यावर न थांबता चांगले शिकणाऱ्यांना आम्ही बक्षीस म्हणून पायमशीन घेऊन देतो यातून बऱ्याच जणांनी आपले कपड्यांचे छोटे-मोठे व्यवसाय यशस्वीपणे उभे केले आहेत.

आई शाळेत मराठी आणि इंग्रजी विषय शिकवत असे.अशिक्षित मोलमजुरी करणाऱ्यांची मुलंही शाळेत क आणि ड या तुकड्यांमध्ये असत. या मुलांचं इंग्रजी अगदी कच्चं असे, त्यांच्यावर नापास असा शिक्का लागायला नको म्हणून आई त्यांचं इंग्रजी व्याकरण पक्क करून घेत असे.हे हातचे गुण मिळवून ते कसेबसे का होईना पण शालांत परीक्षेत उत्तीर्ण होत आणि पुढे मार्गाला लागत. माझेही या पंतोजीपद्धतीने इंग्रजी व्याकरण पक्के झाले होते, पण म्हणून चार वाक्ये काही स्वतः विचार करून इंग्रजीमध्ये बिनचूक लिहिता येत नसत. भाऊ सहसा आमचा अभ्यास घेण्याच्या भानगडीत पडत नसत. ते खाते आईकडे होते. पण एकदा आम्हाला शाळेच्या सहलीला जाऊन आल्यावर त्यांनी त्याविषयी इंग्रजीत दहा ओळी लिहायला सांगितल्या. त्यातली एकही ओळ मी सुसंबद्ध आणि अचूक लिहिली नव्हती हे पाहून भाऊ खवळले. आम्ही अकरावीपर्यंत इंग्रजी विषयात बरे गुण मिळवून कसे उत्तीर्ण होत गेलो याचेच त्यांना आश्चर्य वाटले. आमचा अभ्यास घेणाऱ्या आईलाही त्यांनी धारेवर धरले. शेवटी असा निष्कर्ष निघाला की तर्खडकरी व्याकरण आणि काही ठरावीक प्रश्न यांची घोकंपट्टी केली की गुण मिळवण्याची किमया साधते. पण त्यामुळे इंग्रजी भाषेत नीट लिहिणे किंवा बोलणे जमत नाही. मुलगी बुद्धीने बरी असली तरी या कारणासाठी उच्च शिक्षण आणि नोकरी व्यवसायात तिचे अडेल हे भाऊंनी ओळखले आणि माझे इंग्रजी सुधारण्याचा घाट घातला. स्वतः इंग्रजीचे प्राध्यापक असताना मुलीचे इंग्रजी कच्चे रहाणे त्यांना कुठेतरी बोचले असणार. भाऊ मग मला घेऊन पुस्तकांच्या दुकानात गेले आणि माझ्या वयाला, बुद्धीला रुचतील, पचतील अशाइंग्रजी गोष्टींची छोटी पुस्तके घेऊन आले. यात काही गमतीच्या गोष्टी, काही रहस्यकथा, काही प्रेमकहाण्या, चरित्रकथा असे सगळे प्रकार होते. रोज एक तास पुस्तक वाचायचं ठरलं. भाषा सोपी आहे हे पाहूनच भाऊंनी पुस्तके निवडली होती. पण तरी मला पुष्कळ शब्द अडायचे. डिक्शनरी होती पण पहायला कंटाळा यायचा आणि नियमितपणे वाचन व्हायचं नाही. त्यांच्या हे लक्षात आले. मग संध्याकाळी जेव्हा त्यांची स्वतःची कॉलेजच्या दुसऱ्या दिवशीच्या लेक्चरची तयारी चालायची त्यावेळी तासभर मी बाजूला बसायचे आणि वाचताना शब्द अडला तर त्यांना विचारायचे असे ठरले. त्यामुळे वाचन सुलभ झाले, इंग्रजी शब्दार्थांचा अडथळा न येता पुस्तकातल्या गोष्टीत रस येऊ लागला. हळूहळू एकच तास काय पण एकदा पुस्तक

हातात घेतले की ते वाचून होईपर्यंत मी खाली ठेवत नसे. त्यामुळे माझी मे महिन्याची सुट्टी मजेत गेली, परीक्षेतही इंग्रजी विषयात उत्तम गुण मिळाले आणि प्रवेश मिळायला अवघड असणाऱ्या माटुंग्याच्या रुईया कॉलेजमध्ये मला प्रवेश मिळाला. कलाशाखा निवडण्याचं महत्त्वाचं कारण म्हणजे, तेव्हा गणित हा विषय माझा शत्रुपक्ष होता. एसएससीला मी तर गणित सोडायचे ठरवले होते, पण आमच्या लोकमान्य शाळेच्या मुख्याध्यापिका मनोहरबाईंनी मनाई केली. गणिताने बुद्धी सतेज होते, विचार तर्कशुद्ध पद्धतीने करता येतात इत्यादी सांगून पटवले. मग नाईलाज म्हणून उच्च गणित न घेता सर्वसाधारण गणित विषय निवडला. कॉलेजमध्ये प्रवेश घेतल्यावर भाऊ मला कॉलेजच्याशेजारी असलेल्या प्रिन्सिपॉल ओकांच्या बंगल्यावर त्यांना माझे एसएससीचे पेढे द्यायला घेऊन गेले. त्यांनी माझं मार्कशीट पाहिले, गणितातले शंभर पैकी सत्त्याण्णव गुण पाहून ते खूश झाले आणि म्हणाले, "कलाशाखेला गणित विषय वैकल्पिक असला तरी तो घेतला आहेस ना?" मी म्हटलं, "नाही. मला गणित अवघड वाटतं आणि फारसं आवडत नाही. म्हणूनच उच्च गणित घेतलं नाही." त्यांनी छान समजावून सांगितलं की उच्च गणितात फक्त बीजगणित आणि भूमिती विषय असतात. त्यामुळे दिलेल्या गृहीतकांवरून पुढचं गणित सोडवायचे असते. सर्वसाधारण गणितात अंकगणित असते आणि ते सोडवतानाच्या पद्धतीत पहिल्यापासून विचार करायला लागतो. ते तुला जमलयं. तेव्हा प्रथम वर्षाला तरी गणित घेऊन बघ. त्यामुळे कदाचित तुला कलाशाखेत मिळवायला अवघड असा प्रथम वर्गही मिळून जाईल. त्यांचे शब्द खरे ठरले आणि विषय आवडू लागला. मी चक्क एम.ए. पूर्णपणे गणित घेऊन केले आणि मुंबई विद्यापीठात पहिली आले. योग्य वेळेला योग्य व्यक्तीकडून जर चांगले मार्गदर्शन मिळाले तर आयुष्याची दिशा बदलू शकते हे जाणवले. हे लक्षात होते म्हणूनच जेव्हा जागृतीतील अशिक्षित पालकांची मुलं दहावी-बारावी उत्तीर्ण होऊ लागली तेव्हा त्यांचा कल आणि गती बघून त्यांना पुढील शिक्षण-प्रशिक्षणाच्या विविध वाटा दाखवणारी कार्यशाळा तज्ज्ञ समुपदेशकांमार्फत घेऊ लागलो.

आई श्रद्धाळू होती तर वडील निरिश्वरवादी, पण तिच्या श्रद्धांचा त्यांनी कधी अनादर केला नाही, तिचे चतुर्थीचे उपास मोडू नयेत म्हणून तिच्यापेक्षा ते जास्ती दक्ष असायचे कारण त्यांना माहिती होतं की उपास मोडला तर आई फार अस्वस्थ होते. त्यांना कल्पना होती की प्रत्येक माणसाचे मन पूर्णपणे बुद्धिप्रामाण्यवादी आचरण करण्याइतकं खंबीर नसते. विशेषत: संकटप्रसंगी कोणाचातरी आधार लागतो. तो ज्यांनी-त्यांनी आपापल्या स्वभावधर्मानुसार शोधायचा असतो. मग तो देवधर्म, गुरुभक्ति, व्रतवैकल्य किंवा इतरही काही असू शकतो. पण हे सर्व स्वत:पुरते मर्यादित राहिले पाहिजे. या गोष्टींचा प्रसार-प्रचार-व्यापारकरता कामा नये. त्यातून स्वत:ला किंवा इतर कोणाला जाणूनबुजून किंवा

अजाणतेपणीही शारीरिक-मानसिक-आर्थिक हानी पोहोचत असेल तर ते अत्यंत गैर आहे आणि त्यापासून कटाक्षाने दूर राहिले पाहिजे याबाबत ते आग्रही होते. त्या संदर्भातील एक आठवण मला कायमची लक्षात राहिली आणि बरंच काही शिकवून गेली. मी बारा-तेरा वर्षांची होते. आम्ही राहत असलेल्या बेडेकर सदनमध्ये अशी आवई उठली की अंघोळ झाल्याबरोबर बोटावर रुमाल धरून कपाळाच्या मधोमध एकशे एक वेळा हनुमानाचं नाव घेत बोट घासले की प्रत्यक्ष हनुमान दिसतो. काही शेजारी अशाप्रकारे हनुमानाचे दर्शन झाले म्हणून सांगतही होते. मला आपणही हा प्रयोग करून पाहावा असे वाटले! मग रविवारी आईने नाहायला घालून दिल्यावर एक स्वच्छ हातरुमाल, पुस्तके घेऊन अभ्यासाला जाते असे सांगून इमारतीच्या गच्चीवर गेले.बरोबर फ्रॉकच्या खिशात दर्शन झाल्यावर नैवेद्याला म्हणून फुटाणेही घेतले होते. आमच्या घराच्या दोन खोल्यात आम्ही राहणारी माणसे सात-आठ. त्यामुळे परीक्षा आली की मी नेहमीच गच्चीवर अभ्यासाला जात असे. त्यामुळे त्यात कुणालाच वावगे वाटले नाही. दुसऱ्या दिवशी मराठीची तोंडी आणि लेखी परीक्षा होती. 'फक्त धडे तर वाचायचे आहेत आणि देवदर्शन झाल्यावर ते आणखी चांगले लक्षात राहतील'असा 'मौलिक' विचार करून मी रुमाल बोटावर धरला आणि सांगितल्याप्रमाणे उत्तरेकडे तोंड करून, वज्रासनात बसून तपश्चर्येला प्रारंभ केला! झपाटल्यासारखी भालप्रदेशावर तर्जनी नाचू लागली. शंभरावा आकडा मोजून झाला. डोळे उघडल्यावर समोर हनुमान येणारच या खात्रीने डोळे उघडले. प्रथम डोळे चुरचुरत धूसर दिसत होते. जरा अधिक स्पष्ट दिसू लागल्यावर समोरचे मराठीचे पुस्तक, वाऱ्यानी इतस्ततः पसरलेले फुटाणे आणि खालून रागावून येणाऱ्या आईच्या हाका ऐकू येऊ लागल्या. मी धावतच खाली गेले. आईने जेवायची पाने घेतली होती. हे खरं तर माझं काम होते.रविवार म्हणून आमच्या मुलांच्या आवडीचा पुरी भाजी आणि शिरा असा बेत होता. मला चक्कर आल्यासारखं होत होते. आईचे माझ्याकडे लक्ष गेले आणि ती घाबरली. तिनेमला झोपवले, पाणी आणि खडीसाखर दिली. "तोंडावर पडलीस का? कपाळावर काही लागलं का?"म्हणून विचारलं. तेवढ्यात माझ्या धाकट्या भावाने, आनंदने बरोबर तर्क लढवला आणि हे मारुती दर्शनाचे प्रताप असावेत असे सांगून भाऊंना बोलावले. भाऊंनी लगेचच जवळच राहत असलेल्या आमच्या फॅमिली डॉक्टरला बोलावले. डॉक्टरांनी जखम स्वच्छ करून ड्रेसिंग केले. मध्यंतरी मी हळूच आरशात तोंड पाहिले आणि घाबरून गेले. कपाळावर भलीमोठी जखम, चेहरा लालबुंद आणि सुजलेला. संध्याकाळी डॉक्टर पुन्हा जखम बघायला आले तेव्हा आईनेआमच्या सगळ्यांच्या मनात दडलेल्या बागुलबुवाला वाचा फोडली. तिनं डॉक्टरांना विचारले, "जखमेचा व्रण चेहऱ्यावर कायमचा राहायचा नाही ना?" डॉक्टर म्हणाले, "जखम खोल आहे. दिलेली

औषधे सुरू ठेवा आणि जखम चिघळणार नाही याची काळजी घ्या. फार मोठा नाही पण बारीकसा व्रण राहण्याची शक्यता नाकारता येत नाही." आईचे डोळे पाणावले, मला तर रडूच यायला लागले. भाऊ खंबीरपणाने म्हणाले, "आपण व्यवस्थित काळजी घेऊ. थोडक्यात निभावले आहे."

संध्याकाळी जरा उतार पडला. आता चेहऱ्यावरची सूज कमी झाली होती. दुखतही नव्हते. भाऊंनी मला झाल्या प्रकाराची सर्व हकीकत विचारली. शेवटी एक प्रश्न विचारला, "डोळे उघडल्यावर मारुती दिसला का?" तेव्हा मला एकदम लक्षात आले की ज्यासाठी हा सगळा अट्टाहास केला ते झालंच नाही. मी बावचळून गेले. भाऊ पाठीवरून हात फिरवत म्हणाले, "खरं काय ते सांग." मी मान खाली घालून म्हणाले, "नाही." मला समजावत म्हणाले, "अगं, असं कोणी काही सांगितलं तर आंधळेपणी विश्वास ठेवायचा नाही. देव हे काही खरे नसतात. आपल्या मनातल्या सद्भावनांची ती प्रतिकं असतात. ही पहिलीच वेळ आहे. तेव्हा यातून योग्य तो धडा घे." नंतर मात्र त्यांनी काहीसा रुद्रावतार धारण करून पुन्हा असे होता कामा नये असा सज्जड दमही दिला. दुसऱ्या दिवशी शाळेत सुजलेला चेहरा घेऊन जायला मी कांकू करू लागले. भाऊ म्हणाले, "परीक्षा बुडवायची नाही. बाई, मुलं तुला काय झालं म्हणून विचारतील. खरं काय ते सांगायचं. अजिबात लपवालपवी करून खोटंनाटं सांगायचं नाही."मी शाळेत जाऊन परीक्षा दिली आणि धीर धरून खरे काय झाले तेहीसांगितले. माझ्याशेजारी रहाणाऱ्या दोन मुली म्हणाल्या, "बरं झालं कळलं. आमच्याही मनात असलं काहीतरी येत होतं. पण आता ते टळलं." अशा प्रकारे कळत नकळत रुजली गेलेली सामाजिक जाणीव आणि कौटुंबिक संस्कार यांचे दूरगामी परिणाम जागृतीचे काम उभे करताना झाले.

***

शिकवताना - शिकत जाताना

मी रुईया कॉलेजमध्ये १९६५ ते १९६८ ही चार वर्षे पदवीपरीक्षेचे शिक्षण पूर्ण करेपर्यंत होते. कॉलेजच्या जवळच माटुंग्याला श्रद्धानंद महिलाश्रम होता.तिथल्या संचालकांना एक प्रश्न भेडसावत होता, तो म्हणजे तिथल्या मुली साधारण सहावी-सातवीच्या पुढच्या अभ्यासाचा कंटाळा करायच्या. गणितात तर हमखास नापास व्हायच्या. सिंचालिका आमच्या कॉलेजच्या प्रिन्सिपॉलकडे आल्या आणि कॉलेजमधल्या काही विद्यार्थिनी त्यांच्या मुलींना शिकवायला आठवड्यातून दोन-तीन तास येऊ शकतील का म्हणून विचारणा केली. माझ्याबरोबर दोन मुली तयार झाल्या. पण त्यादेखील पुढे गळल्या कारण पालकांनी महिलाश्रमासारख्या ठिकाणी जायला परवानगी दिली नाही. माझ्याबाबतीत तो प्रश्नच नव्हता उलट घरुन प्रोत्साहनच मिळाले.

मी शिकवायला गेले की या मुली आजूबाजूला अगदी जवळजवळ येऊन गराडा घालायच्या. कोणी पदराचे टोक धरायच्या, कोणी हळूच केसाच्या शेपट्याला हात लावायच्या. मी दिसल्याबरोबर आवारातील अबोलीची फुले घेऊन केलेला गजरा, तर कधी हळूच लपवत आणलेली झाडाची बोरे हातात द्यायच्या. गजरा डोक्यात घातला, एखादे बोर खाल्ले की झालेला आनंद त्यांच्या चेहऱ्यावरून ओसंडून वहायचा. एक लक्षात आले की या मुली थोड्याशा मायेच्या शब्दांच्या आणि स्पर्शांच्या भुकेल्या होत्या. त्यामुळे आधी त्यांच्याशी गप्पा मारून, आपलेपणाने विचारपूस करून शिकवायला सुरुवात केली, की त्यांचे शिकण्यात अधिक लक्ष लागायचे. मग कधीच त्यांच्यावर ओरडायला लागले नाही की त्यांना कडक शिस्तीच्या चौकटीत बसवायची जरूर पडली नाही.

मुलींना शिकवताना लक्षात आले, की त्यांना गणित या विषयाची भीती वाटते, तो नीरस कंटाळवाणा वाटतो. गणोबाचे भूत मानगुटीवरून कधी उतरणार असे

त्यांना होत असे. या दहावी अकरावीपर्यंत आलेल्या मुलींना गणितातल्या गुणाकार-भागाकारासारख्या प्राथमिक क्रिया येत नव्हत्या, त्या कधी करायच्या तेसमजत नव्हते. मला एकदम दडपण आले. आपण तर आश्रमाच्या प्रमुखांना जोरात सांगितले, की मुली एस.एस.सी. परीक्षेत नापास होणार नाहीत याची जबाबदारी माझी! पण शिकवायाला लागल्यावर हे शिवधनुष्य पेलणे कठीण आहे हे जाणवले. कुठून सुरुवात करावी हे कळत नव्हते. रोज शिकवायला गेल्यावर प्रथम वीसपर्यंतचे पाढे लिहायला लावूननंतर रोज पाच बेरजा, वजाबाक्या, गुणाकार, भागाकार करायचे असा नेम काही दिवस ठेवला. साधारण महिन्याभरात बऱ्याच मुली या गणिती क्रिया बरोबर करू लागल्या आणि त्या करण्याचा वेगही वाढत गेला. क्रिया केव्हा करायाच्या ते काही त्यांना नीटसे समजेना, मग युक्ती केली. एक दिवस त्यांना मिळतील तेवढी बोरे आणि फुले आणून द्यायला सांगितली. नंतर एका गजऱ्यात दहा फुले आणि एका पुडीत पाच बोरे असे करायचे काम दिले. मग गजरे, पुड्या, आणि उरलेली फुले, बोरे मोजायला सांगितली. या प्रत्यक्ष कृतीतून त्यांना भाज्य, भाजक, भागाकार, बाकी ह्या काहीशा क्लिष्ट नावं असलेल्या गणिती सज्ञांचा बोध झाला आणि भागाकार कधी करायचे ते लक्षात येऊ लागले. मग बक्षीस म्हणून मी सातवीपर्यंतच्या पंचवीस मुलींना प्रत्येकी दोन रंगीत पेन्सिली आणि पुढच्या इयत्तेमधल्या मुलींना प्रत्येकी तीन पेन घेऊन देणार आहे असे सांगितले. मला एकूण किती पेन्सिली आणि पेने लागतील याचा हिशेब द्यायला सांगितला. उत्साहानं मुली हिशेब करू लागल्या, आणि ते बरोबरही केले. गुणाकाराचे तत्त्व सहज समजून गेले. त्यांच्या रोजच्या जीवनाशी निगडित गणित आल्यावर त्यांना विषय जवळचा वाटू लागला आणि तो समजायलाही सोपा झाला. त्यामुळे सगळ्या कमी-अधिक गुणांनी एस.एस.सी. उत्तीर्ण झाल्या आणि संचालिकांना अजाणतेपणे जी ग्वाही दिली होती ती खरी ठरली. आश्रमात शिकवताना मीच खूप शिकत गेले. ही शिदोरीनंतर जागृतीत शिकवताना खूप उपयोगी पडली.

या मुलींत मिसळताना आणखी जाणवले, की आपले आई-वडील सुशिक्षित असणे. मुळात ते असणे, त्यांचे आपल्या अभ्यासाकडे, वागण्या-बोलण्याकडे, आचार-विचारांकडे लक्ष असणे हे सगळेच आपल्या निकोप जडणघडणीच्या दृष्टीने महत्त्वाचे असते. दुर्दैवाने हे ज्यांच्या वाट्याला येत नाही त्या मुलामुलींची आयुष्यं भरकटत जात असतील का? त्यांना कोणी दिशा देणारे भेटत असतील का? हे सगळे कोणीतरी केले पाहिजे. ते आपणच का करू नये या विचाराचे स्फुलिंग डोक्यात कुठेतरी प्रज्वलित होऊ लागले.

दोन वर्षांचे पदव्युत्तर शिक्षण (एम.ए.- गणित) मुंबई विद्यापीठात प्रथम क्रमांकाने १९७० मध्ये पूर्ण करून मी मुंबईच्या सिद्धार्थ कॉलेजमध्ये गणित विभागात ट्यूटर

म्हणून लागले. ट्यूटर म्हणजे शिकवणी शिक्षक. लेक्चररची कायम स्वरूपी जागा तेव्हा कॉलेजमध्ये उपलब्ध नव्हती. वर्गातील दीडशे मुलांचे लहान गट करून त्यांच्याकडून त्यांना अवघड वाटणारे गणितातील विभाग परत समजावून देऊन त्यावरची गणिते, सराव प्रश्नपत्रिका सोडवून घ्याव्यात ही ट्यूटरकडून अपेक्षा असे. सुरुवातीला लेक्चररची जागा न मिळाल्याने मी थोडी नाराज झाले होते पण लवकरच मला काम आवडू लागले आणि विद्यार्थ्यांशी अधिक जवळचे नाते जोडले जाऊ लागले. कॉलेजमधील बरेच विद्यार्थी कमी उत्पन्न गटातले, अर्धवेळ नोकऱ्या करत शिकणारे होते. मी नवीन उत्साहाच्या भरात खूप तळमळीने शिकवत असे. साधारण वयानेही मुलांच्या बरोबरीची असल्याने मी पटकन विद्यार्थ्यांत प्रिय झाले. त्यामुळे जरा हवेतच होते. पण आपला अनुभव आणि एकूण विद्यार्थ्यांशी वागण्याबोलण्यातील समज कमी आहे हे एका घटनेने दाखवून दिले आणि एकदम जमिनीवर आले.

इंटर सायन्सच्या ट्युटोरियलच्या वर्गात पंचवीस-तीस मुले असत. त्यातलाच एक राजू लोखंडे. बारीक, काळा, मोठाले डोळे. तो काही फार हुशार वगैरे नव्हता, पण चांगला होता. तो लक्षात राहायचे कारण म्हणजे एखादे अवघड गणित समजून सांगितल्यावर ते कळल्याची समज, आनंद त्याच्या डोळ्यात दिसायचा. तो अधूनमधून येऊन एखादे अडलेले गणित विचारायचा, पेपर सोडवायला दिला तर जमेल तितके सोडवून आणायचा. वागायला बोलायला गरीब, थोडासा भित्राच. बी.एस.सी.नंतर बी. एड. करून शिक्षक व्हायचे त्याचे स्वप्न होते. तो कॉलेज जवळच्याच एका फरसाण बनवणाऱ्या दुकानात काम करायचा. एकदा त्याने दोन मोठी व्हेफर्सची पाकीटे मला आणून दिली. मी पैसे देऊ लागल्यावर म्हणाला, "आम्हाला महिन्याला फरसाणाच्या पदार्थाची दहा पाकिटं मालक फुकट देतात त्यातलचं हे आहे." घरची गरिबी त्याच्याकडे पाहून लक्षात येतच होती. तो चार-पाच दिवस आला नाही. तो का येत नाही म्हणून वर्गात विचारले. तेव्हा तत्परेतने एकाने, "तो पोरीबरोबर सिनेमा थिएटरबाहेर दिसतो" अशी माहिती पुरवली. सगळी मुले हसली. आवाज इतका मोठा झाला की शेजारचे प्राध्यापक काय गोंधळ चाललाय म्हणून आठ्या घालून विचारून गेले. माझे पित्त खवळले. तास आटपून बाहेर पडले पण राग धुमसत होता. त्याचा अवाजवी आणि अनाठायी स्फोट चार दिवसांनी तो वर्गात दिसल्यावर झाला. मी त्याला उभे केले आणि सर्वांदेखत, "तुला कॉलेजमध्ये शिकायला यायला वेळ नाही पण पोरींबरोबर उंडारायला, सिनेमा पाहायला वेळ आहे."असे बोलून वर्गातून हाकलून दिले. तो मान खाली घालून रडवेला होऊन गेला. नंतर माझे मलाच थोडे अपराधी वाटायला लागले.

आपण त्याला जरा जास्तच आणि तेही सगळ्यांदेखत बोललो हे जाणवले, आता तो

येईल तेव्हा त्याची नीट विचारपूस करूया असे ठरवले. पण तशी वेळ आली नाही. राजू माझ्याच तासाला नाही तर कॉलेजमध्ये यायचा बंद झाला. माझी अस्वस्थता वाढत गेली. मुलांकडे चौकशी केली पण कोणाला त्याच्याविषयी फारशी माहिती नव्हती. परीक्षेची फॉर्म भरायची तारीख तीन चार दिवसांवर आली तरी त्याचा पत्ता नव्हता. शेवटी न राहवून मी कॉलेजच्या ऑफिसमधून त्याच्या प्रवेशाचा अर्ज काढला. त्याच्यावरचा पत्ता धारावीतील ओटा नंबर एकशे आठ असा होता. मी रहात असलेल्या साहित्यसहवासच्या जवळचा एक रस्ता हा धारावी झोपडपट्टीच्या जवळून जायचा. जाता-येता तिथला बकालपणा, पोटासाठी लोक अगदी छोट्याशा जागेत करत असलेले बारीक-सारीक व्यवसाय, याचे ओझरते दर्शन व्हायचे. कॉलेजमधून आणून ठेवलेला परीक्षेचा फॉर्म आणि थोडे पैसे घेऊन मी निघाले. बरोबर कोणाला या म्हणायची सोय नव्हती कारण मलाच मूर्खात काढून जाण्यापासून परावृत्त करण्यात आले असते. सुरुवातीला पत्ता सापडेना, कोणी सांगेना, विचारले की कोणी नुसतेच खांदे उडवायचे, नाहीतर कोणी रिकामटेकड्या चौकश्या करत बसायचे. यामागे वस्तीतला एक अलिखित संकेत होता. तो म्हणजे बाहेरचे कोणी पत्ता शोधत आले तर तो सांगायचा नाही. बहुधा विचारणारे लोक वसूली एजंट किंवा ठोकशाही करणारे गुंड असायचे. एकमेकांना सांभाळून घ्यायचे आणि अशा लोकांना गोंधळात टाकायचे ही पद्धत. मग आठवले की एकदा राजू म्हणाला होता की त्याच्या घरची मंडळीबॅग, पर्सेस यांना मशीनवर चेन लावायचे काम करतात. मग धारावी रस्त्यावरच्या दर्शनी भागात असलेल्या एका मोठ्या पर्सेसच्या दुकानात विचारले. दुकानदाराने लगेचच रस्त्यावर फुलांचा हार विकणाऱ्या खोपटातील एका सात-आठ वर्षांच्या मुलाला राजूभैय्याचे घर दाखवयाला सांगितले. तो पटापट वर खाली करत वस्तीतल्या आतल्या चिंचोळ्यागल्ल्यांतून जाऊ लागला. त्याच्या मागे त्याच्या वेगाने जाताना माझी त्रेधातिरपीट उडत होती. आजूबाजूला दिसणारे एकूणच चित्र कठीण होते. एका पत्रे टाकलेल्या छोट्या घराजवळ नेऊन त्याने हाक दिली.

घरातून एक सावळी, जराशी कृश पण नाकी डोळी नीटस तरतरीत एकोणीस-वीस वर्षांची मुलगी आली. मोठं कुंकू, लांब, खोटे मंगळसूत्र, हातात काचेच्या बांगड्या आणि पॉलिस्टरची साडी. ती राजूची दोन वर्षांनी मोठी बहीण होती. राजू जवळच सकाळी दोन तास डोशांच्या टपरीवर डोसे घालायला जात असल्याचे कळले. मी राजूची मॅडम हे सांगितल्यावर तिने राजूला निरोप पाठवला, मला खोलीत एकच पत्र्याची फोल्डिंग खुर्ची होती ती उघडून बसायला दिले. पाण्याने भरलेला लखलखीत तांब्या आणि भांडे हातात दिले. घर म्हणजे पाच बाय दहाची अंधारी खोली आणि त्यात काढलेला पोटमाळा, पण ठेवले होते एकदम स्वच्छ, व्यवस्थित, जिथल्या तिथे. भांडीसुद्धाघासून-

पुसून नीटनेटकी मांडलेली. तेवढ्यात राजू पळत पळत आला. आणखी बारीक झालेला दिसला. येत का नाहीस म्हणून विचारल्यावर म्हणाला, “मॅडम तुम्ही बोललात ना पोरींबरोबर सिनेमे बघतोस, तेव्हापासून सगळी मुलं मला चिडवायला आणि माझी टर उडवायला लागली. मग मला कॉलेजमध्ये यायला नकोसं वाटलं.”माझे जरा चुकलेच होते. सगळ्या मुलांसमोर बोलायला नको होते. मला खूपच शरमल्यासारखे झाले. त्या दिवशी त्याच्याबरोबरची पोरगी म्हणजे माझ्यासमोर बसलेली त्याची दोन वर्षांनी मोठी बहीण कमल होती. तिचे पंधराव्या वर्षीच लग्न झाले होते, विशीच्या आतच तिला दोन मुले झाली, ती शेजारी खेळत होती. आई-वडील लहानपणीच देवीने गेले. भाऊ-बहीण एकत्र कुटुंबात गावी राहत होते. काकाने कमलचे लग्न करून दिले आणि अशिक्षित दारुड्या नवऱ्याबरोबर ती धारावीत आली. वर्षभरात काकाने राजूला मुंबईत कमलकडे पाठवून दिले आणि गावची जमीन बळकावली.घरात सासू होती ती पर्सला चेन लावून पैसे मिळवायची. तिलाच कमल मदत करू लागली. राजूही हातभार लावू लागला. क्षयरोगाने सासूला ग्रासलं आणि वर्षभरात ती गेली. नवरा जवळच्या वाण्याच्या दुकानात मदतीला जायचा. तुटपुंजा पगार पण घरात भरायला धान्य मिळायचे एव्हढेच. कधीकधी दारुला पैसे नसले की तो एखाद्या हाउसफुल सिनेमा थिएटरबाहेर तिकिटांचा काळाबाजार करायचा. साधारण रात्री उशिरापर्यंत यायचा. दोन दिवस झाले तरी घरीच आला नाही म्हणून रात्रभर वाट पाहून त्याला शोधायला हे दोघे बहीण भाऊ जवळपासच्या थिएटरवर त्याचा फोटो घेऊन चौकशी करायला गेले तेव्हाच ते नेमके वर्गातल्या एका मुलाला दिसले आणि पुढचे रामायण घडले. पोलिसांना कमलचा नवरा काळाबाजार करताना मुद्देमाल मिळाला होता आणि त्यांनी त्याला सरळ गजाआडच केले. तुरुंगवासाची शिक्षा भोगत होता. आपण पुढची मागची काही चौकशी न करता एकदम राजूला मुलांसमोर बोललो ते किती चुकीचे, अनाठायी होते ते जाणवले.

तेवढ्यात चहा आणि वडापावच्या गाडीवरचा वडा माझ्यासमोर आला. खूप साखर घातलेला माझ्यासाठी स्पेशल बनवलेला गोड मिट्ट चहा आणि तिखटजाळ वडा कसाबसा त्यांना बरे वाटावे म्हणून घशाखाली उतरवला. नंतर मात्र लगेच कामाला लागले. परीक्षेचा फॉर्म त्याच्याकडून तो कांकू करत होता तरी त्याला भरायला लावला. परीक्षा फी, फॉर्मचे पैसे मी आधीच भरले होते. कॉलेजमध्ये जात नसल्याने अभ्यास झाला नसल्याचे म्हणाला. पण माझ्या घरी संध्याकाळी शिकायला यायचे कबूल केले. यायला जायला सोयीचे व्हावे म्हणून जवळच्या दुकानातून सेकंडहँड सायकल घेऊन दिली. नंतर दीड महिना तो नियमितपणे संध्याकाळी आठ ते साडेनऊ माझ्याकडे येऊ लागला. बुद्धीने बरा होता हे लक्षात आले होते, पण आता तो चांगला आहे हे जाणवले. त्याला शिकवणे

हे मलादेखील आनंदाचे, समाधान देणारे वाटू लागले. परीक्षा चांगली पार पडली. पुढे जाऊन त्यानं चक्क गणित घेऊन बी.एस.सी. केले. नंतर दोन वर्षांचा बी. एड. कोर्स करून शिक्षक व्हायचे स्वप्न पुरे करायला वेळ नव्हता, नोकरीची ताबडतोबीने गरज होती म्हणून बँकिंग परीक्षेला बसला. सहजपणे उत्तीर्ण होऊन बँकेत क्लार्क म्हणून लागला. नंतर अधिकारी होऊन बाहेरगावी त्याची बदली झाल्याचे कळले. बऱ्याच वर्षांनी मी बडोद्याला समाजसेवी संस्थांच्या परिषदेसाठी गेले होते तिथे अचानक माझ्यासमोर एका सुखवस्तू दिसणाऱ्या मध्यमवयीन गृहस्थांनी येऊन नमस्कार केला आणि ओळखलत का म्हणून विचारले. तो राजू होता. ही परिषद एका राष्ट्रीयीकृत बँकेने पुरस्कृत केली होती. तेथील या बँकेचा एक शाखाप्रमुख म्हणून तो आला होता. मॅडममुळे शिकू शकलो असे त्याने त्याच्या सहकाऱ्यांना भरभरून सांगितले. या घटनेतून दोन गोष्टी मला मनोमन कळल्या. पहिले, मुलांची काही चूक झाली तर ती निदर्शनास आणून द्यावी पण अपमानास्पद शब्द वापरू नयेत आणि शक्यतो सगळ्यांसमोर सांगू नये. दुसरे, मुलांच्या घरच्या परिस्थितीची आपल्याला कल्पना नसते. पुष्कळदा आपण कल्पना करू शकणार नाही इतकी ती विदारक असते त्यामुळे मुलांच्या एकूण वागणुकीबाबत खातरजमा केल्याशिवाय निष्कर्ष काढू नयेत.

***

बँक नोकरीतील सामाजिक जाणीव

सिद्धार्थ कॉलेजमध्ये शिकवत असताना एक दिवस वर्तमानपत्र वाचताना बँक ऑफ बरोडाची सरळभरतीनुसार अधिकारी पदासाठीची जाहिरात दिसली. माझं वय, शिक्षण त्यात बसत होते. पगार आणि इतर भत्ते कॉलेजमध्ये मिळत असलेल्या वेतनाच्या पाचपट होणार होते. डेटामॅटिक्स कॉर्पोरेशन (त्यावेळची मनुष्यबळ विकासातली एक प्रख्यात कंपनी) यांच्यामार्फत सुरुवातीला लेखीपरीक्षा, नंतर गटचर्चा आणि शेवटी बँकेचे संचालक मंडळ यांनी घेतलेली मुलाखत अशी निवडप्रक्रिया होती. हे सगळे काय असते ते पहावे, त्यात आपली पात्रता सिद्ध करावी या कुतूहलाने आणि खुमखुमीनं लेखी परीक्षा दिली. परीक्षेला पाच मिनिटे उशीराच पोचले, पेपर दिला आणिनंतर आपण परीक्षेला बसलो होतो हे जवळजवळ विसरूनच गेले. एक दिवस डेटामॅटिक्सकडून पत्र आले की बँकेच्या स्पर्धा परीक्षेत अव्वल क्रमांक मिळवला असल्याने गटचर्चेला या. चर्चा करायची हौस असल्याने तिथेही पोहोचले. पंधरा-वीस माझ्यासारखेच उमेदवार होते. ऐनवेळी विषय दिला होता 'शिक्षणाचा सर्वांसाठी अधिकार' या विषयाचा माझा अनुभव ताजा होता त्यामुळे मी पोटतिडकीने जरा जास्तच आणि तावातावाने बोलले. खात्री होती की असली अतीआग्रही, जोरात बोलणारी माणसं बँकेला चालणार नाहीत. मला त्याबद्दल फारसा खेदही नव्हता. एक दिवस मी कॉलेजमध्ये असताना घरी पत्र आले की बँक ऑफ बडोदातील अंतिम मुलाखतीसाठी निवड झाली आहे. भाऊंनी मी घरी पोचल्याबरोबर मला समोर बसवले आणि म्हणाले "हे बघ, आता स्पर्धापरीक्षांची हौस पुरे. कॉलेजमध्ये वर्षभरात लेक्चररची कायमस्वरुपी नोकरी मिळेल. तेव्हा बँकेच्या नोकरीच्या फंदात पडू नकोस. न जाणो, निवड झालीच तर मोहात पडशील." त्यांचे शब्द खरे ठरले. शनिवारी बँकेच्या ऑफिसमध्ये दुपारी दोन वाजता मुलाखतीसाठी पोचायचे होते.

मला कॉलेजमध्ये शिकवायला खूप आवडत होतं. बँकेसारखी रुक्ष, पैशाच्या

आकडेमोडीची नोकरी करण्यात फारसा रस नव्हता. मी आरामात पेपर वाचत होते. तेवढ्यात आमच्या एक लांबच्या नातेवाईक बाई त्यांच्या उपवर मुलाला घेऊन दोन-तीन ठिकाणी मुलगी पाहाण्याच्या कार्यक्रमासाठी दिवसभराचा मुक्काम करायला आल्या. त्या नेहमीच "जया बरीच शिकलीस. आता लग्नाचं बघ. एकदा वय वाढलं की जड जातं." असे अनाहूत सल्ले द्यायच्या आणि आडून आडून आपल्या मुलाचे स्थळ सुचवायच्या. त्यांच्यापासून निव्वळ पळ काढायचा म्हणून मी बँकेत मुलाखतीला जायचे ठरवले आणि बसने आरामात अडीच वाजता पोहोचले. मुलाखती उशिरा सुरू झाल्या होत्या. मी गेल्या गेल्या दहा मिनिटातच मला बोलावणे आले. जुजबी प्रश्न विचारले. मी एम. ए.च्या परिक्षेत पहिली आले होते हे श्रेय 'अभ्यासाला की बुद्धीला' असा एक प्रश्न होता. तेव्हा मी 'अर्थात दोन्हीला' असं मोठ्या खात्रीनं सांगितले. मी अगदी सहजपणे उत्तरंदिली कारण नोकरी मिळवायचे कुठलेही दडपण अथवा ताण नव्हता. मुलाखत घेणारे खुद्द चेअरमन आणि जनरल मॅनेजर होते. मुलाखतीसाठी आलेली इतर मंडळी जरा तणावाखाली दिसत होती. व्हायचा तो परिणाम झाला आणि पंधरा दिवसांनी माझी बँक ऑफ बरोडात अधिकारी म्हणून निवड झाल्याचे पत्र आले. आठ दिवसात फिटनेस सर्टिफिकेट घेऊन हॉर्निमन सर्कलजवळ बँकेच्या मुख्यालयात रुजू व्हायचे होते. आईने, धाकट्या भावाने कौतुकाने शेजारीपाजारी, मित्र मैत्रिणींना सांगितले. पण मी जेव्हा सांगितले की मी बँकेची नोकरी घेणार नाही, तेव्हा सगळ्यांनी मला वेड्यात काढले. आत्तापेक्षा कितीतरी अधिक पगार, इतर अनेक सोयी सवलती नाकारणे म्हणजे शुद्ध मूर्खपणा आहे हे माझ्या भल्यापोटीच हितचिंतकांनी मला आणि घरच्यांना हरप्रकारे पटवून द्यायला सुरुवात केली. या सगळ्याचा व्हायचा तो परिणाम झाला आणि मी १० नोव्हेंबर १९७० रोजी बँकेत रुजू झाले. या निर्णयाला मी सत्तावीस वर्षे चिकटून राहिले. आर्थिक स्थैर्य आणि अनेक सोयीसुविधांच्या दृष्टीने बँकेची नोकरी खूप लाभदायक ठरली.

बँकेत लागल्यावर वर्षानी म्हणजे २३ नोव्हेंबर १९७१ रोजी माझा साहित्य सहवासमध्ये रहाणाऱ्या आणि मुकंद स्टीलमध्ये नोकरी करणाऱ्या विश्वास काळे याच्याशी प्रेमविवाह झाला. त्याचा आणि माझा काही महिने परिचय होता, मधूनमधून भेटतही असू, त्याचे रुपांतर प्रेमात झाले. उभयतांच्या घरचेही एकमेकांना ओळखत होते. त्यामुळे आनंदाने संमती मिळाली. विश्वास मूळचा पुण्याचा असल्याने त्याच्या मनात नोकरी सोडून स्वतःचा पुण्यात व्यवसाय सुरू करण्याचे होते. तो इलेक्ट्रॉनिक्समधला द्विपदवीधर होता. या क्षेत्रातच काही नवीन उत्पादन करण्याचा त्याचा मानस होता. माझी कायमस्वरूपी बऱ्यापैकी आर्थिक स्थैर्य देणारी नोकरी होती. तेव्हा दोघांनी नोकरीतल्या जागा अडवण्याऐवजी विश्वासने नोकरी देणारा व्हावे यावर आमचे एकमत झाले. बँकेच्या

पुण्यात बऱ्याच शाखा असल्याने अर्ज केल्यावर आठ दिवसातच कर्वेरोड शाखेत बदली मिळाली आणि आम्ही पुण्याला आलो. पुढे विश्वासच्या विजयेश इन्स्ट्रूमेंट्स प्रा.लि. कंपनीला नवीन उत्पादनासाठी असलेला मराठा चेंबर ऑफ कॉमर्सचा मानाचा पारखे पुरस्कार आणि नंतर इतरही काही पुरस्कार मिळाले. पुण्यात घरातले वातावरण सामाजिक भान जपणारं आणि त्यासाठी काम करणारं होतं. सासरे श्री. वा. काळे लेखक होते. कुटुंब, मित्रपरिवार, कार्यालयीन सहकारी यांनी परस्परांमधले संबंध कसे जपावे, ते निकोप राहतील याची कशी काळजी घ्यावी, चारचौघात वागण्या-बोलण्याच्या मर्यादा कशा पाळाव्या यासंबंधी विपुल लेखन केले होतं. ते यासंबंधी व्याख्यानंही देत. त्यांची या विषयावरची अनेक पुस्तके प्रकाशित झाली होती आणि त्यांच्या दोन पुस्तकांची गुजरातीत भाषांतरेही झाली. माझ्या सासूबाई प्रभावती यांचं अकाली अपघाती निधन झाले. त्यामुळे दुर्दैवाने मी त्यांना पाहू शकले नाही. पण ऐकून होते की त्यादेखील गोरगरिबांना मदत करणे, त्यांच्या मुलांना लिहाय-वाचायला, शिवणकाम-विणकाम करायला शिकवणे असे जमेल ते करत असत. इतरांसाठी काही करणे म्हणजे 'लष्करच्या भाकऱ्या भाजणे' असा दृष्टीकोन घरात नव्हता.

बँकेच्या सर्वसाधारण कामाचा अंदाज घेऊन त्यात बऱ्यापैकी जम बसायला लागला आणि काही गोष्टी प्रकर्षाने जाणवू लागल्या. बँकेत अंगठा बहाद्दर लोकांची खाती उघडली जात असतं. पण त्यांना सांगत बसण्यात वेळ जातो म्हणून शक्यतो अशा लोकांना काऊंटरवरची मंडळी परस्पर काहीतरी कारण सांगून खाती उघडण्याचे टाळत. मी मुद्दाम त्यांना माझ्या टेबलापाशी बोलवून खाते उघडण्यासाठी काय कागदपत्र लागतात ते नीट समजावून सांगत असे आणि त्यांना खाते उघडण्यासाठी प्रोत्साहनही देत असे. त्यामुळे माझे नामकरण गमतीने 'निरक्षर अधिकारी' असे झाले होते. तेव्हा फक्त अशाच निरक्षर खातेदारांना खाते उघडण्यासाठी त्यांचे फोटो लागत. त्याबाबत घडलेला एक मजेशीर प्रसंग अजूनही आठवतोय.

लीला आमच्या घराशेजारी राहणाऱ्या एका मैत्रिणीकडे घरकाम करायची. आमच्या जवळच असलेल्या वडारवाडीतून यायची. शिक्षण नव्हते, पण तरतरीत आणि बोलघेवडी होती. मैत्रीण देत असलेला पगार तिला बँकेत घरच्यांच्या नकळत साठवायचा होता आणि स्वतःच्या लग्नात सोन्याचे गंठण करायचा तिचा मानस होता. मी तिला आमच्या बँकेत ठेव विभागाच्या अधिकाऱ्याकडे नेऊन ओळख करून दिली आणि नंतर वरच्या मजल्यावरील माझ्या कर्जविभागात जाऊन काम करू लागले. जेवायच्या सुट्टीत खाली आले तर ती काउंटरच्या बाहेर बसलेली. तिला कामाला इतका वेळ लागल्याचे पाहून मला आश्चर्य वाटले कारण ह्या विभागाचे तरुण अधिकारी चटपट काम करणारे होते.

मला पाहताच माझ्याजवळ आली आणि म्हणाली, "मॅडम, जरा बाहेर येता का? काम झालं पण जरा बोलायचंय." बाहेर आल्यावर थोडंसं लाजत म्हणाली, "अहो, ते साहेब माझा फोटो मागत आहेत. त्यांना सांगा माझ्या घरची परिस्थिती अगदी बेताची आहे. त्यांच्या घरच्यांना अशी सोयरीक चालणार का?" प्रथम मला काही कळेना, मग डोक्यात प्रकाश पडला. लीलाकडे फोटोची मागणी अधिकाऱ्याने केली म्हणजे लग्नाचा विचार त्यांच्या मनात आहे असे तिला वाटले. मग ओळख पटवण्यासाठी फोटो का लागतो ते तिला समजावून सांगितले. नंतर जेवताना आम्ही सगळ्यांनी थट्टामस्करी करत खूप हसून घेतले.

यावरून एक लक्षात आलं की जवळपासच्या वडारवाडी, हनुमाननगर, रामोशीवाडी यासारख्या वस्तीतील बऱ्याच कष्टकरी लोकांनी कधी बँकेत पाऊल टाकलेले नाही. ते घाबरतात. बँकेत फक्त शिकल्या-सवरल्या इस्त्रीच्या कपड्यातील लोकांनी जायचे अशी समजूत. मग मी आणि माझ्यासारख्या दोन-तीन मैत्रिणींनी मिळून एक अर्थसाक्षरतेचा कार्यक्रम हाती घेतला. एक छोटी पुस्तिका तयार केली. त्याच्यामध्ये बचतीच्या महत्त्वापासून ते बँकेच्या वेगवेगळ्या खात्यांची माहिती अशा प्राथमिक गोष्टी अंतर्भूत केल्या. सुरुवात लीलाच्या वस्तीपासूनच केली. शनिवारी बँक अर्धा दिवस असे. ती संपल्यानंतर दुपारी तीन ते पाच असे हे प्रशिक्षण चाले. लीलाकडेच प्रशिक्षणार्थी जमवायचं काम दिले होते. ती ते उत्साहाने करत होती. साधारण पंधरा शनिवार हा उपक्रम चालवला. उपस्थिती कमी जास्त होत होती. शिकवता शिकवता मला महिलांकडून त्यांच्या अडचणी कळू लागल्या. घरात पैसे सुरक्षित ठेवता येत नाहीत, नवरा दारू पिऊन आला की जबरदस्तीने पैसे काढून घेतो. अडीअडचणीला विशेषत: आजारपणात ताबडतोबीने पैसे लागतात, सावकार देतो खरा पण वस्तू गहाण ठेवून घेतो आणि त्यापोटी भरमसाठ व्याज वसूल करतो, इत्यादी. मग वस्तीत जवळपास राहणाऱ्या पाच ते सात जणींचा एक असे त्यांच्या आवडीच्या फुलांच्या नावाचे म्हणजे मोगरा, बकुळी असे दहा गट केले. प्रत्येक गटाला एक गटप्रमुख आणि नंतर सर्व गटांना मिळून अशी त्यांनीच ठरवलेली एक गटप्रधान झाली. थोडक्यात एक प्रकारचे बचतगटच. प्रत्येक गटांनी महिन्याला ठरावीक बचतीचे पैसे बँकेत गटप्रमुख आणि गटप्रधानाच्या नावे उघडलेल्या खात्यात भरायचे. त्यातून गरजेनुसार लागेल तिला उचल द्यायची. यातूनच पुढे जागृतीचे काम सुरू झाल्यावर 'हिरकणी योजना' साकार झाली. एक-दोन वर्षात एक दृश्य परिणाम असा दिसला की आधीची बुजरी लीला आता 'कमळ गटप्रमुख लीलाताई' म्हणून ओळखली जाऊ लागली आणि बँकखात्यावरचे व्यवहार मोठ्या आत्मविश्वासाने करू लागली.

कर्ज विभागात काम करताना कमी उत्पन्न गटासाठी अनेक शासकीय योजना आहे

ते लक्षात आले, परंतु म्हणावे तशा त्या राबविल्या जात नसत. एकूणच या बाबतीत बँकेतील कर्मचारी वर्ग उदासीन असायचा आणि हे काम टाळायचीच इच्छा असायची. लायकी नसताना या लोकांना कर्ज देण्याचे कष्ट घ्यायचे, त्यांनी ती बुडवायची, मग वसुली करण्याचे पुन:श्च कष्ट आणि एवढं करून वसूली झाली नाही की अधिकाऱ्यावर खापर आणि सरते शेवटी कर्जमाफी! हे या योजनांबद्दल सर्वसाधारण मत असायचे. योजनांकडे जाणीवपूर्वक दुर्लक्ष झालेले मला पहावत नसे. या सुमाराला 'डिफरंशियल रेट ऑफ इंटरेस्ट' ही कमी-उत्पन्न गटातील लोकांना कमी व्याजदरात पतपुरवठा करणारी चांगली योजना केंद्रशासनातर्फे सर्व राष्ट्रीयकृत बँकांसाठी लागू करण्यात आली. सुदैवाने या वेळी बँकेतील सहकारी आणि वरिष्ठ उत्साही आणि खऱ्या गरजूंना लाभ मिळावा अशी तळमळ असलेले होते. लाभार्थींनी आम्हाला शोधत येण्यापेक्षा आम्हीच आपण त्यांच्यापर्यंत पोहोचले पाहिजे असं ठरवण्यात आले.

मी स्वतः निरनिराळ्या वाड्या-वस्त्यांवर आणि जवळपासच्या ग्रामीण भागातून मेळावे घेतले. या योजनेची सोप्या भाषेत पत्रके तयार करून ती वाटली. लोकांना अनेक शंका असायचा, त्यांचे निरसन करून ते जवळच्या शाखेत जातील तिथे त्यांच्या कर्ज प्रस्तावावर योग्य विचार होऊन रक्कम वितरीत केली जाईल याबाबत पाठपुरावा करत राहिलो. उद्दिष्टापेक्षा कितीतरी अधिक पूर्तता झाली आणि कालांतराने कर्जाची परतफेडही वेळेवर झाली याचे मोठे समाधान लाभले.

या सुमारास म्हणजे साधारणतः १९८८-८९ साली अतिवृष्टीने पेण आणि जवळपासच्या जांभुळपाडासारख्या खेडेगावांची वाताहात झाली होती. घरात पाणी, चिखल शिरून घरदारं उद्ध्वस्त झाली होती. डोक्यावर छप्पर नाही, खायला अन्न नाही आणि ल्यायला धड कपडा नाही अशी स्थिती होती. अतिवृष्टीसारख्या नैसर्गिक आपत्तीला तोंड देण्यासाठीसुद्धा कमी व्याजदर योजनेचा लाभ घेता येणार होता. पेणला पुणे क्षेत्रीय कार्यालयाच्याअंतर्गत येणारी बऱ्यापैकी मोठी शाखा होती. या शाखेला मध्यवर्ती ठेवून आजूबाजूच्या खेडेगावातून बँकिंग व्यवसायाला अनुलक्षून मदतकार्य करावे आणि पेण शाखेत काम करणाऱ्या वरिष्ठ अधिकाऱ्यांसोबत क्षेत्रीय कार्यालयातील अधिकाऱ्यांनी जावे असे ठरले. मी तेव्हा काम करत असलेल्या पुणे क्षेत्रीय कार्यालयातील तिथे जायला कोणीच फारसे राजी होईना. मी आपणहून या कामात सहभागी होण्याचे ठरवले. बँकेच्या जीपने आम्ही पोहोचलो आणि दोन दिवस जवळपासची खेडी, त्यातली घरे ढोपरभर चिखलातून वाट काढत पिंजून काढली. लोकांचे झालेले नुकसान, त्यांची नावे आणि त्यांच्या सद्यस्थितीतील गरजा यांची रीतसर बारीकसारीक तपशीलासह नोंद घेतली. या कामात तिथं मदतकार्यासाठी आधीच जाऊन तळ ठोकलेल्या युसुफ मेहेरअली

सेंटरमधल्या कार्यकर्त्यांची मोठी मदत झाली. थोडी दीर्घ मुदतीची विनातारण कर्जे आवश्यकतेनुसार द्यायची ठरवली. पहिले काही महिने परतफेडीची सुरुवात करण्यासाठी काही मुदत देण्याचे ठरले. नंतर दोन दिवसातच साडेपाचशे कर्जे वितरित करण्यात आली. नंतर त्यांची परतफेड बव्हंशी व्यवस्थित झाली. त्यावेळी एक गोष्ट मनावर बिंबली की लहान कर्ज मागणारे लोक सहसा जी गरज असेल त्यानुसार कर्ज मागणी करतात, सांगितलेल्या कारणासाठीच वापरतात आणि परतफेड फारसे तगादे लावायला न लागता करतात.

पुण्यात शुक्रवार पेठच्या जवळ असलेल्या बँकेच्या शाखेत मी काही वर्षे काम करत होते. एक दिवस एक बाई काऊंटरच्याबाहेर खूप वेळ उभी होती. हातात एक रुमालात बांधलेली पुरचुंडी होती. मी काय काम आहे विचारल्यावर तिने जरा दबकतच, “खातेमे पैसा डालनेका है” असं अर्धमोडक्या हिंदीत सांगितले. चेहऱ्यावरून ती आसामसारख्या उत्तरपूर्व भागातली वाटत होती. कॅश काऊंटरची गर्दी सरेपर्यंत ती चुपचाप बसून होती. नंतर पटकन जाऊन तिने पैसे भरले, पासबुक भरून मिळण्याची थोडावेळ काउंटरशी येऊन वाट बघितली आणि नंतर माझ्या टेबलाशी येऊन “अगली बार पासबुक ले जाऊंगी” म्हणत चटकन निघून गेली. काऊंटरच्या सहकाऱ्याला मी विचारले, “एकच तर नोंद होती लगेच पासबुक का भरून दिले नाही?” तर तो जरा कुत्सितपणे हसला आणि मोठ्याने म्हणाला “तिला दिवसा काय घाई आहे? रात्रीचे तर उद्योग सुरू होतात.” हे ऐकून बँकेतल्या महिलावर्गासह सगळे हसले. मग कळले की ती शुक्रवार पेठेतील वेश्या व्यवसाय करणारी बाई आहे. तिची अशी टिंगलटवाळी बँकेच्या स्त्री-पुरुष कर्मचाऱ्यांनी करणे, तिच्या वेळेला किंमत न देणे मला असह्य झाले. त्या तिरीमिरीत त्या दिवशी बँकेतून संध्याकाळी परस्पर मी स्वतः तिचे म्हणजे पारुलचे पासबुक घेऊन तिला द्यायला गेले. तिथे गेल्यावर मात्र चांगलीच हबकले. संधी प्रकाशाची वेळ होती. शरीरविक्रेत्यांची दुकाने उघडायला लागली होती. सगळंच वातावरण भडक आणि भकास होते. सिनेमात या वस्तीची चित्र पाहिली होती, ती प्रत्यक्षापेक्षा फारच फसवी, खोटी होती हे जाणवले. दारिद्र्य, कुपोषण, अनारोग्य, अस्वच्छता हे सार्वत्रिक होते. लहान-लहान, बराचशा परराज्यातून आलेल्या मुली! त्यांचे शोषणकर्ते कोण, पोषणकर्ते कोण काही कळत नव्हते. एक भावनाशून्य बाजार आणि दलाली एवढेच मनावर ठसत होते. मी कशीबशी पत्ता शोधत तिच्या कोठीवर पोहोचले. लहानश्या अंधाऱ्या खोलीत एका कोपऱ्यात तिने देवांचे छोटे फोटो लावले होते. मला विंदांची एका वेश्येवर आणि तिच्या संवेदनशीलतेवर लिहिलेली ‘बकी’ ही कविता आठवली.

मला पहाताच ती आणि तिच्या बरोबरच्या दोघीही जरा घाबरल्या. पण नंतर त्यांनी

आनंदाने टपरीवरचा चहा मला प्यायला लावला. एकूणच गावी भुकेने मरण्यापेक्षा नाईलाजाने का होईना आहे ते बरं आहे असा सूर होता. कोठीची मालकीण खायला-प्यायला देते, पण आमच्याजवळचे बरेचसे पैसे काढून घेते. तेव्हा बँकेत पैसे तुमच्याजवळच ठेवा आणि गावी पाठवायला, मुलांसाठी लागतील तेव्हा द्या, अशी त्यांची मागणी होती. हे काम कठीण होते पण त्यासाठी मालकिणीला विश्वासात घेणे जरुरीचे होते. चौकशी केली तेव्हा ती तशी बरी आहे, मारहाण होऊ देत नाही आणि बऱ्यापैकी विश्वासू आहे असे कळले. मग मालकीण, पारुल आणि तिच्याबरोबर रहाणाऱ्या तिघीजणी यांच्याशी एकत्रितपणे बोलले. प्रत्येकीचे तिच्या कमाईनुसार निश्चितपणे काही पैसे बँकेत रिकरिंग खात्यामध्ये जमा करायचे असे ठरले. अशी पंचेचाळीसजणींची खाती मी उघडली. सुरुवातीला स्वतः जाऊन पैसे आणत असे. नंतर त्यांची थोडी भीड मोडल्यावर त्यांच्यापैकी तिघींना तयार केले आणि त्या येऊन पैसे भरू लागल्या. माझा हा उद्योग बँकेत कुचेष्टेचा आणि उपहासाचा विषय झाला होता.

पुष्कळदा घामेजलेल्या रुमालात पैसे बांधून त्या ती पुरचुंडी माझ्याजवळ विश्वासाने देऊन जात. तो विश्वास आणि नजरेतील कृतज्ञता मला बळ देत होती. बारा हफ्ते भरून झाले होते आणि महिन्यांनी खात्याची मुदत संपून त्यांना पैसे मिळणार होते. सगळ्या आतुरतेनं वाट पहात होत्या. बऱ्याच जणींना ते गावी आपल्या धाकट्या भावंडांच्या शिक्षणासाठी, घर दुरुस्त करण्यासाठी पाठवायचे होते. आमची आयुष्य वाया गेली पण घरच्यांची नको जायला असा सूर होता. तेवढ्यात माझी बदली झाली. माझ्या जागेवर आलेल्या एका महिला अधिकाऱ्याला मी पैसे त्यांना सुखरूप पोचतील अशी दक्षता घेण्याची विनंती केली. तिने हात झटकले आणि भलती जबाबदारी घेणार नाही म्हणून स्पष्ट संगितले. शेवटी सर्वांची पासबुके मी व्यक्तिगत जबाबदारीवर त्यांचे सह्या-अंगठे घेऊन माझ्याबरोबर नेली. दिलेली मुदत संपायच्या दिवशी रजा घेऊन शाखेतून प्रत्येकीला मिळालेल्या रकमेची पाकिटे बनवली, त्याबरोबर एक बर्फीचा पुडा घेतला आणि पारुलकडे गेले. सगळ्या जमा झाल्या. 'पारुल कुठे आहे म्हणून विचारलं'तेव्हा मालकिणीकडून खरा प्रकार कळला. पारुल एचआयव्ही पॉझिटिव्ह होती, त्यातच तिला क्षयरोग झाला, अतिशय कृष झाली, व्यवसाय होत नव्हता. कीटकनाशक खाऊन तिनं स्वतःची सुटका केली. तिच्या खात्यात जवळजवळ वीस हजार रुपये जमले होते.बरेच कार्यालयीन सोपस्कार करून ते पैसे तिचा चौदा वर्षाचा मुलगा नकुल, तो पुण्यातच वेश्यांची मुले सांभाळणाऱ्या संस्थेत राहत होता, त्याच्या आणि संस्थेच्या संचालिका यांच्या नावाने मुदतठेव करून सुपूर्त केले. नकुल नंतर दहावीपर्यंत शिकला आणि पुढे घरबांधणीतील काही कामे करूलागला. संचालिकेनेही प्रामाणिकपणे ठेवपावतीची मुदत

संपल्यावर पैसे त्याच्याकडे दिले. जमलेल्या पुंजीत भर घालून त्याने वस्तीत पत्र्याची शेड उभारून दोन छोट्या खोल्या बांधल्या. मला घर दाखवायला आवर्जून घेऊन गेला.

एक लक्षात आलं की ही सगळी तात्पुरती वरवरची मलमपट्टी होती. त्यात या महिलांच्या दूरगामी भल्यासाठी काही योजना नव्हती. या महिलांच्या आजारपणासाठी, म्हातारपणासाठी काही विमा योजना किंवा तत्सम व्यवस्था करायला हवी होती. स्वयंसेवी वृत्तीने चांगले औषधोपचार करणारा दवाखाना वस्तीतच असण्याची जरूर होती. लहान मुलांना सांभाळण्याची, त्यांच्या शिक्षणाची सोय करणे आवश्यक होते. नोकरी आणि घर सांभाळून आपण यापैकी काहीच करू शकत नाही याची खंत मनात होती. पुढे जाऊन जागृती संस्थेची सुरुवात झाल्यावर संस्थेच्या माध्यमातून काम करण्याचा प्रयत्न केला पण तो फारसा यशस्वी झाला नाही.त्या ताकदीचे आणि दिवस-रात्र वेळ देणारे कार्यकर्ते आम्ही नव्हतो. धरसोड होऊन संस्थेच्या निधीचा अपव्यय होऊ लागला. मग काही नावाजलेल्या संस्था या भागातील महिला आणि मुलांसाठी कार्यरत होत्या, त्यांना मदत करायचे ठरवले. जागृतीतील काही पदाधिकारी अशाने संस्थेचे नाव होणार नाही म्हणून सुरुवातीला थोडेसे नाराज होते. शेवटी कोण पुढे दिसते त्यापेक्षा काम चांगले होणे महत्त्वाचे आहे हे त्यांनाही पटले. मग इतर संस्थांबरोबर सहयोगाने काम करू लागलो. त्यांचा त्या संस्थांना आणि मुख्य म्हणजे त्या वस्तीला फायदा झाला. स्वयंसेवी संस्थांनी शक्य तिथे एकत्र येऊन काम केले तर त्यामुळे वेळ आणि खर्च यांची नक्कीच बचत होते आणि काम अधिक उपयुक्त होते हे अधोरेखित झाले.

***

सुचरिता

मुले मोठी झाली होती. विश्वासचाही व्यवसायात जम बसला होता. प्रापंचिक जबाबदाऱ्या कमी झाल्यामुळे समोर आले आणि केले यापेक्षा काहीतरी ठोस करावे असे मनात होते. या मन:स्थितीत असताना एक दिशा दिली ती माझ्या उषामामींनी. जवळच राहायच्या आणि यु.डब्ल्यू.ए. (यूनिव्हर्सिटी विमेन्स असोसिएशन) या पुण्यातील संस्थेचे काम उत्साहाने, स्वयंसेवी वृत्तीने करायच्या. माझे मामा, श्रीकृष्ण मेडदकर व्यवसायाने चार्टर्ड अकाउंटंट होते. आमची सर्व वैयक्तिक टॅक्सची कामं ते पहायचे, आपलेपणाने त्याबाबत सल्लेही द्यायचे. मामी नोकरी करणाऱ्या मुलींसाठी असलेल्या यु.डब्ल्यू.ए.च्या वसतिगृहाची धुरा सांभाळायच्या. कार्यकारी मंडळाच्या तेव्हा तारा भट अध्यक्ष होत्या. मामी, सुजलाताई नित्सुरे, डॉ. गुलचर कोयाजी, फ्रेनी तारापूर, डॉ. प्रभा देवधर आणि इतरही अशा काही समाजाभिमुख प्रतिष्ठित महिला कार्यकारी सदस्य होत्या. वसतिगृह उत्तम चालले होते, तेव्हा आणखी काही समाजसेवा उपक्रम हाती घ्यावे असे ठरवण्यात आले. वसतिगृह पुण्याच्या गोखलेनगर भागात होते. तिथून जवळच रामोशीवाडी, वडारवाडी, हनुमाननगर अशा अनेक कमी उत्पन्न गटाच्या, अल्पशिक्षित रहिवाशांच्या वाड्यावस्त्या होत्या. त्यांच्यासाठी काही करावे असे ठरले. सुजलाताईंनी या भागातील मुलींसाठी शैक्षणिक उपक्रम सुरू करावा असा ठराव मांडला आणि तो संमत झाला. त्यांनी स्वतः या उपक्रमाची संघटक म्हणून जबाबदारी घेतली आणि मामींना अशा प्रकारच्या कामाची थोडीफार जाण असणाऱ्या, रस घेणाऱ्या कार्यकर्त्यांचा शोध घ्यायला सांगितले. मामींनी मला विचारलं आणि एका क्षणाचाही विलंब न लावता मी हो म्हटलं. मी अशा संधीची वाटच बघत होते. मुलगी अमृता नववीत आणि मुलगा अनुभव चौथीत शिकत होते. त्यांचा मी अभ्यास घेत असे. आतेसासूबाईंचे मोठे ऑपरेशन झाले होते, त्या जवळ जवळ बिछान्यावर होत्या. त्यांच्यासाठी नर्स होती. घरात मुंबईहून

आमच्याबरोबर आलेल्या, मुलांना सवय असलेल्या जिजी म्हणजे गाडगीळबाई पूर्णवेळ होत्या. तेव्हा सकाळी नऊ ते सायंकाळी चार अशी कामाची वेळ असणाऱ्या बँक ऑफ बरोडाच्या शाखेत मी काम करत होते. या पार्श्वभूमीवर नवीन जबाबदारी घेणे आपल्याला कसे झेपणार आहे हा विचारच मनात आला नाही. एका दृष्टीने ते बरेच झाले, नाही तर हो म्हणणे कठीण होते. कधीकधी वाटते की फार मागचा पुढचा विचार न करता त्या क्षणी जे आतून वाटले ते करत गेले म्हणूनच पुढे जाता आले, नवीन वाटा शोधता आल्या.

मी यु.डब्ल्यू.ए.च्या मीटिंगला गेले. सुजलाताई मोकळ्या, मृदू स्वभावाच्या आणि सामाजिक कामाची व्यापक जाण असणाऱ्या होत्या. त्या संस्थेच्या सचिवही होत्या, त्यांच्या शब्दाला वजन होते. संस्थेच्या उद्दिष्टामध्ये महिला आणि मुलींचे शिक्षणाच्या माध्यमातून सबलीकरण करणे हे होते. ते लक्षात घेऊन परिसरातील शालेय शिक्षण घेणाऱ्या मुलींसाठी पूरक अभ्यासवर्ग सुरू करावेत अशी सूचना मांडली गेली. ह्या चर्चेच्या वेळी मी अशाच एका मुलीचा अभ्यास घेतल्यानं तिच्या आयुष्याला कशी योग्य कलाटणी मिळाली ही सत्य घटना नमूद केली आणि सूचना स्वीकारली गेली.

काही वर्षांपूर्वीची गोष्ट होती. माझ्याकडे शांताबाई या जवळच्या पांडवनगरमधून येणाऱ्या बाई केरवार करायला यायच्या. एक दिवस आपल्या तेरा-चौदा वर्षाच्या मुलीला, सुषमाला घेऊन आल्या आणि म्हणाल्या, "हिच्यासाठी दोन तीन घरची कामं बघा." मुलगी चुणचुणीत दिसली. त्या म्हणल्या, "शाळेत जाते पण नववीला नापास झाली. आता बास झालं शिक्षण. दोन घरची कामं करून थोडे पैसे जमले की पुढच्या वर्षी गावाकडे हिचं लग्न करणार." मला वाईट वाटले. सुषमा साधारण माझ्याच मुलीच्या वयाची होती. तिला शाळा सोडायची नव्हती. नववीत इंग्रजी, विज्ञान आणि गणित या विषयात नापास झाली होती. म्हणून तिला त्याच वर्गात ठेवले होते. मी तिच्या आईची समजूत घातलीम्हटलं, "मी तिचा अभ्यास घेईन. शाळेत बाईंना भेटून तिला दहावीच्या वर्गात चढवायला सांगेन. तिने दोन कामं करून पैसे मिळवले असते तेवढे तिला स्कॉलरशिप म्हणून देईन इत्यादी." याचा इष्ट परिणाम झाला आणि शांताबाई तयार झाल्या. शाळा संपल्यावर आणि बँकेतून मी घरी आल्यावर संध्याकाळी सात ते आठ ती माझ्याकडे येऊ लागली. सुरुवातीला जरा घाबरत, अडखळत होती. हळूहळू सवय झाली आणि न चुकता दिलेला गृहपाठ होऊ लागला. अभ्यासाची गोडी लागू लागली. माझ्या लक्षात आले की मुलगी डोक्याने चांगली आहे. मे महिन्याच्या सुट्टीत आम्ही नववी आणि दहावीचाही काही भाग पूर्ण केला. शाळा सुरू झाल्यावर शाळेच्या बाईंनी चाचणी घेतली आणि त्या आश्चर्यचकित झाल्या. तिची प्रगती बघून लगेचच दहावीत दाखल करून घेतले. या मुलीने दहावी एस.एस.सी.च्या परीक्षेत बहात्तर टक्के गुण मिळवले. मी

‘लेकीला पुढे शिकविणार’असे सांगत शांताबाईंनी पेढे वाटले. त्यांच्या समाजात सुषमाचा सत्कार झाला आणि नगण्य असलेल्या या मुलीची प्रतिष्ठा एकदम वाढली. नंतर ती कुठेच अडली नाही. बी. कॉम., एम. कॉम. पूर्ण केले. तिला प्रथम एका छोट्या खाजगी, नंतर एका मोठ्या बहुराष्ट्रीय कंपनीत नोकरी मिळाली. तिथेच तिला जोडीदार भेटला. नववीत शाळा सोडायला निघलेली ही मुलगी आता कामानिमित्त परदेशची वारी करून आली आहे.

ही सत्यकथा ऐकल्यावर ताबडतोब वस्तीतील मुलींसाठी शिक्षण केंद्र चालवावे हा ठराव मान्य झाला. सुजलाताईंनी उपक्रमाचे ‘सुचरिता’असे अतिशय सुयोग्य नामकरण केले. सुरुवातीला आम्ही स्थानिक वृत्तपत्रातून निवेदन देऊन गरीब, गरजू मुलींनी येऊन नाव नोंदणी करावी असे आवाहन केले. त्याला फारसा प्रतिसाद मिळाला नाही. एकीने नोंदणी केली पण ती गरिबाघरची नसून खाजगी क्लासची फी परवडू शकेल अशा आईबापांची मुलगी आहे हे निदर्शनास आले. मग एक युक्ती केली. जवळच असलेल्या पांडवनगरमध्ये रयत शिक्षण संस्थेचे हुतात्मा राजगुरु विद्यालय आहे. त्याच्या मुख्याध्यापिकांना भेटलो. तिथे आजूबाजूच्या गरीब वस्तीतून येणारी मुले होती. बाईंना आनंद झाला आणि आठवी ते दहावीसाठी मुलांना अवघड वाटणाऱ्या इंग्रजी, गणित, विज्ञान या विषयांचे पूरक वर्ग घ्यावेत असे त्यांनी सुचवले. त्याचा नक्की उपयोग होईल, मुले चांगल्या प्रकारे एस.एस. सी. पास होतील असा विश्वास त्यांनी व्यक्त केला. त्यामुळे आमचाही उत्साह वाढला. दोन गोष्टी आम्ही स्पष्ट केल्या, पहिली म्हणजे आमची महिलांची संस्था असल्याने आम्ही फक्त मुलींचेच वर्ग घेऊ आणि दुसरी मुलींनी वर्गासाठी आमच्या संस्थेत यावे. बाई अनुभवी होत्या. त्या म्हणाल्या, “मुलींची दुपारची शाळा पाच वाजता सुटते. घरी जाऊन संध्याकाळी मुलींना नव्या ठिकाणी पाठवायला पालक कदाचित तयार होणार नाहीत. तुम्ही क्लाससारख्या मोठ्या फी न घेता नाममात्र नोंदणी शुल्क घेणार. तेव्हा या मंडळींचा खरा हेतू काय याबद्दलही काही पालक साशंक राहतील. तेव्हा सुरुवातीला तरी तुम्ही शाळेतच वर्ग घ्या.” तो जानेवारीचा महिना होता. बाई म्हणाल्या, “पुढचे तीन-चार महिने तुम्ही शिक्षिका शाळेत या. नंतर शाळेला सुट्टी लागेल तेव्हा मे महिन्यात नववीतून दहावीत गेलेल्या मुलींचे वर्ग तुमच्या संस्थेत सुरू करा. मग तिथेच वर्ग सुरू राहतील असं आपण बघू.”बाईंनी मुलांची शाळा सकाळी आणि मुलींची शाळा मुद्दाम दुपारची ठेवली होती. मुलींना सकाळी घरातील कामे मागे लावतात आणि मगमुलींची उपस्थिती नियमित राहत नाही असा त्यांचा अनुभव होता. मुलींची शाळा साडेपाचला सुटल्यावर त्यांचे वर्ग शाळेत जाऊन घ्यावेत असं ठरले.

मी गणिताचे वर्ग घ्यायचे आणि विज्ञानासाठी आम्हाला जवळच राहणारी अलका साठे

ही उत्तम शिक्षिका मिळाली. ती अहिल्यादेवी शाळेत विज्ञान आणि गणित शिकवायची. विज्ञानाची रोजच्या जीवनाशी सांगड घालत अतिशय रंजक पद्धतीनं शिकवण्याची तिची हातोटी होती. सुजलाताई इंग्रजी शिकवणार होत्या. पत्रकारनगरमध्ये राहणाऱ्या मीना दातार ह्या जमशेटपूरच्या टाटा वसाहतीतील शाळेच्या मुख्याध्यापिका होत्या आणि निवृत्त होऊन नुकत्याच पुण्याला आल्या होत्या. त्या एम.एससी.ला विद्यापीठात पहिल्या आल्या होत्या. पण कुठे बडेजाव किंवा अहंपणा नव्हता. सहजपणे मुलींत मिसळून जाऊन शिकवायच्या. आणखीही काहीजणी स्वयंसेवी वृत्तीने शिकवायला यायला लागल्या आणि 'सुचरिता'चे अभ्यास वर्ग हुतात्मा राजगुरु शाळेत १९९६ मध्ये सुरू झाले.

मी पाच साडेपाचला बँकेतलं काम संपवून कशीबशी धावत-पळत परस्पर शाळेत जात असे आणि नंतर साडेसात-आठच्या सुमाराला घरी पोचत असे. माझे आठवड्यातून चार वार असायचे. घरातील सगळी हे कसे स्वीकारतात त्याबद्दल मी आशावादी होते. कारण सुषमा माझ्याकडे शिकायला यायची तेव्हा माझी मुलगी अमृता आपली आपण अभ्यास करायची आणि स्वत:च्या नोट्स, गाईडस सुषमासाठी जपून ठेवायची. सुषमाला कधी घरी जायला उशीर झाला तर अनुभव आपली सायकल तिला द्यायचा आणि स्वत:शाळेत चालत जायचा. मी अशा प्रकारे गरीब मुलींना शिकवायला जाते त्याचे स्वागतच झाले. मुले शाळेतून घरी आल्यानंतर नाना, माझे सासरे, मुलांना त्यांचा आवडता बोर्नव्हिटा करून द्यायचे. मी माझ्या कामवाली बाईचा पगार वाढवून रात्रीचा स्वयंपाक आणि मधल्या वेळचं खाणंपिणं करायला सांगितले. पगार थोडा जास्तीकडेच देत असल्याने त्याही सर्व निगुतीने करायच्या. रात्री सगळे एकत्र जेवण करताना विश्वास, नाना आणि मुले सगळ्यांनाच आज शिकवताना काय झाले याची उत्सुकता असायची. एकूणच मुले अधिक समंजसपणे वागू लागल्याचे दिसले. हा एक नकळत झालेला मोठा फायदा. मी एक पक्के ठरवले होते नोकरी आणि घराबाहेरची कामं करत असताना घरातल्या कामाला येणाऱ्या मदतनीस बायकांना व्यवस्थित पगार आणि सुविधा द्यायच्या, योग्य ती प्रतिष्ठा द्यायची म्हणजे त्या आनंदीराहतात आणि पर्यायानं घरातल्यांची कुठल्याही प्रकारानं आबाळ न होता तीदेखील आनंदी रहातात. म्हणूनच कधी तरी 'कोणी सांगितल्या जयाला लष्करच्या भाकऱ्या भाजायला' अशी शेरेबाजी झाली तरी आमच्या घरातून मात्र मी कोणा गरजूंसाठी भाकरी भाजते याचे कौतुकच व्हायचे!

सुचरिताचं काम मला आवडत होते, जेव्हा मुलींशी अधिक बोलणे व्हायचे तेव्हा त्यांच्या घरचे प्रश्न थोडे थोडे समजायला लागले होते. वस्तीपातळीवरील समस्या काहीशा लक्षात यायला लागल्या होत्या. मुलींबरोबर, मुलांनाही शिकवणे गरजेचे आहे हे जाणवत होते. मे महिन्याची सुट्टी लागल्यावर सुचरिताचे वर्ग ठरल्याप्रमाणे आमच्या

संस्थेत होऊ लागले. संध्याकाळी मुलींना घराबाहेर पाठवायला काही पालक कांकू करू लागले. जाता-येता छेडछाडीचे प्रकार कधी कधी होत असत. महिलांची संस्था, त्यामुळे तिथं मुलांना प्रवेश नको असं कार्यकारिणीने ठरवले होते. वस्तीतील मुलींसाठी अभ्यासवर्ग घेणे आवश्यक नक्कीच होते पण ते अजिबात पुरेसे नव्हते. वर्ग शक्यतो मुलींच्या घराजवळ वस्तीतच असावेत आणि ते मुलांसाठीही असावेत हे लक्षात येत होते. शालेय शिक्षणाबरोबर मुलामुलींची मानसिकता अधिक सजग, समाजाभिमुख व्हावी यासाठी प्रयत्न करणे गरजेचे होते. दिलेल्या चौकटीत राहून काम करताना यावर मर्यादा येत होत्या.

माझी बँकेतली नोकरी सुरू होती. तेथील माझ्या सहकारी मैत्रिणी माझ्या कामाची आवर्जून चौकशी करत. कविता खांडेकर, रुपा मुळगुंद यांनी तर अनेकदा तुमच्या कामात आम्हाला सहभागी करून घ्या अशी इच्छा प्रगट केली होती. त्यामुळे डोक्यात विचारचक्र सुरू होते. या विचारचक्राला गतिशील करून निश्चित दिशा देणारी आणि भविष्यातील जागृतीच्या कामाची मुहूर्तमेढ करणारी व्यक्ती मला भेटली.

सुचरिताचे वर्ग घेत असताना मुलींच्या आया भेटायला येत आणि काम द्या म्हणत. त्यांना शिवण आणि ब्युटी पार्लरचं शिक्षण घेण्यात रस दिसला, पण प्रत्यक्ष वर्ग सुरू करायचे ठरवले, तेव्हा फारशा महिला आल्या नाहीत. त्यावेळी फॅमिली प्लॅनिंग असोसिएशनच्या पुष्पा वागळे यु.डब्ल्यू.ए.च्या कार्यकारिणीवर होत्या. त्या म्हणाल्या, “या विभागात संघटक म्हणून काम करणारी मंगला पाटील माझ्या ओळखीची आहे तिला बोलावून घेते. ती जवळच राहते.” पंधरा मिनिटात मंगलाताई हजर झाल्या. सावळ्या, हसतमुख आणि तरतरीत. मी त्यांना विचारले, “अहो, पंधरा-वीस महिला तरी ब्युटी पार्लर आणि शिवणवर्गाला येतील का? हे प्रशिक्षण आपण मोफत देणार आहोत, आम्ही प्रयत्न करतोय पण जेमतेम पाच-सहाजणी तयार आहेत. त्यासुद्धा तीन महिन्याच्या कोर्ससाठी किती दिवस टिकतील याची खात्री नाही.” मंगलाताई सहजपणे म्हणाल्या, “हो नक्कीच मिळतील. पंधरा-वीस का आपण पंचवीस-तीस महिलांची नोंदणी करू. अगदी मोफतही देऊ नका, मग धरसोड होते. तीन महिन्यांची फी नोंदणी करतानाच घ्या.” मी परत चाचरत विचारलं, “पंधरा दिवसात महिला जमतील का?” त्या हसतच म्हणाल्या, “अहो, दोन-तीन दिवसात जमतील.” त्यांचा आत्मविश्वास त्यांच्या देहबोलीतून दिसत होता. त्यांनी तीस महिला लगेचच जमवल्या, त्यांच्याकडून ठरलेली फी घेऊन नोंदणी केली आणि वर्ग सुरू झाला. येथे मंगलाताईंचा सल्ला अचूक ठरला. काहीतरी मूल्य घेतल्याशिवाय कामाची किंमत राहत नाही आणि मग चाली-चालीवर सहभाग घेतला जातो आणि फारसे काही निष्पन्न होत नाही. नंतर जागृतीचा कोणताही उपक्रम

सुरू करताना हे पक्क लक्षात ठेवले. त्यावेळी मंगलाताईंकडील सकारात्मकता आणि वस्तीपातळीवरील संघटनकौशल्य जाणवले. भविष्यात हा परिचय अधिकाधिक दृढ होत जाऊन त्या जागृतीचा एक भक्कम आधारस्तंभ झाल्या. ६ मार्च १९९६ हा त्यांच्या प्रथम भेटीचा योग माझ्या आणि पुढे जाऊन जागृतीच्या दृष्टीने एक भाग्ययोग ठरला.

***

‘जागृती’ची पायाभरणी - सस्ता सेल

मला आता थोडेसे प्रत्यक्ष वस्ती पातळीवरील मुला-मुलींचे, महिलांचे आयुष्य अधिक जवळून पहाता आले, समजायला लागले. आपण स्वतंत्रपणे काही समविचारी मंडळींनी एकत्र येऊन समाजसेवी संस्था सुरू करावी या विचाराने उचल घेतली. त्याला भाऊंनी, माझ्या वडिलांनी दुजोरा दिला. संस्था सुरू केलीस तर माझी देणगी पहिली असेल. त्यातून तुम्ही इतर कामांबरोबर कुटुंब नियोजनाचे काम केले तर आनंद होईल असे त्यांनी सांगितले. अनेक प्रश्न वाढत्या लोकसंख्येशी येऊन ठेपतात असे त्यांचे मत होते आणि ते काही प्रमाणात खरेही होते. आईने मला तिचा एक आवडता वाक्प्रचार ऐकवला, “सगळी सोंगं करता येतात पण पैशाचं सोंग करता येत नाही.तेव्हा बँकेतील नोकरी सांभाळत काय करायचं ते कर.” माझ्या मनात तर बँकेतील नोकरी सोडायचे होते. पण कमीत कमी पंचवीस वर्षे बँकेत नोकरी केली आणि मग स्वेच्छानिवृत्ती घेतली तर पेन्शन लागू होणार अशी बँकेत हवा होती. त्यानुसार अधिकारी संघटनेची व्यवस्थापनाशी बोलणी सुरू होती. सुदैवाने नियम लागू झाला आणि मी नोकरी सोडण्याचा अनेक दिवस मनात घोळत असलेला विचार पक्का केला. नोकरीची अनेक वर्षे बाकी होती. मी विश्वासशी बोलले. त्याने मनापासून दुजोरा दिला आणि माझी उमेद वाढली. मी राजीनामा दिला. अजून उशीर केला असता तर नोकरीत आर्थिक लाभ अधिक झाला असता. पण कदाचित सामाजिक कामे करण्यासाठी माझा शारीरिक आणि मानसिक उत्साह तितकासा राहिला नसता.

संस्थेची नोंदणी वगैरे सोपस्कार करण्यापूर्वी आपण खरेच काय काम करू शकतो, त्यासाठी लागणारे आवश्यक मनुष्यबळ आणि आर्थिक उपलब्धता होऊ शकते का याची चाचपणी सुरू केली. कविता खांडेकर आणि रुपा मुळगुंद या माझ्या बँकेतल्या सहकारी मैत्रिणी आनंदाने तयार झाल्या. कविता तिच्या घराजवळच्या वस्तीत शाळेत मुलांना शिकवायला जात असे. रुपा माझ्यापेक्षा बरीच लहान होती, एम.कॉम. झाली

होती. तिच्याकडे मी पाठवलेल्या वस्तीतील एक दोन मुलींची अकरावी बारावीच्या अकाउंट्सच्या पेपरसाठी तिनं उत्तम तयारी करून घेतली होती. या मुली तिच्या घरी जाऊन शिकायला खूश असत कारण रुपाची अतिशय सुगरण आणि मायाळू आई, त्यांना प्रेमाने खाऊपिऊ घालत असे. रूपाने संस्थेचे आर्थिक व्यवहार बघण्याची तयारी दाखवली. एका तरुण उत्साही मैत्रिणीने ही महत्त्वाची जबाबदारी उचलायचे मान्य केल्याने माझा हुरूप वाढला. माझ्याकडून मी थोडीशी आर्थिक तजवीजही केली होती. नियमानुसार बँकेने माझा स्वेच्छानिवृत्तीचा अर्ज तीन-चार महिन्यात मंजूर केला. आलेल्या ग्रॅच्युइटीची १९९८मध्ये साडेपाच लाख रुपये ही रक्कम माझ्या दृष्टीने मोठी होती. ती मी संस्था सुरू करताना लागणाऱ्या प्राथमिक स्थायी निधीसाठी म्हणून बाजूला ठेवली. नंतर काम वाढायला लागल्यावर ती काही फारशी मोठी रक्कम नव्हती हे लक्षात आले.

मंगलाताईंच्या ओळखीने रामोशीवाडीतील समाज मंदिरात मुलामुलींचे अभ्यास वर्ग सुरू करावेत अशी विनंती तिथल्या एका प्रामाणिक समाजहितेषू नगरसेवकांनी मला केली. मी सुचरितामध्ये मुलांना गणित खूप सोपं करून शिकवते, मुले उतीर्ण होतात हे त्यांच्यापर्यंत पोहोचले होते. महापालिकेने बांधलेल्या समाजमंदिराच्या जागा तिथल्या नगरसेवकांच्या अखत्यारीत असायच्या. मी तिथे शिकवयाला जाऊ लागले. मुलांकडे वह्या, पुस्तके, कंपासपेट्या इत्यादी आवश्यक शैक्षणिक साहित्य नसायचे. ते आणायला आणि समाज मंदिराची थोडी डागडुजी करायला ताबडतोबीने काही पैसे उभे करणे आवश्यक होते. यासाठी कर्मधर्मसंयोगाने एक चांगला स्त्रोत उपलब्ध झाला.

एकदा माझी कामवाली बाई एक-दोन जुन्या साड्या देऊ शकाल का म्हणून विचारत होती. या निमित्ताने मी कपाट आवरायला काढले आणि लक्षात आले की कितीतरी कपडे ज्याला आपण गेल्या वर्षभरात हातही लावला नाही असे कपाटात भरलेले होते. पंधरा-वीस अशा साड्या निघाल्या. त्यातल्या दोन मी बाईला घ्यायला सांगितल्या, उरलेल्या बोहारणीला द्याव्यात असा विचार होता. खरं तर तिच्याकडून बदल्यात काहीतरी भांडे घ्यायचे आणि अडगळ वाढवायची जिवावर आले होते. बरेच दिवस ते बाहेर काढलेले साड्यांचे गाठोडे तसेच होते. बोहारणी येईनाशा झाली होती. एक दिवस माझ्या बाईने म्हटले, “मी हे गाठोडे घेऊन जाते. नवी साडी, साधीसुद्धा,तीनशे-साडेतीनशेरुपयाला पडते. तुमच्या या साड्या धड आहेत, रंगसुद्धा चांगले आहेत. आमच्या शेजारपाजारच्या बायका पन्नास शंभर रुपयात आनंदाने घेतील. मिळतील ते पैसे मी तुम्हाला आणून देईल. मग तुम्हाला मला काय द्यायचं असेल तर द्या.” मला तिचे म्हणणे पटले. त्या दिवशी सकाळी काम संपवून ती जुन्या साड्या घेऊन गेली आणि दुसऱ्या दिवशी सकाळी आल्याबरोबर माझ्या हातावर दोन हजार रुपये ठेऊन म्हणाली, “काल दुपारी बाजूच्या

बायकांना बोलावलं. शंभर ते दीडशे रुपयांप्रमाणे साड्यांची किंमत ठरवली. साड्या तासाभरात हातोहात खपल्या. काहीजणी उधारीवर मागत होत्या, पण मी घट्ट राहिले. रोख पैसे द्यायचे आणि साडी उचलायची असं बजावलं." मी त्यातले निम्मे म्हणजे एक हजार रुपये तिला दिले तीही खूश झाली. दोन दिवसांनी तिची एक शेजारीण मला रस्त्यात भेटली. मी तिला ओळखत नव्हते पण तिनेच सांगितलं आणि हात जोडून म्हणाली, "तुमची साडी मिळाली. मोठी सोय झाली. मालकांना नोकरी नाही. माझ्या चार घरच्या कामावर घर चाललयं. दोन साड्याच शिवून शिवून वापरत होते. मला दोन सात आणि नऊ वर्षाच्या मुली आहेत. त्यांच्यासाठी काही फ्रॉक मिळतील का?" माझ्या मुलीचे, अमृताचे फारसे न वापरलेले आणि आता तिला लहान होणारे फ्रॉक होते ते माझ्या बाईबरोबर पाठवले. खरं तर त्याचे पैसे मला नको होते. पण माझ्या बाईंची शेजारीण दुसऱ्या दिवशी दोनशे रुपये घेऊन आली आणि पाया पडायचीच बाकी होती. ती सांगत होती, "मुली इतक्या आनंदात आहेत, फ्रॉक घालून नुसत्या नाचतायत." मिळालेल्या एकूण बावीचशे रुपयातून आमच्या अभ्यासवर्गाच्या मुलांच्या वह्या, पुस्तके आणि पेन घेतली. वर्गातली मुलेही खूश!

माझ्या डोक्यात विचारचक्र सुरू झाले. जिथे 'नकोय' तिथून 'हवयं' तिथे पोचवायचा दुवा साधला तर स्वार्थ आणि परमार्थ दोन्ही साधता येईल. मी विषय काढला तेव्हा बऱ्याच मैत्रिणी असे कपडे द्यायला आनंदाने तयार झाल्या. आम्ही कपड्यांच्या प्रतीनुसार किमती लावून त्या वस्तीत जाऊन विकणार होतो. निम्मे पैसे ज्याचे कपडे आहेत त्याला देणारही होतो. चार दिवसात बरेच मुलांचे आणि बायकांचे कपडे आले. रविवारी रुपाकडे बसून मी आणि कविता यांनी कपड्यांवर किमतीची लेबलं लावली. एका वहीत देणाऱ्याचे नाव, त्याच्या कपड्यांची आम्ही लावलेली किंमत यांच्या नोंदी केल्या, वहीवर नाव लिहिलं 'सस्ता सेल'तेच नाव पुढे रूढ झाले. मोजले तर जवळ जवळ अठरा हजार रुपयांचा माल होता. साड्या, ड्रेस, मुलींचे फ्रॉक, मुलांचे शर्ट अशी वेगवेगळी गाठोडी बांधली. सर्व रुपाच्या घरीच एका बाजूला ठेवलं. आता हे कपडे विकायचे कुठे? रुपाकडे कामाला येणारी राधाबाई तिच्या घराजवळ असलेल्या आणि वेताळ टेकडीवर जाणाऱ्या रस्त्याच्या दोन्ही बाजूच्या उतारावर असलेल्या वस्तीमधून येत असे. ती म्हणाली, "आमच्या इथे गणपती मंदिरात'सेल' लावा. दुपारी चार वाजताची वेळ आम्हाला सोयीची असते." रविवारी दुपारी दोन वाजता विश्वासने गाडी काढली, वाटेत गाठोडी गाडीत भरून शिवाय एक रिक्षा करून आम्ही गणपती मंदिरात पोहोचलो.

मंदिराचा सभामंडप चांगला प्रशस्त होता. मांडामांड करतो तेवढ्यात दोन बायका मुलांना घेऊन आल्या. म्हणता म्हणता सस्तासेलची बातमी पसरली. तेवढ्यात एक

जरासा विक्षिप्त दिसणारा माणूस आला. बहुधा प्यायलेला असावा. तो हुज्जत घालू लागला, दोन चांगल्या साड्या खाकोटीला मारून पैसे देणार नाही म्हणाला. इथे तुम्ही आमच्या देवळात येऊन कोणाच्या परवानगीने पैसे कमावत आहात म्हणून दम देऊ लागला. आम्ही आतून घाबरलो होतो पण उसने अवसान आणून तिथल्या नगरसेवकाने परवानगी दिली म्हणून सांगितले. ते नगरसेवक कविताच्या ओळखीचे होते आणि आम्ही खरेच त्यांच्या कानावर आधी घातले होते ते खूप बरे झाले. त्यांचे नाव घेतल्याबरोबर साड्या तिथेच ठेवून त्या माणसानं काढता पाय घेतला. संध्याकाळी सातपर्यंत सगळा माल संपला. गल्ला मोजला तर अठरा हजार नऊशे रुपये झाले.तिथेच बसून कपडे देणाऱ्या निम्म्या रकमेची पाकिटे केली आणि दुसऱ्या दिवशी त्यांना पोहोचवून दिली. काहीजणांनी पाकीटे परत दिली आणि तुमच्या कामासाठी ठेवा असे सांगितले. गेली तेवीस वर्ष हा उपक्रम, गरजेनुसार काही प्रमाणात स्वरूप बदलले, तरी सुरूआहे. कपड्यांबरोबर भांडी आणि इतर सामानही स्वीकारतो. आलेल्या सामानाचे पैसे देत नाही कारण देणाऱ्यांना पैशात फारसा रस नसतो आणि आमचेही हिशेबाचे काम कमी होते. आपल्या घरातले नको असलेले सामान गरजूंच्या उपयोगी पडत आहे याचा त्यांना आनंद असतो. त्याबद्दल ते आमचेच आभार मानतात. असे अनेक हितचिंतकया उपक्रमातून जागृतीशी कायमचे जोडले गेले. सुरुवातीला आम्ही पुण्यातल्या आणि जवळपासच्या जवळजवळ चाळीस-पन्नास वस्त्यांवर गेलो. पहिल्या वेळच्या अनुभवामुळे न विसरता स्थानिक नगरसेवकांना सांगायचो. कधीकधी त्यांच्या हस्ते नारळ फोडून शुभारंभाला बोलवायचो. पुढे जागृतीचे इतर काम बरेच वाढले. लोकही आपणहून येऊन सामान द्यायला तयार असायचे. त्यामुळे ते जागृतीच्या जनवाडी केंद्रात आणि भांडारकर रस्त्यावरच्या ऑफिसमध्ये स्वीकारायला लागलो. या उपक्रमामुळे एकीकडे 'आहे रे'ची सोय झाली आणि दुसरीकडे 'नाही रे'यांना अत्यंत माफक किमतीत चांगल्या वस्तू मिळू लागल्या. मिळणाऱ्या रकमेतून अभ्यासवर्गाचा खर्च जाऊन शिल्लकही राहू लागली असा हा सस्ता सेलचा 'त्रिसूत्री' किफायतशीर उपक्रम अव्याहतपणे सुरूआहे.

***

‘जागृती’चे नामकरण आणि नोंदणी

काम वाढत होते, अभ्यासवर्ग चांगला चालला होता, ओळखीचे लोक अभ्यास वर्गाला भेट द्यायला यायचे. विश्वासची मावस बहीण श्यामा खेर-नायर हिने मुंबईच्या निर्मला निकेतनचा मान्यताप्राप्त समाजशास्त्राचा अभ्यासक्रम केला होता. महिला समुपदेशन हे तिचे खास आवडीचे क्षेत्र होते. पवन नायरने नुकतीच भारतीय सैन्यदलातून कर्नल या हुद्द्यापर्यंत पोचून स्वेच्छानिवृत्ती घेतली होती. ते दोघं पुण्यातच कायमस्वरूपी स्थायिक झाले होते. पवनला सामाजिक प्रश्नात, त्यावर लेखन करण्यात रस होता. उभयतांनी ‘आशा’ या समाजसेवी संस्थेची स्थापना करून त्यामार्फत ते मुख्यत्वे फरासखाना पोलिस चौकीत स्त्रियांचे समुपदेशन करत. त्यांनी लवकर संस्था स्थापून रीतसर नोंदणी करून घ्या म्हणजे लोकांना तुमच्या कामाबद्दल अधिक विश्वास वाटेल आणि कामासाठी निधी उभा करणेही सोपे जाईल, असा स्वानुभवातून कळकळीचा सल्ला दिला. शामाच्या दोघी बहिणी नीला रानडे अमेरिकेत आणि अलका बाली इंग्लंडमध्ये त्यांच्या क्षेत्रात उच्च पदावर कार्यरत होत्या. दोघींचीही सामाजिक जाणीव प्रगल्भ होती. पुण्याला आल्या की त्यांच्या व्यस्त दिनक्रमातून मुद्दाम वेळ काढून त्या अभ्यासवर्गाला भेट देत. परदेशातून येणारा निधी स्वीकारण्यासाठी लागणारी आवश्यक एफ.सी. आर.ए. परवानगी तुम्ही संस्थेसाठी मिळवा म्हणजे आम्ही नक्की तुम्हाला तिथून काही रक्कम दरवर्षी पाठवू अशी हमी त्यांनी दिली. आजतागायत कोणतीही आठवण करायला न लागता त्यांची मदत जागृतीला येत असते. जागृतीच्या अभ्यासवर्गाला भेट दिलेले आणि आमच्या कुटुंबाला जवळून ओळखणारे स्नेही मदत करायला उत्सुक होते. पण त्यांना 80G जी खाली देणगी वर मिळणारी आयकरातील सूट अपेक्षित होती.

या सगळ्याचा विचार करून कामाची संस्थात्मक पातळीवर सार्वजनिक न्यास म्हणून नोंदणी करायचे आम्ही कार्यकर्त्यांनी ठरवले. याबाबत अनेक कागदपत्रे आणि शासकीय

नियमावलींची पूर्तता करणे आवश्यक होते. सर्वात पहिली गोष्ट जी करायला हवी होती ती म्हणजे संस्थेचे नाव, पत्ता, घटना आणि विश्वस्त निश्चित करणे. मी, विश्वास, रुपा, कविता प्रत्यक्ष काम करत होतोच. कविताचे पती प्रमोद खांडेकरांनाही विश्वस्त म्हणून काम करण्याची इच्छा होती. त्यांच्याकडून तेव्हा आम्हाला एक बहुमोल सल्ला मिळाला. शक्य तर सनदी लेखापाल विश्वस्त मंडळावर असावेत. त्यामुळे आर्थिक व्यवहाराची शिस्त लागते. त्याबाबतची अद्ययावत माहिती आणि पद्धती पहिल्यापासून अंगवळणी पडतात. यु.डब्ल्यू.ए.चे काम कार्यक्षमतेने सांभाळणार्यम उषामामी जवळच राहायच्या. त्यांचे पती श्रीकृष्ण मेडदकर हे अनुभवी सनदी लेखापाल होते. तेव्हा त्या उभयतांकडे विश्वस्त होण्याबाबत विचारणा केली. दोघांनीही लगेचच आनंदाने होकार दिला आणि एकूण सात विश्वस्त निश्चित झाले. विश्वस्त संख्या आवश्यकतेनुसार किमान ठेवावी हा त्यांचा सल्ला उपयुक्त आणि सोयीचा ठरला. संस्थेची कार्यप्रणाली पारदर्शी, चोख होण्यामागे या उभयतांचा मोठा वाटा होता. होणाऱ्या विश्वस्तांची बैठक घेतली. त्यामध्ये उषाताईंनी सुचवलेले 'जागृती सेवा संस्था'हे नाव अर्थपूर्ण आणि कामाची दिशा सूचित करणारे असल्यामुळे सगळ्यांना आवडले. तेव्हा संस्थेची कुठेच जागा नव्हती म्हणून आणि सोयीच्या दृष्टीने आमच्या घराचा पत्ता पत्रव्यवहारासाठी दिला. घटना तयार करून त्यात संस्थेचे मुख्य उद्दिष्ट हे गरजू, गरीब लोकांसाठी शैक्षणिक, आरोग्यविषयक व इतर पूरक उपक्रमातून जाणीव, जागृती निर्माण करून त्यांच्या सर्वांगीण विकासास हातभार लावणे असे ठरले. १८ फेब्रुवारी १९९८ रोजी संस्थेची रीतसर नोंदणी झाली सीए मेडदकरांमुळे लवकरच देणगीदारांना आयकरातून सूट मिळण्यासाठी लागणारी 80G आणि परदेशातून देणगी मिळवण्यासाठी लागणारी एफ.सी.आर.ए. या परवानग्याही मिळाल्या. जागृतीच्या कामाचे स्वरूप ठरवण्यासाठी विश्वस्तांच्या रीतसर बैठका होऊ लागल्या.

खांडेकर पती-पत्नींनी खेडेगावात एक शेत-घर बांधले होते. तिथे शेती, फळबाग उत्तम फुलवली होती. त्यासाठी त्यांना तिथे सतत जावे लागत असे. त्यामुळे जागृतीसाठी फारसा वेळ देता येणे शक्य नाही हे लक्षात घेऊन त्यांनी चार वर्षानंतर विश्वस्त पदाचा राजीनामा दिला. घटनेनुसार सात विश्वस्त असणे आवश्यक होते. लगेच पवन नायर आणि शीला राव यांना विचारले आणि त्यांनी आनंदाने होकार दिला. शीला राव आणि माझी ओळख यु.डब्ल्यू.ए.मधली. इतरही काही समाजसेवी संस्थांशी त्या जोडलेल्या होत्या. सोरोप्टिमिस्ट इंटरनॅशनल पुणे या संस्थेच्या संस्थापक आणि अध्यक्षा होत्या. ही व्यावसायिक महिलांची आंतरराष्ट्रीय संघटना आहे. या संघटनेमार्फत त्यांनी जागृतीच्या अभ्यासवर्गातून शिकून एस.एस.सी.नंतर पुढचे शिक्षण घेणाऱ्या मुलींसाठी शिष्यवृत्ती

योजना सुरू केली. त्यांनी सुरू केलेली शिष्यवृत्ती योजना गेली वीस वर्षे अव्याहत चालू आहे, त्याचा लाभ अनेक गरजू मुलींना मिळाला आहे.

मध्यंतरी उषाताई आणि सी ए श्रीकृष्ण मेडदकर यांचे दोन वर्षांच्या अंतराने वार्धक्याने निधन झाले. विश्वस्त मंडळावर दोन जागा रिकाम्या झाल्या होत्या. त्यासाठी अत्यंत योग्य अशा व्यक्ती माझ्या समोर होत्या. जागृतीत माझा डावा व उजवा हात असल्यासारख्या त्या कार्यरत होत्या. एक निश्चित केलं होतं की आता वयाने लहान आणि जवळपास राहणाऱ्यांचाच विचार करायचा. त्यामुळे कामातील प्रत्यक्ष सहभाग आणि सातत्य राहू शकणार होतं. जवळच्या गोखलेनगर भागात रहाणाऱ्या मंगला पाटील यावस्ती संघटक म्हणून जागृतीत उत्तम काम करत होत्याच. त्यांनी फॅमिली प्लॅनिंग असोसिएशनच्या नोकरीचाही राजीनामा दिला होता. जागृतीच्या विश्वस्त-सचिव होण्याची जबाबदारी त्यांनी उत्साहानं स्वीकारली. दुसऱ्या होत्या रेखा बिडकर. त्यांची आणि माझी ओळख यु.डब्ल्यू.ए.मधली. त्या बी.कॉम. होत्या आणि तिथले हिशेबाचे काम चांगले संभाळत होत्या. त्या जवळच मॉडेल कॉलनी येथे रहात होत्या. जागृतीच्या कामात त्यांना रस होता आणि प्रत्यक्ष वस्तीत जाऊन काम करायलाही त्यांना आवडत होते. निरपेक्ष वृत्तीने, हसतमुखाने, कोणतेही काम करायला सदैव तयार असणाऱ्या रेखाचे सूर माझ्याशी प्रथमपासूनच जुळत गेले. आपल्या दोन चाकी घोड्यावर स्वार होऊन देणगीदारांकडून देणगी मिळवून आणण्याचे कठीण काम रेखा केव्हाच फत्ते करून टाकत असे. जागृतीच्या विश्वस्त-खजिनदार पदासाठी रेखा बिडकर ही सर्वथा योग्य व्यक्ती मिळून गेली.

शीला राव काही वर्षांनंतर प्रकृती अस्वास्थ्यामुळे मुंबईला आपल्या मुलीकडे कायमच्या रहायला गेल्या, त्यांना पुण्याला येता येईनासे झाले. म्हणून त्यांनी राजीनामा दिला. तरीदेखील त्या जागृतीच्या कामाची विचारपूस करून शक्य ती आर्थिक मदत करत असतात. शीला राव यांच्या जागी रेखाचा परिचय असलेली शुभा गडकरी हिने विश्वस्त होण्याचे मान्य केले. शुभा चांगली पत्रकार आहे. इंग्रजी भाषेवर तिचे प्रभुत्व आहे. मंगला, रेखा आणि शुभा या कमी वयोगटातील आणि वेगवेगळ्या क्षेत्रातील कर्तृत्ववान महिला जागृतीच्या विश्वस्त मंडळावर आल्या आणि मग जागृतीचे काम विविध अंगांनी वाढत जाऊन पुणे शहरातील आणि जवळपासच्या ग्रामीण भागातील अनेक वाड्या-वस्त्यापर्यंत पोचू लागले.

१)जयश्री काळे (कार्यकारी विश्वस्त), २)मंगला पाटील (सचिव-विश्वस्त), ३) रेखा बिडकर (खजिनदार-विश्वस्त) ४)रुपा मुळगुंद ५) विश्वास काळे ६) कर्नल पवन नायर (निवृत्त) ७) शुभा गडकरी हे सात जणांचे विश्वस्त मंडळ सध्या कार्यरत आहे. एकमेकांशी विचारविनिमय करून जागृतीच्या कार्याला सातत्याने दिशा देण्याचे काम ते

करत आहेत. जागृतीचे सनदी लेखापाल म्हणून सीए श्रीकृष्ण मेडदकर यांच्या हाताखाली तयार झालेले सीए गिरीश गोखले जागृतीचे अर्थव्यवहार काटेकोरपणे आणि आपलेपणाने सांभाळत आहेत. त्यांचे सहकारी श्री. प्रदीप भागवतदेखील वेळोवेळी मदतीला तत्पर असतात. दोघेही आमच्या शंका कितीही बाळबोध असल्या तरी तसे न दाखवता, न कंटाळता शंका निरसन करतात. त्यांच्या सहयोगानेच जागृतीच्या आर्थिक व्यवहाराची घडी चोख आणि पारदर्शी राहिली आहे.

***

पूरक अभ्यासवर्ग

जागृतीच्या वस्तीतील प्रत्यक्ष कामाची सुरुवात जनवाडी-रामोशीवाडी येथील समाजमंदिरात पूरक अभ्यासवर्ग घेऊन केली. तिथे शाळेत जाणारी न जाणाऱ्या अशा सर्व मुलामुलींना प्रवेश होता. मी गणित शिकवायला जात असे. हे काम अतिशय समाधान, आनंद देणारे ठरले. पण सुरुवातीला मात्र मी खूपच नाउमेद झाले होते. दहावीच्या वर्गातल्या मुलांना साध्या बेरीज, वजाबाकी, गुणाकार, भागाकार अशा प्राथमिक क्रिया जमत नव्हत्या. इथे मला मी कॉलेजमध्ये असताना महिलाश्रमात गणित शिकवायला जात होते त्याची आठवण झाली. या परिस्थितीत नेमलेल्या पाठ्यपुस्तकानुसार शिकवायची सुरुवात करण्यात काही अर्थ नव्हता. सुचरितातील अनुभवातून दहावीचा वर्ग शाळा सुरू व्हायच्या आधी म्हणजे मे महिन्यातच सुरू केला होता. शालाबाह्य मुलंही येत होती. अशावेळी एक व्यक्ती मला अक्षरशः देवदूतासारखी भेटली ती म्हणजे डॉ. मंगला नारळीकर.

मी रुईया कॉलेजमध्ये प्रवेश घेतला तेव्हा तिथल्यामंगला राजवाडे ह्या माजी विद्यार्थिनीचे नाव सगळे प्राध्यापक कौतुकाने, अभिमानाने घेत असत. त्यांनी मुंबई विद्यापीठाच्या एम.ए.च्या परीक्षेत गणित विषयात सुवर्ण पदक मिळवून, विद्यापीठात उच्चतम गुण मिळवण्याचा एक विक्रम केला होता. डॉ. जयंत नारळीकर यांच्याशी विवाह झाल्यावर त्या काही काळ परदेशात होत्या. परत आल्यावर त्या पुण्याला स्थायिक झाल्या होत्या. डॉ. मंगलाताई नारळीकर पुणे विद्यापीठामध्ये आणि गणित ऑलिंपियाडसाठी तयार केल्या जाणाऱ्या कुशाग्र बुद्धीच्या मुलांना भास्कराचार्य प्रतिष्ठानमध्ये शिकवत होत्या.

एकदा आमच्या घरासमोरील रस्त्यावर त्यांची आणि माझी अचानकपणे भेट झाली. न राहवून मी त्यांना घरी यायचा आग्रह केला. त्या लगेचच तयार झाल्या आणि

म्हणाल्या,"या निमित्तानं आमच्या आवडत्या सरांची (भाऊ त्यांना रुईया कॉलेजमध्ये इंग्लिश शिकवायला होते)-लेखकाची मुलगी भेटली." गरीब वस्तीतील मुलांसाठी आम्ही अभ्यासवर्ग घेतो म्हटल्यावर, क्षणाचाही विलंब न करता, त्या म्हणाल्या, "माझी काही मदत होण्यासारखी असेल तर जरूर सांगा." मला क्षणभर काही सुचलेच नाही. मी त्यांना म्हटले,"अहो, आमच्याकडे शालेय मुलं, तीसुद्धा अभ्यासात कच्ची असलेली येतात. तुम्ही तर पीएच.डी.च्या मुलांना गाईड करता." त्या म्हणाल्या,"खरं सांगू का, लहान मुलांना शिकवण अधिक अवघड असत. मला अगदी पहिलीतल्या मुलांनाही शिकवायला आवडेल." हे ऐकून मी थक्क झाले. आम्हाला शिकवायला वरचे वर्ग पाहिजेत म्हणून वाद घालणारे, तो प्रतिष्ठेचा मुद्दा करणारे, आमचे काही शिक्षक-शिक्षिका आठवल्या. प्रथम आम्हा शिक्षकांसाठीच त्यांच्याकडून गणित अध्यापनाची एक कार्यशाळा घ्यावी असं ठरलं. त्याही कबूल झाल्या. ही कार्यशाळा अत्यंत उपयुक्त ठरली. त्यांनी लिहिलेल्या 'गणिताच्या सोप्या वाटा' या पुस्तकाचा आधार घेऊन मी मे महिन्यात दहावीच्या मुलांची आवश्यक ती पूर्वतयारी करून घेऊ शकले. समीकरण या नावालासुद्धा घाबरणारी मुले पटापटा समीकरणं सोडवू लागली. मंगलाताईंनी बारावी सायन्सच्या मुलांचीही गणिताची उत्तम तयारी करून घेतली. परिणामतः त्या मुलांना हव्या असलेल्या शिक्षणक्रमांना प्रवेश मिळून गेला आणि त्यांची आयुष्ये खऱ्या अर्थाने बदलून गेली.

मंगलाताईंच्या कार्यशाळेचा आणि पुस्तकांचा शिकवताना खूप उपयोग होऊ लागला. दहावीच्या भूमितीच्या पुस्तकात 'महत्वमापन(क्षेत्रफळ-घनफळ)' असे एक प्रकरण असते. गुण मिळवण्याच्या दृष्टीने ते सोपे होते. पण त्यातल्या गणिती सज्ञांमुळे मुलांनाबाऊ वाटायचा. बाळू हा बांधकामावर जाणाऱ्या वडाऱ्याचा मुलगा दहावीच्या वर्गात होता. त्याचे वडील वस्तीतील छोटी बांधकामे करायचे. बाळू त्याच्या मदतीला जायचा. भिंतींना रंग लावायला भिंतीच्या पृष्ठभागाचे माप घ्यायला लागते. त्यास क्षेत्रफळ म्हणतात. भिंत उभी करायला क्षेत्रफळाबरोबर तिची जाडीही मोजायला लागते. याला भिंतीचे घनफळ म्हणतात. हे उदाहरण दिल्याबरोबर बाळूला क्षेत्रफळ-घनफळ इतके चांगले कळले की त्याने उत्साहाने वर्गात उभे राहून ते इतरांना त्याच्या वडार भाषेत छान समजावून दिले. शेवटी 'महत्वमापन' म्हणजे साधी 'मापमोजणी' अशीही पुस्ती जोडली. मुलांच्या रोजच्या आयुष्याशी निगडीत उदाहरणे दिली की मुलांना या गणिती भाषेतल्या संकल्पना सहज सोप्या वाटतात. बाळूचे ऐकून गणेश या चुणचुणीत, मिस्किल मुलाने एका देवळाच्या सोमा पुजाऱ्याचे उदाहरण दिले. ते ऐकून आम्हा सगळ्यांनाच खूप मजा आली. तो म्हणाला "आपल्या सोमाबाबांना मोतीचुराचे लाडू खूप आवडतात.

सणावाराला आम्हाला लाडूचा नैवेद्य दाखवयाला सांगतात. आमच्या हातात प्रसाद म्हणून दोन फुटाणे टिकवतात आणि स्वतः लाडवांवर ताव मारतात. त्यांच्या ढेरपोटात किती लाडू बसतात ते काढण्यासाठी पोटाचं घनफळ काढलं पाहिजे. लाडू खाऊन झाल्यावर पोटात गडबड व्हायला लागली की पोटावर वरून बाम चोपडतात. बाम किती लागत असेल ते ठरवायला ढेरीच्या पृष्ठभागाचे क्षेत्रफळ काढायला पाहिजे." हे उदाहरण ऐकल्यावर आधी अनाकलनीय वाटणाऱ्या या 'महत्वमापन' प्रकरणावरील परीक्षेतील पंधरा गुणांचा प्रश्न मुलांना एकदम सोपा वाटू लागला. खरं तर पुजारी आपल्याला लाडूचा नैवेद्य द्यायला सांगून आपल्या हातावर फुटाणा टिकवतात याचा सगळ्याच मुलांना राग होता. काही का असेना, रागाचे रुपांतर आकलनात झाले, हेही नसे थोडके!

मुलांना विज्ञान शिकवणारी माझी मैत्रीण अलका साठे उत्साही आणि प्रयोगशील होती द्रव पदार्थाचा उत्कलन बिंदू स्थिर असतो हा शास्त्रीय सिद्धांत मुलांना अगम्य वाटत होता. आम्ही आमच्या घरातले थर्मामीटर नेले आणि प्रथम मुलांना शरीराचं तापमान मोजायला शिकवले. मुलांनी थर्मामीटर कधी पाहिलाच नव्हता. घरातलं कोणी 'लय तापलं' की डॉक्टरकडे जाऊन गोळी खायची एवढेच माहिती. नंतर गॅस शेगडीवर पाणी तापायला ठेवले. त्याचं तापमान मुलांना थर्मामीटरने मोजून वहीत लिहायला सांगितले. पाणी उकळायला लागल्यावर तापमान परत मोजून नोंदवायला सांगितले. ते सगळ्यांच्याच वह्यात १०० डिग्रीच्या वर जाईना. या स्थिर तापमानाला उत्कलन बिंदू म्हणतात हे मुलांना बरोबर कळले.

आठवी ते दहावीचे अभ्यासवर्ग चालले होते. मुले आली की रमत. अभ्यासातही प्रगती होत होती पण सतत जाणवत होतं की मुलांसाठी अभ्यासवर्ग घेणं आवश्यक असले तरी त्यांच्या एकूण विकासासाठी हे पुरेसे नाही. चांगली हुशार मुलेमुलीही काही न सांगता एकदम येईनाशी व्हायची. घरी विचारायला गेले तर उडवाउडवीची उत्तरे मिळायची. हातातली कामंधामं सोडून आम्ही धावत पळत वर्ग घ्यायला जायचो, तर कधी कधी कोणीच आलेले नसायचे. नक्की कारणही कळायचे नाही. निराश आणि निरुत्साही वाटायचे. मनात यायचे 'सोडून द्यावं हे सारे, यांना जरूर नाही तर आपण कशाला धावायचे यांच्यासाठी.' पण ते तात्पुरतेच असायचे. लगेचच लक्षात यायचे की यांचे आई-वडील अशिक्षित. घरातले वातावरण शिक्षणाला पोषक तर सोडाच पण मारकच. अशा परिस्थितीत ही मुले धडपडत आहेत. त्यांना समजून घ्यायला पाहिजे. त्यांच्यासाठी आणखी काय करता येईल याची समज यावी म्हणून प्रत्यक्ष वस्त्यातून घरोघरी जाऊन पहाणी केली पाहिजे असे आम्हाला सर्वांनाच वाटले. पण आमच्यापैकी कोणीच या क्षेत्रातले म्हणजे 'समाजशास्त्र' विषयातील प्रशिक्षित नव्हते. मग आम्ही

सरळ कर्वे इन्स्टिट्यूट ऑफ सोशल सायन्सेस गाठले. तिथे माझी थोडी ओळख होती. त्यांनी याबाबत आम्हाला महत्त्वाची मदत केली ती अशी.

१) आम्हाला भरायला सोपा असा एक फॉर्म बनवून दिला. पाहणी करणाऱ्यांनी वस्तीतल्या कुटुंबांची प्रत्यक्ष भेट घेऊन, त्यांना विचारून हा फॉर्म भरायचा होता. प्रश्नांना विविध पर्याय दिले होते. शेवटी पाहणी करणाऱ्यांच्या सुचनांसाठी जागा ठेवली होती. ह्या सर्वातून कुटुंबातील व्यक्ती, त्यांची वये, शिक्षण, कमाई, मुलांविषयीच्या अपेक्षा, घर (मालकीचे-भाड्याचे), घराची स्थिती, घरातील वस्तू, कर्जे (सावकारी-इतर), बँकेतील खाते (नसल्यास त्याचे कारण), इत्यादी माहिती मिळत होती.

२) ही पाहणी पुणे शहरातील वेगवेगळ्या ठिकाणच्या आठ-दहा वस्त्यांमधून करावी. त्यासाठी पूर्णपणे प्रशिक्षित, वस्त्यांमध्ये परिचित नाहीत असे स्वयंसेवक नेमावेत. स्वतः जाऊ नये त्यामुळे खरी उत्तरं मिळणार नाहीत हा मोलाचा सल्ला दिला.

३) प्रत्येक वस्तीसाठी दोन अशा त्यांच्या संस्थेच्या अठरा विद्यार्थिनी त्यांनी या कामासाठी नियुक्त केल्या. मुलींच्या कार्यानुभवाचा हा एक भाग धरला जाणार होता. त्यांनीही मनापासून चांगले काम केले. स्वतःची निरीक्षण नोंदवलेला अहवाल दिला.

पुण्यातील किश्किंधानगर, वडारवाडी, वैदुवाडी, पांडवनगर, रामोशीवाडी, गोसावीवस्ती, जनवाडी, जनता वसाहत, हनुमाननगर, इंदिरा वसाहत, संजय गांधी वसाहत, लमाणवस्ती या बारा वस्त्यांमधून पाहणी केली. त्यातून जे समोर आले ते चक्रावून टाकणारे विषण्ण करणार होते. सारांश असा.

१) चिकटून चिकटून उभ्या असलेल्या, मधूनच उघडे सांडपाण्याचे नाले जाणाऱ्या, साधारण ऐंशी चौरस फुटांच्या, छपराला पत्रे टाकलेल्या, पोटमाळा काढलेल्या एका खोलीत अंदाजे सहा-सात माणसांचे कुटुंब रहात होते. सर्वसाधारण कुटुंबात नवरा बायको, तीन ते चार मुले, पहिल्या मुली असतील तर मुलगा होईपर्यंत सात आठ मुलींची फटावळ आणि एक दोन म्हातारी माणसे राहत होती. पंधरा ते वीस कुटुंबांना मिळून शौचालय, त्याला लागून न्हाणीघर आणि तिथेच नळकोंडी.

२) पाणी हा युद्धपातळीवरचा विषय. बहुधा संध्याकाळी किंवा भल्या पहाटे, दोन तास पाणी येई. नळासमोर बादल्यांची रांग! मग पाणी आलं की हमरीतुमरी! पाणी साठवणे हे काम बहुधा घरातल्या बायका-पोरांचे!

३) घराबाहेर जरी अस्वच्छता असली तरी घराच्या आत मात्र स्वच्छता आणि टापटीप. स्वयंपाक घरातील भांडीकुंडी स्वच्छ घासलेली आणि लखलखीत.

४) आई-वडील अशिक्षित. काही ठिकाणी वडील शिकलेले, म्हणजे लिहिता वाचता येणारे एवढेच. एकूणच मुलांच्या, विशेषतः मुलींच्या शिक्षणाबाबत उदासीनता. काय

करायचे शिकून त्यापेक्षा कमवायला लागा असा सूर. मुलांना जवळपासच्या शाळेत घातले जायचे. पण मुली नापास झाल्या की शाळेतून लगेच काढून टाकून लवकर लग्ने उरकली जात. मग त्यांनाही लवकर मुले व्हायची आणि त्या मुलांच्या कपाळी परत तेच भोग. हे दुष्ट चक्र सुरूच. सर्वसाधारणपणे मुलगा असला तर जरा झुकते माप मिळायचे. बरेच मुलगे सातवी-आठवीत अभ्यास वाढू लागला की शाळा सोडून देतात. थोडाफार कामधंदा करून कमवायला लागतात. नाहीतर टपोरीगिरी करत, दारू-मटका-गुंडगिरी या अवैध मार्गाला लागतात. काही मुले शाळेत जातच नाहीत. त्याचे महत्त्वाचे कारण म्हणजे त्यांच्याकडे जन्मदाखलाच नसतो. त्यामुळे शाळेत प्रवेश मिळत नाही. आई गावी बाळंत झालेली असल्याने मुलाचा जन्म नक्की केव्हा झाला हे तिला सांगता येत नाही. ही मुले पुढे निरक्षर राहतात. मिळेल ती अंगमेहनतीची कामं करण्याशिवाय त्यांच्यापुढे दुसरा पर्याय राहत नाही.

५) आरोग्याचे प्रश्न गंभीर होते. अनेक अंधश्रद्धा त्याच्याशी निगडीत होत्या. वर्षानुवर्षांच्या घातक रूढी, परंपरा यांचा मनावर घट्ट पगडा होता. पाहणी केली तेव्हा एचआयव्ही एड्सची लागण होत होती. याबाबत तेव्हा जो एक गैरसमज पसरला होता तो धक्कादायक आणि क्रूर होता. एचआयव्हीबाधित पुरुषाने कुमारी मुलीशी शरीर संबंध ठेवले तर म्हणे तो बरा होतो! या कुमारी मुलींचे काय हाल होऊन आयुष्य बरबाद होत असतील त्याचा विचारच करता येत नाही! पण एड्सपेक्षाही क्षयरोगाचा प्रसार अधिक होता. रोग्याच्या खोकल्यातून, थुंकीतून क्षयरोग दाटीने रहाणाऱ्या वस्तीतून झपाट्याने पसरत होता. डॉक्टरकडे जाण्यापेक्षा(पैशाचाही प्रश्न असे) वैदूची झाडपाल्याची औषधे घेणे अधिक पसंत केलं जायचं. एकूण आरोग्याचे प्रश्न गंभीर आणि त्याविषयी जागृती करणे अत्यंत आवश्यक आणि कठीणही होते.

६) व्यसनाधीनतेचे प्रमाण खूप मोठे होते. दारू, गुटखा, तंबाखू इ. सर्वसाधारण व्यसने होती. दारुड्या नवऱ्याने रात्री-अपरात्री धिंगाणा घालणे, फालतू कारणावरून संशय घेत बायकोला मारहाण करणे हे नेहमीचेच होते. लहानशा बंदिस्त खोलीत सगळे जीवन व्यवहार, मुलाबाळांच्या देखत, पुष्कळदा जोरजबरदस्तीने, अरेरावीने व्हायचे.

७) वस्तीतील आर्थिक स्थिती अत्यंत बेताची. पुरुष कुशल-अकुशल कामगार म्हणून नोकरीची शाश्वती नसलेल्या खासगी व्यवस्थापनात काम करणारे. बायका घरकामावर जाणाऱ्या, मोलमजुरी करणाऱ्या काही मोठा खर्च निघाला, बहुधा आजारपण, घरदुरुस्ती, लग्नकार्य की त्यासाठी पैसे उभे करायला वस्तीतला सावकार गाठायचा. तो वाटेल त्या भरमसाठ व्याजदराने यांना लुटायचा. बहुतेक जण बँकेत कधी गेलेले नव्हते. तिथे खातीही नव्हती.

हे सगळे समोर आल्यावर परत एकदा प्रकर्षाने जाणीव झाली की कामाचे प्रारूप हे या सगळ्या प्रश्नांचा एकत्रितपणे, साकल्याने विचार करून ठरवायला पाहिजे तरच काही सकारात्मक बदल होऊ शकेल. पण या सगळ्यासाठी जागा, योग्य मनुष्यबळ हे काहीच डोळ्यासमोर नव्हते. आम्ही चाचपडत असताना एक सुसंधी चालून आली.

***

विराट(अ)रूप दर्शन - लमाण वस्ती

पुण्याच्या विविध भागातील प्रातिनिधिक स्वरूपाच्या अकरा गरीब वस्त्यामधून सर्वेक्षण केल्यावर आणि त्यातून मिळालेल्या सांख्यिकी माहितीचे विश्लेषण केल्यावर अनेक गोष्टी समोर आल्या. ठळकपणे निदर्शनाला आलेली बाब म्हणजे बरीच मुले केवळ जन्मदाखला नाही म्हणून मुख्य शिक्षणप्रवाहापासून दूर राहिली आहेत. अशा मुलांचे लमाण वसाहतीतील प्रमाण खूप मोठे म्हणजे ७२ टक्के होते. त्यांचे जन्मदाखले काढून आणण्याचे काम ताबडतोबीने हातात घ्यावे असे ठरले. तिथला स्थानिक मुखिया तन्ना तेव्हा एका ओळखीतल्या बंगल्याच्या बांधकामावर काम करत असल्याने त्याची थोडीफार तोंडओळख होती.

ही लमाण लोकांची वस्ती पुण्याचा जवळ परंतु पूर्णपणे शहरी सोयीसुविधांपासून वंचित होती. ही एक भटकी जमात. त्यांचा परंपरागत व्यवसाय म्हणजे दारू गाळणे. महिला आणि पुरुष रोजंदारीवर मोलमजुरीची, विशेषतः बांधकामावरची अंगमेहनतीची कामे करत. मुखिया तन्नाच्या मार्फत लमाण पालकांना समजावून सांगून त्यांना आणि त्यांच्या मुलांना ससून हॉस्पिटलमध्ये नेऊन आणले. मुलांची वैद्यकीय तपासणी झाल्यावर साधारण त्यानुसार मुलांच्या वयाचा अंदाज करून वयाचा दाखला दिला जातो. काही खेपा मारायला लागल्या पण चिवटपणे हे काम तडीस नेले. त्या परिसरातील एक प्रतिष्ठित नगरसेवक जागृतीचे हे काम बघून खूश झाले. त्यांची आणि मंगलाताईंची थोडी ओळख होती. त्यांनी आम्हाला बोलावून घेतले आणि म्हणाले, "लमाणवस्तीतलं काम तुम्ही पुढे न्या. वस्तीच्या जवळ असलेलं एक समाजमंदिर आणि त्याच्या शेजारी असलेली व्यायाम शाळा तुम्हाला देतो." आम्हाला आनंद झाला. समाज मंदिर बंद होते. काही मेळावे, स्थानिक लोकांच्या सभा-समारंभात ते उघडले जायचे. एकच मोठा हॉल होता. पण तो प्रशस्त आणि हवेशीर होता. व्यायाम शाळा म्हणजे एक छोटी खोली आणि

त्याला जोडून थोडसं व्यायामाचे साहित्य ठेवलेली खोली. रिकाम्या बाटल्या पाहिल्यावर लक्षात आले की इथे व्यायामाऐवजी दारूचा अड्डाच जमत असणार.

मुलांचे जन्मदाखले काढले होते. तेव्हा निदान इथल्या चार ते सात वर्षांच्या मुलांसाठी बालवाडी सुरू करूया असं ठरवलं. समाज मंदिराचा हॉल त्यासाठी योग्य होता. एरवी आई वडील कामावर गेल्यावर ही मुलं इकडे-तिकडे भटकत असत. त्यांच्या आईवडिलांशी बोलल्यावर ती काही फारशी उत्सुक दिसली नाहीत कारण मुळात शिक्षणाचे महत्त्वच त्यांच्या लेखी नव्हते. पण मुलांना पोटभर जेवाखायला देऊ असे सांगितल्यावर तयार झाले. बालवाडीत वयानुसार मुलांचे दोन गट केले, प्रत्येक गटाला दोन अशा ताया(शिक्षिका) नेमायच्या असे ठरवले. त्यासाठी आमच्या जनता वसाहतीतील अभ्यासवर्गातील दहावीनंतर घरीच बसलेल्या दोन चुणचुणीत मुली निवडल्या. अभ्यासात बेताच्या होत्या त्यामुळे कॉलेजमध्ये जाऊन पुढे शिकतील अशा नव्हत्या. पण उत्साही होत्या. त्यांना मुलांना गाणी, गोष्टी सांगायला आवडत असे. त्यांना मदतनीस म्हणून वस्ती परिसरातीलच जरा पोक्त, मुलांचे मायेने काम करायची तयारी असलेल्या दोन मावश्या नेमल्या.

जागृतीच्या विश्वस्तांनी कोणत्याही प्रकारचे मानधन, वाहन खर्च घ्यायचा नाही असे सुरुवातीपासूनच ठरले होते. पण वस्तीतील गरजू, प्रामाणिक, नवे काही शिकण्याची-करण्याची उमेद असणाऱ्या व्यक्तींना योग्य प्रशिक्षण देऊन त्यांच्यावर लहान-मोठ्या जबाबदाऱ्या सोपवायच्या आणि त्यांना त्याच कामासाठी बाहेर मिळाला असता त्यापेक्षा जरा जास्तच मोबदला द्यायचे असे ठरले. दोन ताया, दोन मावश्या त्यामुळे समाधानी होत्या आणि मनापासून काम करू लागल्या. सुरुवातीला यायला रडणारी मुलं आता घरी जायला नको म्हणून हट्ट करू लागली. मुलांसाठी वेगवेगळी शैक्षणिक साधने आणून दिली. रंगीबेरंगी चित्रांची पुस्तकं, अंगीभूत क्षमता वाढतील असे खेळ, अक्षर ओळख करून देणारे तक्ते, गाणी-गोष्टी यात मुले पटकन रमली. त्यांच्यासाठी जादूगार रघुवीर यांच्या शिष्यांचे जादुचे प्रयोग, हस्तकलेच्या वस्तू बनवण्याची प्रात्यक्षिके, विंदा करंदीकरांच्या बाल-कवितांचे वाचन असे वेगवेगळे कार्यक्रम घेऊ लागलो.

सहा महिने झाले होते. रोजचा पौष्टिक आहार असल्यामुळे मुले अधिक टवटवीत, सुदृढ दिसायला लागली होती. मुलांसाठी केळ्यासारखे स्वस्त, मस्त दुसरे टॉनिक नाही असे आहारतज्ञांचे मत होते. म्हणून मुलांना इतर आहाराबरोबर रोज केळी देऊ लागलो. मुलांनी ती सालीसकट खायला सुरुवात केली. त्यांच्या वस्तीत तीच पद्धत होती. नंतर आणखीही अशा काही पद्धती कळायला लागल्या! बालवाडी चांगली चाललेली पाहून तिथले नगरसेवक आणि महापालिकेच्या नागरवस्ती विभागातील अधिकारी आणखी

काही उपक्रम, विशेषतः महिलांच्या आरोग्याच्या दृष्टीने सुरू करा म्हणून मागे लागले. वस्त्यांतील महापालिकेची समाज मंदिरे, व्यायाम शाळा या नागरवस्ती विभागाच्या अखत्यारीत येत आणि तिथे स्थानिक समाजोपयोगी उपक्रम चालवायची जबाबदारी त्यांच्यावर असे.

जनता वसाहतीतील अभ्यासवर्गात रोहन नावाचा गणितात अतिशय कच्चा असलेला मुलगा होता. त्याच्याकडे वैयक्तिकरीत्या अधिक लक्ष देऊन तो कसाबसा का होईना दहावी उत्तीर्ण झाला. त्यामुळे त्याला एका मान्यताप्राप्त केटरिंगच्या कोर्सला प्रवेश मिळाला, पुढे एका पंचतारांकित हॉटेलमध्ये शेफ म्हणून लागला. त्याची प्रगती पाहून, त्याची आई जिथे घर कामाला राहत होती, त्या बाई खूश झाल्या आणि अभ्यासवर्गातील सगळ्या मुलांसाठी वह्या आणि पेढे घेऊन आल्या. बोलता-बोलता म्हणाल्या, "माझ्या ओळखीची डॉ. संगीता जगदाळे ही हुशार एमबीबीएस डॉक्टर आहे. तिला अनुभवही आहे. पण मुलगा झाल्यावर त्याच्यासाठी म्हणून घरात थांबलीय. आता मुलगा आठवीत गेलाय तर तिची इच्छा आहे परत काम सुरू करायची. सात-आठ तासांची बांधिलकी तिला नको आहे आणि काय करायचे ते समाजसेवी वृत्तीने करायचे आहे. मोबदल्याची अपेक्षा नाही." मला ही पर्वणीच वाटली. लमाण वसाहतीत वैद्यकीय सेवेची नितांत आवश्यकता होती. एक महिला डॉक्टर इथे आली तर लमाण लोकांना विशेषतः महिला आणि मुलांना ते एक मोठे वरदानच ठरणार होते. आम्ही डॉ. संगीताला भेटलो. ती अतिशय उत्सुक दिसली. पस्तिशीची, तरतरीत, बोलायला मृदू पण खंबीरहोती. ती जवळ अशोकनगरमध्ये राहत होती. तिच्याजवळ तिचे वाहन होते. लमाण वस्तीवर ती वीस-पंचवीस मिनिटात पोहोचू शकत होती.

लगेचच जुलै १९९९च्या पहिल्या आठवड्यात विश्वस्त मंडळात प्राथमिक बोलणी होऊन लमाण वस्तीत दवाखाना सुरू करण्याचा ठराव झाला. तिथल्या बालवाडीच्या ताया, मावश्या आणि आम्ही झपाटून कामाला लागलो. सगळ्यात महत्त्वाची होती ती दवाखान्याची जागा. वस्तीपासून जवळच असलेली व्यायाम शाळा सर्वदृष्टीने अगदी योग्य होती. तिथल्या स्वतःला कार्यकर्ता म्हणवत दादागिरी करणाऱ्या महाशयांकडे त्याची किल्ली होती. तिथे त्याच्या मित्रमंडळींबरोबर कधीकधी दारूचा अड्डा जमायचा आणि मटका ही लावला जायचा. त्याची मटकामामा अशीच ओळख होती. ही जागा तो कोणाकोणाला गैरधंद्यासाठी वापरायलाही द्यायचा आणि त्यांच्याकडून परस्पर पैसे लाटायचा. जागा मिळावी म्हणून आम्ही त्याच्याकडे खेटे घातले, पण काही उपयोग झाला नाही. नागरवस्ती विभागाची ही जागा असते म्हणून तिथे जाऊन भेटलो. त्यांनी स्पष्ट सांगितलं की स्थानिक नगरसेवकांनी मान्यता दिल्याशिवाय आम्ही काही करू शकत

नाही. मग परत तिथल्या नगरसेवकांना त्यांचीवेळ घेऊन भेटलो. आमचे बालवाडीचे काम त्यांना माहीत होते, त्यामुळे त्यांनी फारसे आढेवेढे न घेता होकार दिला. मात्र कधीकधी त्यांना काही मेळावे इत्यादी कारणासाठी जागा लागली तर लगेच द्यायची आणि जागेची डागडुजी आणि इतर बारीक-सारीक दुरुस्ती आमच्या खर्चाने करायच्या या अटीवर! वास्तविक हा खर्च त्यांना महापालिकेकडून अशाच कारणासाठी मिळणाऱ्या निधीतून सहज करता आला असता. पण उगाच माशी शिंकायला नको म्हणून आम्ही काही बोललो नाही. आमच्यादेखत त्यांनी मटका मामाला फोन केला आणि आम्हाला किल्ली आणून द्यायला लावली. मटकामामा त्यांच्यासमोर एकदम नम्र आणि खाली मान घालून होता.

आम्ही जागेच्या छतांवरचे पत्रे बदलले, जमीन उखडली होती तिथे फरशा बसवून घेतल्या, रंगही देऊन घेतला. खिडक्यांना नवीन तावदाने बसवली. सस्ता सेलमध्ये जरा फाटलेल्या साड्या आल्या होत्या पण पडदे बनवायला त्या योग्य होत्या. आमच्या अभ्यासवर्गातल्या मुलींच्या आईने ते शिवून दिले. मी घरातलीच दोन टेबलं, तीन चार खुर्च्या आणि कुलूप किल्ली असलेलं एक कपाट तिथे नेले. नक्षीकाम केलेला सुंदर टेबलक्लॉथ सस्ता सेलच्या कपड्यात मिळाला. तो स्वच्छ धुवून घेतला. डॉक्टरांचं टेबलक्लॉथ घातलेले टेबल, दोन-तीन खुर्च्या, जवळ औषधांचे कपाट, आणि रुग्णाला तपासण्यासाठी पातळ गादी घातलेली एक उंच छोटीशी कॉट असा दवाखाना छान सजला. बाहेरच्या छोट्या खोलीत डॉक्टरकडे आलेल्या रुग्णांसाठी बसायला नगरसेवकांनी पालिकेच्या उद्यानासाठी आणलेली दोन बाकेही दिली. त्यांच्याच हस्ते २७ जुलै १९९९ला जागृतीच्या दवाखान्याची पाटी लावली आणि उद्घाटन केले.

डॉ. संगीतानेच सर्व आवश्यक औषधे आणि उपकरणे आणली. महिन्या दोन महिन्यात जम बसेल असं आम्ही गृहीत धरलं होतं. पण पंधरा-वीस दिवसातच दवाखान्यात गर्दी होऊ लागली. रोजचे पंचवीस-तीस रुग्ण डॉ. संगीता दोन तासात पाहू लागली. तिलाही वस्तीतील एक प्रौढ महिला मदतनीस म्हणून दिली. कोणी तापाने फणफणला असेल तर ती रुग्णाच्या घरीही जात असे. संगीताचे वैद्यकीय कौशल्य, तिच्याबद्दल वस्तीतील लोकांमध्ये निर्माण झालेला विश्वास आणि जवळपास इतर कोणत्याही वैद्यकीय सुविधा उपलब्ध नसणं यामुळे जम उत्तम बसला. संगीताचे रोगनिदान अतिशय अचूक होते. त्याचा प्रत्यय कालांतराने मला स्वत:लाही कसा आला ती हकीकत पुढे येईलच. नाममात्र मूल्यात चांगले औषधोपचार मिळू लागल्याने वस्तीतील लोक जागृतीच्या कामावर खूष होते.

एकदा दवाखाना उघडता उघडता एक बाई धावत धावत धापा टाकत आली.

म्हणाली, “मॅडम चला माझ्यासंग. माझी पोर अडलीय.” डॉक्टर लगेचच आपली बॅग घेऊन तिच्याबरोबर गेल्या. बघतात तर पंधरा सोळा वर्षाची मुलगी, असह्य प्रसूती वेदनानी तळमळत होती. इतर बायकांनी तिला भिंतीशी टेकवून बसून ठेवले होते. संगीतानं तिला झोपवायला सांगितलं, पण घरातल्या बायका तयार होईनात, म्हणाल्या, “आमच्याकडे बसूनच बाळ होत असतं.” आई झोपली तर बाळही झोपलेलेच म्हणजे मृत होते अशी अंधश्रद्धा! या परिस्थितीत त्यांच्याशी वाद घालण्यात अर्थ नाही हे ओळखून संगीताने प्रसंगावधान राखून तिला उकिडवे बसवले आणि दोन बायकांना तिच्या खाकेत हात घालून घट्ट धरून ठेवायला सांगितले. वेदना थोड्या सौम्य वाटाव्यात म्हणून एक इंजेक्शन दिले. अर्ध्या तासातच नवजात बाळाचे ट्याहा ऐकू आले. बाळबाळंतीण एकदम सुखरूप. नाळ मात्र त्यांना त्यांच्या पद्धतीने म्हणजे दगडाने ठेचून कापायला साफ मनाई केली.

आता लमाणवस्तीत कामाला सुरुवात करून नऊ-दहा महिने झाले होते. तिथे जागृतीचं चांगले नावही झाले आणि काम वाढू लागले. जनता वसाहतीत आठवी ते दहावीसाठी अभ्यासवर्ग, आणि लमाणवस्तीत बालवाडी, दवाखाना सुरू झाला होता. लमाण स्त्रियांसाठी आणखी एक उपक्रम सुरू केला. पण तो फारसा यशस्वी होत नाही हे लगेचच लक्षात आले. या महिला त्यांचे घागरे, चोळ्या, ओढण्या, मुलांचे-पुरुषांचे अंगरखे यावर त्यांच्या पद्धतीचे आरसे, मणी, कवड्या, रंगीबेरंगी धाग्यात गुंफून सुरेख भरतकाम करत. त्यांच्याकडून ऑर्डरप्रमाणे भरतकाम करून घेऊन त्यांना त्यांच्या हस्तकौशल्याचा चांगला मोबदला द्यावा आणि त्यांच्यासाठी एक उत्पन्नाचे साधन निर्माण करावे असे वाटले. परंतु मार्केटिंगबाबत आम्ही अगदीच अनभिज्ञ होतो. त्याबाबत काहीच नियोजन, पूर्वतयारी केली नव्हती. कामाची पद्धतशीर आखणी आणि सुसूत्रता यांच्या अभावी हा केवळ आरंभशूरांचा उपक्रम ठरला.

लमाण वस्तीत उत्तम बसलेली घडी विस्कटून जायला आमचाच उतावळेपणा आणि माणसाची नीट पारख न करता टाकलेला विश्वास कारणीभूत ठरला. या वस्तीत काम सुरू करून जवळजवळ वर्ष होत आले होते. त्यानिमित्त मुलांची चित्रकला स्पर्धा घ्यायचे ठरले होते. त्या भागातील रोटरी क्लबला या वस्तीत काही करायचे होते. त्यांनी स्पर्धेतील पहिली तीन बक्षिसे आणि सर्व सहभागी मुलांना रंगीत पेन्सिलींचा संच आणि खाऊ द्यायचे ठरवले. बक्षीससमारंभाला रोटरीचे पदाधिकारी, वस्तीतील लोक, मुलं आणि बरीच मंडळी होती. रोटरी अध्यक्षांनी जागृती अशा पूर्णपणे दुर्लक्षित वस्तीत येऊन काम करते म्हणून कौतुक केले. त्यांच्याबरोबर रोटरी बॅनर समोर फोटो काढले गेले. त्याच वेळी समोर एकदम बरेच दिवसांनी मटकामामा आले. मला दोन मिनिटे बोलायचे आहे म्हणाले. हा बाबा काय बोलतोय त्याचे आम्हाला दडपणच आले होते. पण रोटरीच्या

लोकांसमोर त्यांनी जागृतीचे तोंडभरून कौतुक केले. म्हणाले, "दवाखान्यामुळे बायका पोरांचं लई भलं होतय." रोटरीत एक बालरोगतज्ज्ञ डॉक्टरबाई होत्या. त्याही आठवड्यातून एक दिवस मी येत जाईन म्हणाल्या. आम्ही सगळे खूश होतो. समारंभ संपल्यावर आजूबाजूला घोटाळत असलेले मटकामामा, "मला तुमच्याशी थोडं तुमच्या भल्याचं खाजगीत बोलायचं आहे," असं म्हणाले. दुसऱ्या दिवशी आम्ही त्यांना जनवाडीच्या समाज मंदिरात, जिथे आम्ही अभ्यासवर्ग घेत होतो तिथे वर्ग संपल्यावर बोलावले. चहापाणी झाल्यावर त्यांनी सुरुवात केली. "हे बघा, तुमी चांगलं काम करताय म्हणून काळजीपोटी सांगाया आलोय. पण ध्यानात ठेवा, माझं नाव कुठबी येता कामा नये. तुमाला जागा देणारे आपले नगरसेवक तसे चांगले हायेत. पण त्यांचा कायबी भरोसा नाही. आता निवडणुकाबी हायेत. त्यांना पार्टीच्या कामासाठी जागा लागंल आणि मग तुमची सुट्टी करतील. तेव्हा नागरवस्ती विभागात माझ्या माहितीचे अधिकारी आहेत, त्यांच्याकडे लगेच जा. जागा वापरण्यासाठी कायमस्वरूपी जागृतीला देण्याचे लिहून घ्या." आम्ही विचार केला, मामांनी सांगितलेल्या माणसाला नागरवस्ती विभागात जाऊन भेटून तर येऊ. त्यांच्याकडून काय स्वरूपाचा अर्ज लिहायचा, सोबत काय कागदपत्र जोडायची ते आधी विचारून येऊ. त्यानंतर नगरसेवकांच्या कानावर घालूनच पुढे जाऊ. दुसऱ्या दिवशीच त्या अधिकाऱ्यांना आम्ही भेटलो. त्यांनीही, "तुमच्यासारख्या चांगल्या कामासाठीच वस्तीत समाजमंदिर असतात." असे म्हणून काय कागदपत्रे लागतील ते सांगितले. पुढे म्हणाले, "आत्ता लगेचच तुमच्या सहीचा एक कायमस्वरूपी वापरासाठी जागेचा ताबा मिळण्याबाबत अर्ज देऊन ठेवा." आम्हीही पुढचा मागचा फारसा विचार न करता लगेचच अर्ज दिला. येताना फार पटापट निर्णय घेऊन कामे केली म्हणून आम्ही आमच्यावरच खूश होतो.

दुसऱ्या दिवशी रविवार होता. जरा उशीराच उठत होते तेवढ्यात फोनची घंटा वाजली. मंगलाताई सांगत होत्या लमाण वस्तीतल्या नगरसेवकांनी ताबडतोब म्हणजे सकाळी नऊ वाजता त्यांच्या घरी भेटायला बोलावले आहे. त्यांच्या स्वीयसाहाय्यकाचा निरोप होता. कारण वगैरे काही सांगितले नव्हते. घाईघाईने सर्व आटोपून, वाटेत मंगलाताईंना रिक्षात घेऊन आम्ही नऊ वाजून पाच मिनिटांनी पोहोचलो. त्यांच्या घरी बाहेरच्या बाजूला असलेल्या अभ्यागतांच्या खोलीत बसलो. तिथे आत-बाहेर करत असलेल्या त्यांच्या स्वीयसहाय्यकाला आम्ही आल्याची वर्दी दिली. कशाला बोलावले असेल त्याबद्दल आमचे तर्कवितर्क सुरू होते. बहुधा आम्ही नागरवस्ती विभागाकडे दिलेल्या अर्जाला ते शिफारस पत्र देणार असतील किंवा वस्तीत करण्याच्या आणखी काही उपक्रमांविषयी सुचवणार असतील असे वाटत होते. दहा-साडेदहा झाले तरी अजून का भेटत नाहीत

म्हणून थोडे अस्वस्थ व्हायला लागलो होतो. नेहमी गेल्यागेल्या चहापाणी समोर यायचे. आज तेही नव्हते. तेवढ्यात कपाळावर गंध लावून परीटघडीचा पोषाख केलेले 'ते' समोर आले. आल्याबरोबर दोन वाक्यातच त्यांनी आम्हाला वाटेला लावले. "मला समाज मंदिर आणि व्यायाम शाळा काही कामासाठी हवी आहेत. उद्या बारा वाजेपर्यंत तुमच्या तिथे असलेल्या वस्तू, फर्निचर सगळे उचला आणि जागा खाली करून द्या. तिथे माझा सुरक्षासेवक हरीराम आणि त्याचे दोन सहकारी असतील, त्यांच्याकडे किल्ली द्या. या आता." असे म्हणून आम्ही काही बोलायच्या आत ते निघून गेले. त्यांची देहबोली आणि बोलण्यातला कडकपणा बरंच काही सांगून गेला.

परत येताना मी तर सुन्नच झाले होते. मंगलाताई धक्क्यातून सावरत मला धीर देत म्हणाल्या, "मी परत त्यांच्याशी बोलते. नागरवस्ती विभागातही जाऊन येते. वर्षभरात इतक्या कष्टाने उभं केलेलं काम उद्याच्या उद्या बंद करा म्हणून कसं चालेल." मी घरी आल्यावर एकदम गप्प गप्प होते. विश्वासने विचारले तेव्हा त्याला एवढेच म्हटले, "कदाचित उद्या तुझी मदत लागेल. लमाणवस्तीतल्या जागा खाली करून द्यायच्या आहेत. सामान आणायला एखादा ट्रक आणि माणसे लागतील. तात्पुरते ते सामान आपल्या घराच्या आउटहाऊसमध्ये उतरवून घेऊ."संध्याकाळी मंगलाताईंचा फोन आला. त्या म्हणाल्या, "मी सतत फोन करत होते पण साहेबांना वेळ नाही, मीटिंगमध्ये आहेत अशी कारणे सांगण्यात आली. शेवटी एकदा भेट तरी द्या म्हणून निरोप दिल्यावर आधी तुम्ही जागा खाली करून तिथून निघा मग केव्हातरी बघू असा उलटा निरोप आत्ताच आलाय. मी नागरवस्ती विभागातही जाऊन आले पण तिथेही कुणी भेटले नाही."मी म्हटले, "उद्या ट्रक बोलावलाय." तर मंगलाताईंनी "सामान उद्याच्या उद्या हलवायला नको. बालवाडी आणि दवाखाना सुरू ठेऊ. बघू या कोण काय करतं. तिथले लोक नक्कीच आपल्या पाठीशी उभे रहातील." असा आशावादी सूर लावला. पण नंतर सर्व साधकबाधक चर्चा आमच्यात झाल्यावर त्यांनाही पटले की तिथे आपल्या तरुण ताया, मावश्या, डॉ. संगीता ही बायका मंडळी असणार. त्यांच्या सुरक्षिततेचा विचार केला तर उगाच तिथल्या सत्ताधाऱ्यांशी वाकडेपणा घ्यायला नको. डॉक्टरांना एवढंच सांगितले की उद्या दवाखाना बंद ठेवला आहे. मग सविस्तर बोलू.

सकाळी ट्रक आणि मदतनीस घेऊन मी, विश्वास आणि जागृतीतील काही सहकारी गेलो. हरीराम त्याच्याबरोबर दोन पैलवान गड्यांना घेऊन वाटच बघत होता. त्यांच्या देहबोलीकडे पाहिल्यावर घेतलेला निर्णय योग्य आहे याची खात्री पटली. सामान ट्रकमध्ये भरताना वस्तीतले लोक जमले. दुरूनच पहात होते. बहुधा त्यांना मध्ये यायचे नाही अशी सक्त ताकीद आधीच देऊन ठेवली होती. तासाभरात आमचा ट्रक निघाला.

वस्ती सोडून पुढे गेल्यावर लक्षात आले की दुसऱ्या आडवाटेनं वस्तीतील बायाबापड्या भेटण्यासाठी मागून धावत येत आहेत. आम्ही ट्रक जरा थांबवला. त्यांनी आमच्यासमोर खाली वाकून डोकी टेकवली. पारंपारिक भरतकाम केलेले ब्लाऊज, अंगरखे, केळी असं काय काय आमच्यासमोर ठेवले. त्यात डॉक्टरांनी नुकतचं बाळंतपण केलेली दहा दिवसाची बाळंतीण बाळाला घेऊन आलेली दिसली. तिने पटकन पुढे होऊन गळ्यात घालतात त्या जाड मण्यांच्या तीन-चार रंगीबेरंगी माळा ठेवल्या आणि म्हणाली, "डॉक्टर मॅडमला द्या."

संध्याकाळी आम्ही डॉ. संगीताला तिच्या घरी जाऊन भेटलो. सगळा वृत्तांत सांगितला. तिला धक्काच बसला. उद्यापासून दवाखाना बंद ही कल्पनाच तिला असह्य झाली. तिचाही आमच्या सारखाच दवाखान्यात, तिथल्या बायका मुलांमध्ये, लोकांमध्ये जीव गुंतला होता. तिच्या डोळ्यात अश्रू जमा झाले. मग आमचंही सकाळपासून घेतलेले उसने अवसान गळून पडले. पण तरी निघताना तिला धीर दिला की आता जनता वसाहतीतच महिनाभरात दवाखाना सुरू करायचा. तिथेही खूप जरूर आहे. खरे तर पुढं काय करायचे, जागा कुठे शोधायची, कशाचाच पत्ता नव्हता. पण म्हटले "वचने किं दरिद्रता." आमच्या बोलण्यामुळे संगीताला जरा बरे वाटले असे दिसले. तिने आम्ही नको नको म्हणत असताना कॉफी केली. ती घेऊन आम्ही निघालो.

झाल्या प्रकाराचा विचार करताना आता असे लक्षात येते की चूक आमचीच होती. मटकामामाच्या सांगण्यावरून घाईघाईत, नगरसेवकांना न कळवता, लिखित स्वरूपात जागा जागृतीच्या ताब्यात देण्याबाबत अर्ज करायला नको होता. नागरवस्ती विभागातील आमच्याकडून अर्ज लगोलग लिहून घेणारा कर्मचारीही मटकामामाला सामील होता. आमचा अर्ज त्यांनी तातडीने जाऊन नगरसेवकांच्या समोर ठेवला आणि दोघांनी आमच्या विरुद्ध त्यांचे कान फुंकले.वस्तीत जागा हा अतिशय नाजूक आणि कळीचा विषय असतो. इंच इंच लढवू या पवित्र्यातच लोक असतात. त्यामुळे समाजमंदिर, व्यायाम शाळा स्वतःच्या हातात ठेवणे, मर्जीनुसार त्या वापरायला देणे हे स्थानिक सत्ताधाऱ्यांचे स्वतःची हुकमत राखण्याचं एक साधन असते. आम्ही उतावळेपणे मटकामामावर विश्वास ठेवून नेमके या सत्तास्थानावरच आक्रमण करू लागलो तर ते कसं काय सहन होणार. त्याला प्रत्यवाय होणे स्वाभाविकच होते.

***

मंगलधाम

लमाण वस्ती प्रकरणानंतर दुसऱ्या दिवशी जनता वसाहतीतील समाज मंदिरात मी झालेला मनस्ताप विसरायचा प्रयत्न करून नेहमीसारखी शिकवायला गेले. मुलांना पाहून जरा बरे वाटले. आजूबाजूला पाहणी करून दवाखान्यासाठी कुठे जागा मिळते का ते बघायचे असे ठरवले. पण सध्या अभ्यासवर्गासाठी मिळालेल्या या समाजमंदिराच्या जागेतूनही आमचे लवकरच विस्थापन होणार आहे त्याची कल्पना नव्हती. एक दिवस मी गेले तेव्हा सगळी मुले कावरीबावरी होऊन बाहेरच उभी होती. समाजमंदिराची सगळी डागडुजी करायचा घाट महापालिकेने घातला होता. वाळू, सिमेंट येऊन पडले होते. तिथे मुलांना शिकवणेच काय बसणेसुद्धा शक्य नव्हते. लमाण वस्तीच्या समाजमंदिरातून हकालपट्टी झाल्यावर लगोलग इथूनही उचलबांगडी करण्यामध्ये मटकामामाचेच काही षडयंत्र आहे की काय अशी शंका मनात आली. पण तसे काही नव्हते. अधिक चौकशी केल्यावर महापालिकेत खरोखरीच पावसाळ्यापूर्वी सगळया समाजमंदिराची दुरुस्ती करण्याचा ठराव संमत झाल्याचे कळले. एस.एस.सी.च्या परीक्षा तोंडावर आल्या होत्या. तेवढ्यात मंगलाताई घाईघाईने आल्या, त्या मनाशी काही ठरवूनच. मुलांना धीर देत म्हणाल्या, "जवळच दुसरी जागा आहे. तिथे जाऊ. यापुढे तिथे वर्ग होतील." आम्ही त्यांच्या मागोमाग निघालो तर त्या जवळच अर्धा किलोमीटरच्या अंतरावर असलेल्या त्यांच्या घरी घेऊन गेल्या! जाताना फळा, तक्ते इत्यादी आमचं सामान बरोबर घेतलं होतं. त्यांनी पटकन मुलांना बसायला सतरंजी अंथरली, फळा ठेवला आणि वर्ग सुरू झाला. वेळ पडली की त्याला सामोरे जायचे, या त्यांच्या जिद्दीचा प्रत्यय आला.

त्यांचे घर जनता वसाहतीत भरवस्तीत होते. खाली वर अशा दोन मोठ्या खोल्या. वर जायला आतून जिना आणि खालच्या खोलीला लागून एक छोटी खोली. क्लास संपल्यावर मी म्हटले, "दोन चार दिवस इथं ठीक आहे. पण दुसरीकडे कुठेतरी जागा

बघितली पाहिजे. तुमची गैरसोय होते त्याचही वाईट वाटतंय." पण माझी समजूत घालत त्या म्हणाल्या, "अनिलला, माझ्या मुलाला चांगली नोकरी लागली आहे. आम्ही दुसरीकडे जागा शोधतो आहोत. तेव्हा ही जागा वापरायला काही हरकत नाही." हे त्या मला केवळ बरे वाटावं म्हणून बोलल्या की काय ते माहीत नाही! पण खरोखरच पंधरा वीस दिवसात त्यांना दुसरी जरा लांब पण प्रशस्त अशी जागा मिळाली. दोन बेडरुमचा चांगल्या वस्तीत फ्लॅट होता. अनिल हा गुणी, हुशार आणि आईसारखं सामाजिक भान जपणारा होता. तोही आनंदाने जनता वसाहतीतले घर जागृतीला वापरासाठी द्यायला तयार झाला. मग संध्याकाळी तीन ते सात अभ्यास वर्ग आणि सकाळी अकरा ते दोन दवाखाना अशी वेळेची विभागणी झाली. डॉ. संगीताला कळवले तेव्हा तिला अत्यानंद झाला. महिन्याभरात परत दवाखाना सुरू करू म्हणून दिलेल्या आश्वासनाची पूर्तता आठ दिवसातच झाली!

जनता वसाहत आणि जवळपासच्या वस्त्यांतून वैद्यकीय सुविधेची जरूर होतीच. जवळपास चांगला दवाखाना नव्हता. लोक शेजारच्या वैदूवाडीतील काही वैदूंकडून जडीबुटींची औषधे घ्यायचे. चांगली, प्रमाणित, खात्रीशीर औषधे आणि उत्तम शिक्षित महिला डॉक्टर यामुळे रुग्णांची, विशेषतः महिलांची गर्दी होऊ लागली. आजूबाजूच्या परिसरात जागृतीचे नाव होऊ लागले. इथे पार्किंगची अजिबात सोय नव्हती. रस्त्याच्या कडेला काही सायकली ठेवलेल्या असायच्या. असं असताना लोकांनी आपापसात ठरवून डॉक्टरांच्या चार चाकीगाडीला पार्किंगची जागा राखून ठेवली. त्यावर अकरा ते दोन या वेळेत ते कोणालाही अतिक्रमण करायला देत नसत. डॉक्टरांच्या ज्ञानाचा, अनुभवाचा लाभ वस्तीतील लोकांना होत होताच पण मला स्वतःला वैयक्तिकरित्याही तो नवसंजीवनी देणारा ठरला.

अजून तो दिवस मला पक्का स्मरणात आहे. ११ ऑक्टोबर २००१, गुरुवार होता. मला आणि विश्वासला उषाताई मेडदकरांनी मेहूण म्हणून दुपारी साडेबारापर्यंत जेवायला या असे निमंत्रण दिले होते. सकाळी नेहमीप्रमाणे घराशेजारच्या कॉमर्स कॉलेजच्या मैदानावर चार धावत फेऱ्या मारल्या. साडेदहाच्या सुमारास जागृतीमध्ये पोचले. अभ्यासवर्गातील मुली दहावी पास होऊ लागल्या होत्या. त्यातल्या बुद्धीने तल्लख अशा काही मुली जिद्दीने पुढचे शिक्षण घेऊ इच्छित होत्या. अशा पाच-सहा मुलींना त्यांच्या पालकांना घेऊन बोलावले होते. ते सर्वजण आले होते. दुसऱ्या खोलीत डॉ. संगीता रुग्णांना पाहत होती. आम्ही मुलींशी आणि पालकांशी बोलून खात्री करून घेत होतो की या मुली एकदा कॉलेजमध्ये गेल्या की शिक्षण पूर्ण करतील. पालक अधेमधे त्यांना आडकाठी करणे, कामाला लावणे किंवा त्यांची लग्ने उरकून टाकणे यातले काहीही करणारे नाहीत

हे अजमावून पाहत होतो. या मुलींच्या शिक्षणाचा सर्व खर्च जागृती करणार होती. पालकांची आर्थिक परिस्थिति अगदीच साधारण होती. पालकांनी मुलींना थोडे प्रोत्साहन देऊन मुलींच्या मार्गात अडथळे आणले नाहीत तर आम्हाला पुरेसे होते. मधेच मला उकडायला लागले, पंखा लावला तरी श्वास कोंडल्यासारखा व्हायला लागला. खोलीत गर्दी झाली होती म्हणून होत असेल असे वाटून खिडक्या-दारे पूर्णपणे उघडली. पण आता माझ्या छातीच्या मध्यभागी किंचित दुखत आहे असे वाटले. मंगलाताईंनी डॉ.संगीताला बोलावले. मी तिला जरा हसतच सांगत होते, “मला काही झालेलं नाहीये. उच्च रक्तदाब, मधुमेह किंवा कोणत्याच व्याधी नाहीत. दोन महिन्यापूर्वीच सर्व वार्षिक तपासण्या झाल्या आहेत.” डॉ.संगीता हसून हो हो म्हणत होती. पण स्टेथोस्कोपने तपासताना तिचा चेहरा जरा गंभीर झालेला वाटला. नंतर सहजपणे आणि चेहरा नेहमीसारखा ठेवायचा प्रयत्न करत ती म्हणाली, “चला आपण जरा जवळच्या रत्ना हॉस्पिटलमध्ये जाऊन ईसीजी काढून घेऊ. लगेचच निघूया.” मी सपशेल विरोध दर्शवला. तरी ती ठाम होती. मग आपली वेळ मारून न्यायला मी म्हटले “तुमचे पेशंट आणि माझी पालकांबरोबरची चर्चा संपली की आपण निघूया.” डॉक्टरांची आणि मंगलाताईंची नेत्रपल्लवी झाली. जमलेल्या सगळ्यांना दुसऱ्या दिवशी यायला सांगितले. माझ्या विरोधाला न जुमानता मला हाताला धरूनच गाडीत बसवले. माझा प्रतिकार सुरूच होता पण त्यांनी मला दाद दिली नाही. रत्ना हॉस्पिटलमध्ये तिथल्या शिराळकर सिस्टरनी लगेच मला ईसीजी काढायला नेलं. त्यांनी आणि डॉक्टरांनी इसीजी बघितला आणि लगेच जोशी हॉस्पिटलमध्ये माझ्या दिरांना, डॉ. सुभाष काळे, यांना फोन केला. ते फिजिशियन आणि जोशी हॉस्पिटल,रत्ना हॉस्पिटल चालवणाऱ्या महाराष्ट्र मेडिकल फाऊंडेशनचे एक संस्थापक विश्वस्त होते. ते नुकतेच काम संपवून घरी गेले होते. मी परत म्हटले,“तुम्ही जरा जास्तच काळजी करत आहात. तुम्ही मला आता घरी सोडा. मग मी आणि विश्वास ठरवतो.” तेव्हा आम्ही गाडीत बसून रत्ना हॉस्पिटलमधून निघालो होतो. डॉ. संगीता माझी समजूत घालत म्हणाली, “आपण प्रथम जोशी हॉस्पिटलमध्ये जाऊया. मग तुम्हाला घरी सोडते.” मी जरा अधिकारवाणीने म्हटले, “आज मेहूण जेवायला जायचं म्हणून जरीची साडी नेसलेयं, हातात सोन्याच्या बांगड्या आणि गळ्यात चेन घातली आहे. ती तरी घरात जाऊन काढून ठेवते.” पण त्यांनी गाडी आमच्या घरावरून सरळ जोशी हॉस्पिटलच्या दारात नेली. मधल्या वेळात शिराळकर सिस्टरांनी फोन करून ठेवला होता. दारात स्ट्रेचर तयार होते. त्यावर झोपवूनच मला आयसीयुमध्ये नेण्यात आले. तेवढ्यात विश्वास आणि डॉ. सुभाष आले. सगळ्या तपासणीनुसार मला हार्टअटॅक आल्याचे निश्चित झाले. योग्य ते उपचार लगेचच सुरू झाले. सुदैवानं अँजिओप्लास्टीची गरज पडली नाही. तिथे इतर काही

चाचण्या आणि औषधोपचार घेऊन मी दहा दिवसांनी घरी आले. वैद्यकीय सल्ल्याप्रमाणे दीड महिना पूर्ण विश्रांती घेतली. या मोठ्या जीवावर बेतलेल्या दुखण्यातून बाहेर पडून माझी तब्येत पूर्ववत झाली. सर्व तज्ज्ञांच्या म्हणण्यानुसार डॉ. संगीताने जागच्या जागी थोडीशी लक्षणे दिसताच केलेले अचूक निदान आणि पुढच्या उपचारांसाठी हॉस्पिटलमध्ये तातडीने दाखल करण्याची दाखवलेली समयसूचकता यांचा माझ्या बरे होण्यात सिंहाचा वाटा होता. दोन महिन्यानंतर मी जागृतीत आले तेव्हाच ठरवले की पुढचे आयुष्य हे 'बोनस' आहे. जागृतीमुळे मी 'जागृत' राहिले. यापुढे शक्य होईल तितके जागृतीचे काम वाढवायचे, अधिकाअधिक लोकांपर्यंत पोचवायचे. तेव्हा मी बावन्न वर्षांची होते. गेली वीस वर्ष जो काही निश्चय केला होता, त्यानुसार कार्यरत राहायचा मनापासून प्रयत्न करते आहे.

***

हक्काचे छप्पर

'मंगलधाम'मध्ये अभ्यासवर्गात येणाऱ्या मुलांची आणि दवाखान्यात येणाऱ्या रुग्णांची संख्या चांगलीच वाढत चालली होती. आम्ही अधिक मोठ्या जागेचा शोध घेऊ लागलो. वस्तीत जागृतीची स्वतःची, हक्काची जागा असली पाहिजे असे सगळ्याच विश्वस्तांना वाटत होते. सेनापती बापट रस्त्यावरून जाताना रत्ना हॉस्पिटलनंतर वेताळबाबा चौक लागतो. तिथे डावीकडे वळून सरळ गेल्यावर प्रथम मोठा कुसाळकर पुतळा चौक आणि नंतर एक छोटा खूप गजबजलेला अरुण कदम चौक. तिथे उजवीकडे वळल्यावर साधारण पाच मिनिटाच्या अंतरावर, दोन अरुंद रस्त्यांच्या कोपऱ्यावर एक जुने, थोड पडझड झालेले, प्रशस्त पण बंद असलेले घर दिसायचे. तिथून जवळच 'मंगलधाम'मधे जागृतीचे सध्याचे काम सुरू होते. जागृतीच्या कामाच्या दृष्टीने वस्तीतील मध्यवर्ती ठिकाणी आणि दोन बाजूंनी रस्त्यांच्यालगत कोपऱ्यावर असलेली जागा सर्वथा योग्य होती. मी संध्याकाळचे अभ्यास वर्ग घ्यायला बहुधा घरून चालत निघून या घरावरून जात असे. आपोआप चालायचा सलग पंचेचाळीस मिनिटांचा व्यायाम होत असे आणि महत्त्वाचे म्हणजे जाता-येता वस्तीतील लोक भेटत. त्यांच्याशी बोलताना त्यांच्या अडीअडचणी कळत. मी अधूनमधून त्या बंद घराबद्दल चौकशी करत असे पण कोणालाच फारशी माहिती नव्हती. गेली अनेक वर्ष तिथे कोणी आलेले नाही एवढे मात्र अनेकांकडून कळले होते. मग आम्ही एक युक्ती केली. वस्तीतल्या एका विजेचे काम करणाऱ्याकडून त्या घरात वीज सुरू आहे का आणि असली तर बिल कोणाच्या नावावर येते याची माहिती काढून घेतली. बिल 'काडगे' यांच्या नावावर येत होते आणि ते त्यांच्या बँकखात्यातून नियमितपणे भरले जात होते.

एकदा नाव कळल्यावर मग आणखी काही माहिती हाताशी आली. त्या घरात एक वृद्ध बाई एकट्याच राहत असत. पंधरा वर्षांपूर्वी आपल्या काडगे या भाच्याच्या नावावर घर

करून त्या वारल्या. हे काडगे सैन्यदलात होते. पुण्यात त्यांचे दुसरीकडे राहते घर होते. सुट्टीत ते तिथे येत असत. काडगे हे फौजीभाई आहेत असे कळल्यावर जागृतीचे ट्रस्टी कर्नल पवन नायर अधिक माहिती काढू शकतील हे लक्षात आलं आणि त्यांच्या कानावर घातलं. ते म्हणाले आमच्या सैनिकी पद्धतीनुसार आणि शिस्तीनुसारच अधिक माहिती काढण्यासाठी पुढे जावे लागेल. मला पंधरा दिवस द्या. त्याप्रमाणे चौदाव्या दिवशीच काडगे यांचा पुण्यातला पत्ता आणि फोन नंबर मिळाला. आमचं नशीब बलवत्तर होते. फोन त्यांनीच घेतला कारण महिनाभर सुट्टी घेऊन ते आले होते आणि पुढच्या आठवड्यात परत निघणार होते. काम सांगितल्यावर त्यांनी भेटायची तयारी दर्शवली आणि दुसऱ्याच दिवशी वस्तीतील त्यांच्या जागेत भेट ठरली. जागा आतून बघितल्यावर सगळ्याच जागेचं पुन्हा नूतनीकरण करून घेणे आवश्यक आहे असे लक्षात आले. काडगे यांनाही ते पटले. त्यानुसार आणि वस्तीतले आमचे लोकोपयोगी काम लक्षात घेऊन अत्यंत वाजवी मोबदल्यात त्यांनी जागेचे हस्तांतरण केले. काही दिवसातच जागृतीचे सर्व उपक्रम तिथे सुरू झाले. जागृतीच्या वाटचालीतील एक महत्त्वाचा टप्पा पार पडला. आता वस्तीतच, वस्तीसाठी काम करणाऱ्या जागृतीच्या हक्काचे वस्तीकेंद्र झाले होते. पण एक बारीकसं शेपूट बाकी होते. या शेपटाने मात्र चांगलेच तडाखे दिले.

या जागेला लागून असलेल्या कोपऱ्यावर एक मोठी कचराकुंडी होती. दोन्ही रस्ते तिथे मिळत असल्याने भरपूर कचरा येऊन पडत असे. स्वतःची घरे नीट स्वच्छ ठेवणारे इथले रहिवासी कचरा मात्र बाहेर कसाही फेकून देत असत. त्यामुळे कचराकुंडी तर भरून वाहतच असे पण आजूबाजूलाही भरपूर कचरा पडलेला असे. लगेच आम्ही कचराकुंडी हलवायाच्या मागे लागलो. मुलांचे अभ्यास वर्ग, दवाखाना, लगतच्या वस्तीकेंद्रात चालतात, लहान मुलांच्या आरोग्याला कचराकुंडी धोकादायक आहे, दुर्गंधी येत असल्याने येथे येणारे शिक्षक, डॉक्टर, रुग्ण यांच्याही आरोग्याला धोका संभवतो इत्यादी सबळ कारणे देत आम्ही अर्ज लिहिला. त्याच्यावर वस्तीतल्या रहिवाशांच्या सह्या घेण्याचं काम जवळच रहाणाऱ्या एका शेजाऱ्याने आपणहून उचलले. चार दिवसातच शंभर-सव्वाशे सह्या गोळा झाल्या. ह्या सह्यामोहीम बहाद्दराचे आम्ही शाल-श्रीफळ देऊन कौतुक केले! स्थानिक नगरसेवकांचे शिफारसपत्र घेऊन आम्ही महापालिकेतील संबंधित विभाग प्रमुखांकडे गेलो. त्यांनीही कचराकुंडी पुढच्या आठवड्यातच हलवतो म्हणून आम्हाला आश्वासन दिले.

ही सोमवारची गोष्ट होती आणि चार दिवसात म्हणजे शुक्रवारी सकाळी महापालिकेची गाडी येऊन कचराकुंडी घेऊन गेली. आम्ही सुटकेचा निश्वास टाकला. जागा साफ करून, धुवून जंतुनाशक फवारणी करून घेतली. कचराकुंडी गेल्यावर जागा प्रशस्त होतीच ती

प्रसन्नही झाली. जागृतीत येणाऱ्या वाहनांच्या पार्किंगची मोठी सोय झाली होती. बाजूनी तारेचे कुंपण घालून तिथे काही हिरव्यागार झाडांच्या कुंड्या ठेवाव्या म्हणून त्याही आणून ठेवल्या. कुंपण घालणारे लोक येऊन त्यांनी कामाला सुरुवात करताच मोठा गहजब झाला. सद्यामोहीम बहाद्दर आपल्या तीन-चार साथीदारांना घेऊन आला. कचराकुंडी हलवताना सहकार्य करून गोडीत असणाऱ्या या बाबाने एकदम दमदाटीचा पवित्रा घेतला. "ह्या कचराकुंडीच्या जागेवर तुमचा हक्क नाही. ती जागा आमची आहे. तिथे आम्हाला विद्यार्थ्यांच्या निवासासाठी खोल्या बांधायच्या आहेत, तुम्हाला रस्त्यावरच जायला यायला वाट ठेवू." हे आमच्यावर उपकार केल्याच्या थाटात सांगितले. तत्क्षणी आम्ही कधी नाही ते धैर्य एकवटून साफ नकार दिला. विद्यार्थ्यांचे कल्याण केल्याच्या थाटात महापालिकेच्या जागेवर एकावर एक तीन-चार छोट्या खोल्या बांधून एकेका खोलीत तीन चार विद्यार्थी ठेवून, त्यांच्याकडून भरपूर पैसे कमावण्याचा धंदा सुरू करायचा घाट घातलेला होता. "उद्या तुम्हाला वस्तीतील लोक बघा कसा घेराव घालतील."असा धमकीचा इशारा देऊन तो निघून गेला.

आधीच्या अनुभवावरून आम्ही आता अकारण पड खायची नाही असं ठरवले होते. लगेचच तिथल्या स्थानिक नगरसेवकांना गाठलं. बरोबरच वस्तीतले काही इतर शेजारी आणि ज्यांच्या शब्दाला मान आहे अशी काही विचारी मंडळी घेऊन गेलो. सगळ्यांचं एकच म्हणणे होते की अशाप्रकारे अनधिकृत बांधकाम करून आधीच अरुंद असलेला रस्ता आणखी अरुंद होईल आणि वर्दळीला अतिशय त्रास होईल. शिवाय या सगळ्यामुळे पाणी, वीज, स्वच्छता यासारख्या मूलभूत सुविधांवरपण ताण पडेल. नगरसेवकांनाही हे मान्य होते. ते धोरणी आणि मुत्सद्दी असल्याने सगळ्यांना सांभाळून घेण्याकडे त्यांचा कल असे. उद्या आपण एकत्र जागृतीत बसूनच तोडगा काढू असे त्यांनी सुचवले.

ठरल्याप्रमाणे नगरसेवक, सद्यामोहीम बहाद्दर आणि वस्तीतील इतर काही प्रतिष्ठित मंडळी आली. एक तर बांधकाम करायचे किंवा करायचे नाही या पलीकडे कुठलाच तोडगा निघू शकेल असे आम्हाला वाटत नव्हते. पण जो तोडगा काढण्यात आला त्याचा आम्ही दूरान्वयेही विचार करू शकलो नसतो. सद्यामोहीम बहाद्दरांनी मानभावीपणाने आमच्या विनंतीला मान देऊन बांधकाम न करण्याचे मान्य केले. पण त्यातल्या काही जागेवर एक छोटेखानी शनीचे मंदिर उभारावे असा प्रस्ताव ठेवला. आम्ही थक्कच झालो. वस्तीत तिठ्यातिठ्यावर सर्व देवदेवतांची मंदिरे होती. पण त्यात शनीचं मंदिर म्हणे नव्हते! शनीचा कोप झाला तर फार वाईट असते म्हणून साडेसातीतील लोकांना शनीची प्रार्थना करायची असते, नवस बोलायचे असतात. त्यासाठी जवळच शनीमंदिर असणे आवश्यक आहे. म्हणून उपस्थित 'प्रतिष्ठित'मंडळींनीही या प्रस्तावाला दुजोरा

दिला. आधीच्या अनुभवातून कळले होते की वस्तीत काम करायचे तर तिथल्या नगरसेवकांशी वाकड्यात जाऊन चालत नाही. त्यामुळे 'आलिया भोगासी' म्हणत गप्प बसलो. नगरसेवकमहोदयांनी "आता तुम्ही फार विरोध करू नका. लोकांच्या धार्मिक भावना यात गुंतलेल्या आहेत. शेवटी तुम्हाला आणि आम्हाला सगळ्यांना एकत्र चांगलं काम करायचं हे लक्षात घ्या. उभय पक्षी सन्मान्य असा तोडगा विचारपूर्वक काढला आहे." असा अंतिम निर्णय देऊनच आम्ही काही बोलायच्या आत, "मी आता घाईत आहे." म्हणत ते निघून गेले. सह्यामोहीम बहाद्दरांनी मंदिराच्या मुख्य पुजाऱ्याचं काम आपल्याकडे ठेवलं आणि गेली वीस वर्ष ते लोकांना नवस-सायास करायला सांगून चांगल्यापैकी कमाई करत आहेत. घरात लहान मुलाला दूध प्यायला नसेल, पण मंदिरात दुधाचा अभिषेक होणार. मुलांसाठी पुस्तकाला पैसे नसले तरी दानपेटीत पैसे पडणार! विंदांच्या 'अगा माझे भय' या कवितेतील 'भय दानवांचे भय देवांचेही' या ओळी किती यथार्थ आहेत याचा प्रत्यय हे पाहिले की येतो.

शनिमहाराज महिन्याभरातच आमच्या पार्किंगच्या काही जागेत विराजमान झाले. फेब्रुवारी महिना होता आणि मुलांच्या परीक्षा जवळ आल्या होत्या. त्यामुळे आम्ही आहेत अशाच अवस्थेतील नव्या जागेत अभ्यास वर्ग घेऊ लागलो. मुलांना एप्रिलमध्ये परीक्षा झाल्यावर सुट्ट्या दिल्या. एरवी आम्ही सुट्टीमध्ये छंदवर्ग वगैरे घ्यायचो. पण एक-दोन महिने वापरल्यावर जागेत काय काय सोयी करून घ्यायला हव्यात हे लक्षात आले. एप्रिल ते जून या तीन महिन्यात आम्ही युद्धपातळीवर जागेच्या नूतनीकरणाचे काम पूर्ण केले. हे सगळे करायला बऱ्यापैकी खर्च आला. पण त्यासाठी अनेक देणारे हात आमच्यापाठीशी उभे राहिले. 'वनस्थळी'च्या निर्मलाताई पुरंदरे यांनीत्यांच्या एका फ्रेंच मैत्रिणीला याबाबत माहिती दिली.त्यांनी केवळ निर्मलाताईंच्यावरील विश्वासाने आम्हाला तातडीने मदत दिली.

***

बालवाडी ते बारावी

नव्या जागेत लगेचच आठवी ते बारावीचे अभ्यासवर्ग होऊ लागले. नीटनेटकी, हवेशीर प्रशस्त जागा असल्याने मुले आणि शिक्षक खूश होते. जूनमध्ये नवे शैक्षणिक वर्ष सुरू झाल्याबरोबर आम्ही जागेच्या अभावी रखडलेला उपक्रम म्हणजे पहिली ते सातवीचे अभ्यासवर्गदेखील घ्यायला सुरुवात केली. नंतर ते घेण्यासाठी आम्ही वस्तीतल्याच मुलींना तयार केले. त्यांनाही मानधन आणि मॅडम म्हणून भाव मिळू लागल्याने त्या खूशहोत्या. एक लक्षात येत होते, की बरेचसे पालक या लहान मुलांबरोबर त्यांची चार-पाच वर्षांची भावंडेही जागृतीत सोडून जात. ते आम्हाला म्हणत, "त्यांच्याकडे बघाया घरात कोणीबी नसतं. इथे बसू देत की." वस्तीमध्ये मोठ्या भावंडांवर, म्हणजे अगदी सात-आठ वर्षांच्यासुद्धा, धाकटी भावंडं सोडून आई-वडील कामावर जात. त्यांचाही इलाज नसे. कारण हातावर पोट असायचे. दोन खोल्यातील मधली भिंत काढून आम्ही तळमजल्यावर एक छोटासा हॉल, खरं तर एक मोठी खोली केली होती. ती बालवाडीसाठी योग्य होईल हे लक्षात आले आणि मग बालवाडीची तयारी सुरू केली. लमाणवस्तीत बालवाडी चालवायचा अनुभव आला होता. ती बंद झाली म्हणून खूप वाईटही वाटले होते. आता इथे आपल्या हक्काच्या जागेत ती सुरू होते आहे याचा आनंद होता.

बालवाडीची घडी सुरुवातीपासूनच नीट बसावी म्हणून आम्ही जागृतीच्या विश्वस्त रेखा बिडकर यांची मुलगी प्रीता पाठक आणि डॉ. सुनीता सोमण यांची मैत्रीण शामाताई आंबेडकर यांच्याशी संपर्क साधला. प्रीताने पुणे विद्यापीठाचा 'मॉन्टेसरी टीसर्च ट्रेनिंग' हा अभ्यासवर्ग केला होता तर शामाताई बालभवन इथे प्रशिक्षण घेऊन स्वतःची 'प्री-प्रायमरी' शाळा चालवत होत्या. दोघीही आनंदाने आणि स्वयंसेवी वृत्तीने, जागृतीपासून दूर अंतरावर राहत होत्या तरी यायला लगेच

तयार झाल्या. त्यांनी वस्तीतील लोकांचा 'मुलांना इंग्रजी शिकवा' हा कल लक्षात घेऊन मराठी आणि इंग्रजी या दोन्ही भाषात गाणी, गोष्टी, अक्षर ओळख इत्यादी करून देण्याचा महत्त्वाचा निर्णय घेतला. वस्तीतच राहणारी आरती कवडे हिला एका प्रतिष्ठित शाळेत शिशुगटाला शिकवण्याचा अनुभव होता. तिला मुख्य मदतनीस म्हणून नेमले. दिवाळीच्या आत बालवाडीची सगळी जय्यत तयारी करायची असे ठरले. मग प्रीता आणि शामाताई, आरतीला बरोबर घेऊन कामाला लागल्या. त्यांच्याबरोबर जागृतीतील जवळच राहणाऱ्या प्राजक्ता पायगुडे, यास्मिन शेख, अनिता गावकरे आणि भारती कलाल याही आनंदाने सामिल झाल्या.

बालवाडी सुरू होते म्हणल्यावर आम्हा सर्व कार्यकर्त्यांमध्ये एक वेगळाच उत्साह संचारला. अधूनमधून सूचना द्यायला रेखा आणि मंगलाताई होत्याच. त्यांनी बोहरी आळीत जाऊन साहित्य आणले. मग कार्डबोर्डचे तुकडे कापून, रंगवून रंगीबेरंगी पक्षी, प्राणी, इंग्रजी मराठी अक्षरे अशा मुलींनी केलेल्या अनेक प्रकारच्या चित्रांनी, शैक्षणिक साधनांनी बालवाडीचा वर्ग सजला. विश्वासने विंदांच्या 'राणीची बाग' या बालकवितांच्या पुस्तकातील 'भीमाचे जेवण', 'परी ग परी', 'परीची करामत' या कविता पुस्तकातल्या वसंत सरवटे यांच्या मजेशीर रंगीत चित्रांसह मोठ्या करून फ्लेक्सवर, दारातून आल्या आल्या दिसतील अशा लावल्या. त्या पाहून आमची अभ्यासवर्गातली मुले, त्यांचे पालक आणि येणारे जाणारे हरखून जातात.

बाहेरच्या बाजूला देवळाची जागा सोडून दोन्ही बाजूंनी पाच फूट उंचीच्या भिंती बांधून त्यांना दारे करून घेतली. भिंतीही शामाताईंनी सुंदर वारली चित्रांनी रंगवल्या. बाहेरील मुख्य दरवाजा आणि आतला छोटेखानी दरवाजा यामध्ये थोडासा भराव घालून त्यावर लहान घसरगुंडी, झोपाळा यांची स्थापना झाली. हे बघितल्यावर अनेक पालक येऊन मुलांसाठी लवकर बालवाडी सुरू करा म्हणून आग्रह करू लागले. दिवाळीच्या आदल्या दिवशी बालक-पालक मेळावा घेतला. वनस्थळीच्या निर्मलाताई पुरंदरे आणि त्यांच्या सहकाऱ्यांनी 'आनंददायी बालशिक्षण' यावर सहज संवाद साधला. प्रत्येकाला चिवडा, लाडू, चकली अशी फराळाची पाकीटे दिली. वस्तीतल्या उषाबाई खूप चांगले पदार्थ करायच्या असे ऐकले होते. त्यांच्याकडून फराळ करून घेतला होता. तिन्ही पदार्थ उत्तम होते. त्यांना थोड्या मोठ्या प्रमाणावर व्यवसाय करायचा होता. उषाबाईंसारख्या लहान लहान उद्योग करून कुटुंब चालवणाऱ्या महिला वस्तीमध्ये बऱ्याच होत्या. त्यांच्या व्यवसायवृद्धीसाठी काय करता येईल याविषयीचे विचारचक्र या निमित्ताने सुरू झाले.

फराळाचा खाऊ मिळाल्यामुळे सगळे खुशीत होते. सगळ्यांना एक मात्र गंभीरपणे

बजावले, ते म्हणजे फटाके अजिबात उडवायचे नाहीत. त्याची कारणेही सांगितली. फटाक्याचे जे पैसे वाचतीलत्याची, पालकांनी मुलांसाठी पुस्तके आणावीत म्हणूनही सांगितले. फटाके बरेच कमी वाजले पण मुलांच्या बरोबर पुस्तके मात्र आली नाहीत. दिवाळीनंतर बालवाडी सुरू केल्याबरोबर तीस मुले दाखल झाली. पंधरा दिवसातच ती चाळीस झाली. नंतर उरलेल्या मुलांची प्रतीक्षा यादी बनवली आणि ती वाढतच गेली. मुलांना चित्र रंगवायला चित्रांच्या वह्या आणि अक्षर ओळख झाल्यावर वाचायला सोपी पडतील अशी जोडाक्षरविरहित छोट्या गोष्टींची पुस्तके आणण्यासाठी आम्ही आप्पा बळवंत चौकात गेलो. हा चौक म्हणजे हरतर्हेयची पुस्तके आणि शालोपयोगी साहित्य यांचे भांडार होतं. बालवाडीतील मुलांबरोबरच मोठ्या वर्गातील अभ्यासवर्गांच्या मुलांसाठीही गोष्टींची पुस्तकं घ्यावीत, त्यामुळे त्यांना वाचनाची गोडी लागेल असा विचार मनात आला. मग दुप्पट उत्साह संचारला. निवड करणं कठीण जात होतं. सगळीच पुस्तके घ्यावीशी वाटत होती. पण मुलांच्या बुद्धीला, कल्पनांना चालना देणारी त्यांची जिज्ञासू वृत्ती जागृत करणारी आणि त्यांचं कुतूहल वाढवणारी अशी बरीच गोष्टींची, नाटकांची, परीकथांची, गूढकथांची, कवितांची, मराठी आणि इंग्रजी पुस्तके निवडली. बघता बघता खूप वेळ गेला.

रात्री आठ वाजता माझ्याकडे जेवायला विश्वासचे तीन-चार मित्र त्यांच्या पत्नीसह येणार होते. त्याचा फोन आला, "अग, तू कुठे आहेस? पोळ्यावाल्या बाई येऊन पोळ्या किती करायच्या म्हणून विचारत आहेत." दुकानदाराला पटकन बिल करायला सांगितले, ते बऱ्यापैकी रकमेचं झाले होते. आमची समाजसेवी संस्था आहे हे लक्षात घेऊन दुकानदाराने आपणहून दहा टक्के सूट देऊन पुस्तके दुसऱ्या दिवशी संस्थेत पाठवून देईन असे सांगितले. धावत पळत घरी पोचायला साडेसात वाजले. आल्याआल्या उशीर झाल्याबद्दल माफी मागतेय तोच आलेल्या मित्रांनी, "अहो माफी कसली मागताय? साडी खरेदीसाठी नाही तर पुस्तक खरेदीसाठी उशीर झाला ही आनंदाची गोष्ट आहे." असे म्हणून पुस्तकांची झालेली किंमत विचारली. त्यांनी तत्काळ ती रक्कम जागृतीसाठी हातात ठेवली. तेवढ्यात दुसरे मित्र आले. त्यांना कळलं. ते म्हणाले, "पुस्तके ठेवायला योग्य ती कपाटे लागतील. त्याचे काय पैसे होतील ते सांगा, मी देईन." आता ग्रंथालयासाठी जागृतीकडे जागा होती, पुस्तके आणि कपाटे आली. तेव्हा पहिल्या मजल्यावर एक खोली ग्रंथालयासाठी आणि शेजारच्या दोन खोल्यात वस्तीतील मुलांसाठी अभ्यासिकेची सोय करावी असे ठरले. वस्तीतील मुलांची घरे लहान. त्यात टीव्ही, दारू यामुळे सतत येणारा व्यत्यय

लक्षात घेता मुलांना अभ्यासाला शांत पोषक वातावरण जवळच उपलब्ध असणे आवश्यक होते. आता ग्रंथालय आणि अभ्यासिका छान तयार झाली. जागृतीतील बालवाडी, अभ्यासवर्ग, ग्रंथालय आणि अभ्यासिका या उपक्रमांना खूपच चांगला प्रतिसाद मिळू लागला.

अभ्यासवर्गाची एकूण जबाबदारी आता वस्तीतील योगिता पाटील समर्थपणे सांभाळते. तिने बी.एससी. बी.एड. केले आहे. प्रत्येक मुलाकडे व्यक्तिगतरित्या लक्ष देऊन, त्यांच्या आकलनशक्तीचा अंदाज घेऊन ती गणित आणि विज्ञान हे साधारणपणे अवघड वाटणारे विषय सोपे करून शिकवते. तिला वस्तीतीलच सिमरन पठाण, विद्या पवार आणि वैशाली सपकाळ यांची उत्तम साथ असते. परिणामतः जागृतीचा एस एस सीचा निकाल १००% टक्के लागतो.

अनेकजण जागृतीला भेट द्यायला येत असत. असेच एकदा माझी अमेरिकेत रहाणारी मुलगी अमृता, जावई अभिजित आणि त्यांची सहा वर्षाची नात अनुष्का आले होते. येताना त्यांनी मुलांसाठी पुस्तके, गरम कपडेही आणले होते. खाऊसाठी चेकही दिला. ते आले तेव्हा संस्थेत नवरात्रीतला भोंडला चालला होता. सर्व सण आणि राष्ट्रीय दिवस संस्थेत त्यामागची परंपरा, उद्देश याविषयी माहिती देऊन साजरे केले जातात. छोटी अनुष्का मुलामुलींत छान फेर धरून नाचली. नंतर तिने विचारलेल्या, हत्तीभोवतीच फेर का धरायचा? नाचणारा मोर का नाही?"अशा आणि इतर प्रश्नांचे सगळ्या मुलांबरोबर निरसन करताना आणि भोंडल्याची खिरापत ओळखताना खूप मजा आली.

बालवाडीतल्या मुलांच्या किलबिलाटामुळे संस्थेत एक वेगळेच चैतन्य निर्माण झाल्यासारखे वाटत होते. ग्रंथालयात सतत नव्या पुस्तकांची भर पडत होती. संस्थेला कोणी भेट देऊन गेलं की आवर्जून मुलांसाठी त्यांच्या घरातली पुस्तक किंवा नवीन पुस्तके विकत घेऊन पाठवत असत. इथे वाचायला पुस्तके भरपूर पण वाचणारेच नाहीत अशी परिस्थिती होती. मुलांमध्ये वाचन संस्कृती रुजविण्यासाठी विशेष प्रयत्न करणे आवश्यक होते. मग आम्ही मीना चंदावरकर, 'वाचू आनंदे' लिहिणाऱ्या माधुरी पुरंदरे, मुलांसाठी चरित्र लेखन करणाऱ्या वीणा गवाणकर, डॉ. मंगलाताई नारळीकर या जाणकारांना भेटलो. काही बाबतीत मतभिन्नता असली तरी सर्वांचं एका बाबतीत एकमत होते.ती म्हणजे सुरुवातीला शिक्षकांनी मुलांना आवडतील, त्यांच्या आयुष्याशी सहजपणे जोडल्या जातील अशा गोष्टी पुस्तकातून स्वतः वाचून दाखवाव्यात.

आम्ही अभ्यास वर्गात केवळ शालेय अभ्यासक्रम सोमवार ते शनिवार

शिकवत होतो. मग शनिवार हा पूर्णपणे गोष्टींची किंवा अवांतर विषयांवरची पुस्तके वाचण्यासाठी ठेवायचा असे ठरले. शनिवारी मुलेवर्ग सुरू व्हायच्या आधीपासूनच गर्दी करू लागली. एका मोठ्या टोपलीमध्ये त्यांच्या वयोगटाला अनुरूप अशी पुस्तकं आम्ही काढून ठेवायचो. त्यातले एक पुस्तक मुलांनीच निवडायचे आणि मग ते वाचले जायचे. एकदा नववीच्या मुलांना मी पुस्तक वाचून दाखवणार होते आणि त्यांनी द. मा. मिरासदार यांच्या 'निवडक कथा' हे पुस्तक माझ्या हातात दिले. त्यातील 'भुताचा जन्म' ही गोष्ट मी वाचायला घेतली. आपल्या कल्पनेत असते ती भुतांची भयचकित करणारी वातावरण निर्मिती त्यात उत्कृष्टपणे साधली होती. गोष्ट जेव्हा त्यातील कथानकाच्या रहस्याच्या उच्चतम बिंदूपर्यंत जाऊन पोचली तेव्हा मी थांबले. वर्गातल्या गणेश या चुणचुणीत मुलाला तू पुस्तक घरी घेऊन जा, ती गोष्ट वाच आणि पुढच्या शनिवारी उरलेली गोष्ट तू मुलांना वाचून दाखव असे सांगितले. पुस्तक घरी न्यायला मिळणार म्हणून गणेश खूश झाला. मुलं पुढं काय झालं म्हणून विचारायची. पण गणेशला बजावल्याप्रमाणे गोष्टीविषयी काही न सांगता आता शनिवारीच पुढचे वाचू म्हणून तो सांगायचा. शनिवारी मुलांची उत्सुकता शिगेला पोहोचली होती. गणेशने गोष्टीच्या पुढच्या भागाचे साभिनय उत्तम वाचन केले. नंतर या गोष्टीवर एकेका मुलाने पुढे येऊन भुताचा जन्म कसा झाला ते सांगावे असं ठरले. आनंदाची गोष्ट म्हणजे मुले भरभरून बोलली. सरतेशेवटी भूते ही आपल्याच मनातील भीतीतून, अतिरंजित कल्पनेतून, दांभिक रूढी-परंपरेतून निर्माण होतात, ती प्रत्यक्षात कधीच नसतात, यावर एकमत झालं. नंतर मुलांनी उत्साहाने आपणहून वस्तीतले काही लोक कसे भुताखेतांची भीती दाखवून, मंत्र-तंत्र म्हणून लोकांकडून पैसे उकळतात ते सांगितले. त्या दिवसापासून मुलांनी घरी वाचायला पुस्तके न्यायची आणि नंतरच्या शनिवारी काय वाचले ते इतरांना थोडक्यात सांगायचे असे ठरले. मुले वाचायला तर लागलीच आणि सभाधीटपणा येऊन त्यावर थोडक्यात बोलायलाही शिकली. मुले पुस्तक फाडतात, हरवतात या तक्रारी यायच्या. त्यात थोडे तथ्यही होते पण फायदे अनेक होते. म्हणून ही पद्धत सुरूच ठेवली. ती आजतागायत आनंदाने, उत्साहात चालू आहे.

मुलांना पाचवीनंतर इंग्रजी विषय सुरू होतो. इंग्रजी भाषेत मराठी प्रमाणे अक्षर आणि वाचन यांच्यात सरळ संबंध नाही. मराठीत एकदा अक्षरओळख झाली की त्यानुसार वाचता येते. परंतु इंग्रजीमध्ये स्पेलिंगचा अडसर येतो आणि आमच्या मुलांसाठी ते फारच कठीण होते. आमच्या लहानपणी माझ्या वडिलांनी जो उपाय योजला होता तो इथेही लागू पडला. चार-चारमुलांचे गट करून त्यांना मदतीला एक

ताई आणि ताईच्याकडे डिक्शनरी ही वाचनपद्धती सुरू केली. त्यामुळे मुलांना इंग्रजी वाचन सुलभ झालं. शब्द अडला की ताई त्याचा उच्चार आणि अर्थ सांगायची. जरा जास्ती ताया नेमायला लागल्या, पण या कामासाठी अनेक मित्र-मैत्रिणी स्वयंसेवी वृत्तीने पुढे आले. वाचनाचा परिणाम इतका चांगला झाला की परीक्षेतील गुणांबरोबर मुलांचे इतर अनेक विषयातले ज्ञान आणि आकलन वाढले, वाचनाची गोडी लागली. पूर्वी या वस्तीतील मुलांना शाळा प्रवेश देण्यासाठी टाळाटाळ करणाऱ्या काहीप्रतिष्ठित शाळा तुमच्या मुलांना आमच्याकडे पाठवा म्हणून सांगू लागल्या.

***

पाळणाघर

जागृतीत मुलांकडे आपलेपणाने लक्ष दिले जाते, त्यामुळे मुले अधिक शहाण्यासारखी वागतात, मारामाऱ्या भांडाभांडी कमी करतात, नापास होत नाहीत हे पालकांना कळले होते. पौष्टिक अन्न मिळाल्याने मुलांच्या तब्येतीही चांगल्या राहत होत्या. एकंदरीत वस्तीतील लोकांचा जागृतीवरील विश्वास अधिकाधिक दृढ होत होता. बालवाडीतले पालक त्यांच्या मुलांना घ्यायला वेळेवर यायचे नाहीत. सांगितले की म्हणायचे, "राहू दे की तुमच्या इथेच, आमी दोघं दिवसभर कामाला जातो. तुमच्याकडे मुले असली की आमाला कायबी काळजी नसते." हळूहळू वस्तीतील इतर लोकही मुलांसाठी काहीतरी दिवसभराची सोय करा म्हणून सतत मागे लागू लागले. वर्षाच्या मुलापासून काहीतरी व्यवस्था करा, आम्ही मदत करू म्हणून सारख्याच विनवण्या येऊ लागल्या. पाहणी केल्यावर एक नक्की झाले होते की बरेच आई-वडील रोजंदारीच्या पूर्णवेळ कामावर जातात. मुले गल्लीबोळात कुठेतरी फिरत काहीबाही खात-पीत असतात. रोगट आणि अशक्त दिसतात. जवळपास कुठेही पाळणाघर, खेळघर यांची सोय नसते. घरगुती एखादे असलेच तर तिथे बरेच पैसे आकारले जातात. ते गरीब पालकांना परवडणारे नसतात. लहान बालकांची पूर्णवेळ देखभाल करण्याची नितांत गरज होती. पण त्यासाठी जागृतीच्या स्वतःच्या जागेतही आता चालू उपक्रमासाठी जागेची कमतरता जाणवू लागली होती.

जागृतीपासून जवळच रामोशीवाडीत साधारण अर्ध्या किलोमीटरवर महापालिकेचे एक मोठे समाजमंदिर होते. बाजूला मुलांना खेळायला मोकळी जागाही होती. ते सर्व दृष्टीने योग्य होते. त्या जागेसाठी प्रयत्न करावेत की नाही याबाबत आमच्यात थोडसे दुमत होते. लमाण वसाहतीत आलेल्या अनुभवावरून पुन्हा या फंदात पडू नये

असे एकीकडे वाटत होते तर दुसरीकडे आमच्याकडे अपेक्षेने बघणारे, आमच्यावर भरवसा ठेवणारे पालक दिसत होते. कोणतेही काम करताना, विशेषतः सामाजिक काम करताना बरे-वाईट अनुभव येणारच. पण म्हणून नकारात्मक विचार न ठेवता क्रियाशील राहायचे हे आम्ही निश्चित केले होते. कधीकधी विश्वास ठेवला तो अनाठायी ठरला, फसवणूक झाली. पण अनेकजण त्या विश्वासाला तितक्याच किंवा काकणभर जास्तच भरंवशाने सामोरे आले. त्यामुळेच सर्वसामान्य माणसाच्या चांगुलपणावरचा आमचा विश्वास कायम राहिला आणि काम पुढे जात राहिले.

रामोशीवाडीतले सोयीस्कर आणि प्रशस्त समाजमंदिर मिळवण्यासाठी नगरसेवक श्याम सातपुते आणि दत्ता उर्फ बापू बहिरट यांची खूप मदत झाली. नवीन रंग, बाहेरच्या बाजुला भिंतीवर प्राणी, पक्षी यांची वारली चित्रकलेमधील रंगीबेरंगी चित्रे, हिरव्यागार झाडांच्या कुंड्यांनी आच्छादित कुंपण, यामुळे पूर्वीचे समाजमंदिर ओळखू येईनासे झाले. प्रवेशासाठी पालकांची रीघ लागली. पण साधारण पन्नास मुलांनाच तिथे मोकळेपणाने वावरता येणार होते, खेळता येणार होते. प्रवेशासाठी निकष ठरवताना पालकांची गरज आणि आर्थिक स्थिती लक्षात घेऊन पंचेचाळीस मुलांना प्रवेश दिला. एक ते तीन वर्षे आणि चार ते आठ वर्षे असे वयानुरूप दोन गट केले. वस्तीतल्या माडगेबाई पूर्वी पाळणाघर घरी चालवत होत्या. नंतर स्वतःची मुले मोठी झाली आणि जागा पुरेना म्हणून त्यांनी ते बंद केले. मध्यम वयस्क, हसतमुख, बोलायला, वागायला सौम्य अशा माडगेबाईंचे व्यक्तिमत्व प्रेमळ होते. त्यांना मुलांची आवड होती. त्यांनी आनंदाने पाळणाघराची संपूर्ण जबाबदारी घ्यायचे मान्य केले. त्यांना मदतनीस म्हणून अंगणवाडीतील आणि बालवाडीतील कामाचा अनुभव असलेल्या दोन तरतरीत मुली मनीषा आणि योगिनी यांना घेतले. स्वच्छता आणि वरकामासाठी अगदी शेजारीच राहणाऱ्या गंगाबाई मिळाल्या. त्यामुळे जागेवर रात्रीचीही देखरेख आपोआपच राहिली. मुले खेळ, गाणी, गोष्टी यामध्ये एकदम रमली. रोजचा पौष्टिक, स्वादिष्ट आहार बालवाडीतील मुलांसाठी यास्मिन करायची. तोच आता जास्त करून डब्यांमध्ये भरून पाळणाघरात पोचवला जाऊ लागला. आम्ही गेलो की मुलांबरोबर एखादे बालगीत साभिनय म्हटल्याशिवाय सुटका होत नसे. माडगेबाई प्रत्येक मूल नीट जेवले, झोपले आहे की नाही याकडे जातीने लक्ष देत. पुष्कळदा आम्ही गेलो की अगदी लहान मुलांना त्या गाणं म्हणत भरवताना दिसायच्या. इडलीचा मुलांना आवडणारा बेत आठवड्यातून दोनदा तरी असायचा. इडली-सांबार खाण्याआधी मनीषाताई इडलीचे गाणं "एक होती इडली, ती होती रुसली" म्हणून दाखवायची. तिच्या भोवती अगदी वर्षाची मुलंही टाळ्या पिटत, रांगत, नाचत फेर धरून गाताना

पहायला खूप मजा यायची.

एकदा माझी चार दिवसांपूर्वीच अमेरिकेतून आलेली दोन वर्षाची नात अन्वयी या गाण्यात रमली. ती आधी जागृतीत यायला कुरकुर करत होती. पण तिचे आईबाबा म्हणजे माझा मुलगा अनुभव आणि सून केतकी प्रत्येक वेळी अमेरिकेहून थोड्या दिवसासाठी आले तरीही जागृतीत आवर्जून येऊन जात. इडलीच्या गाण्याच्या शेवटच्या ओळीतील "आम्ही मुलांनी केली फस्त" मधल्या 'फस्त' शब्दाला तर अन्वयीने उड्या मारून, टाळ्या पिटून दाद दिली. नंतर सगळ्या मुलांबरोबर इडलीची 'मस्त' न्याहारीही 'फस्त' केली. अनुभव आणि केतकी पाळणाघरातील मुलांच्या सकस आहारासाठी नेहमीच सढळ हाताने मदत करत असतात.

पाळणाघर चांगले चाललेले असताना कुठेतरी गालबोट लागावे तसे झाले. मुले सकाळी आठ ते संध्याकाळी सहापर्यंत इथे असायची. दुपारचे जेवण झाल्यावर ताया मोठ्या गटाला थोडी अक्षरे आणि अंक यांची ओळख करून द्यायच्या आणि लहान गटाला माडगे बाई झोपवायच्या. मुलांना दुपारची ही तासभर विश्रांती आवश्यक असायची म्हणजे सायंकाळी आईकडे सोपवताना ती छान तरतरीत असायची. मुलांना झोपण्यासाठी छोट्या गाद्या, उशा, पांघरुणे होती. एका बाजूला आडोसा करून झोपायची खोली केली होती. पाळणाघरासाठी दिलेल्या कॅसेट रेकॉर्डरवर अंगाईगीत लावलं कीमुलं पाच दहा मिनिटात झोपून जायची. पाळणाघरात येणाऱ्या दोन वर्षाच्या राहुलची आई नीला तिच्या सासूच्या, शांताबाईंच्या जाचाबद्दल नेहमी माडगेबाईंकडे काहीतरी तक्रारी सांगत असे. शांताबाई नावाप्रमाणे अजिबात शांत नसून भांडखोर, तोंडाळ आणि बोचक म्हणून शेजारीपाजारी ओळखल्या जात असत. नातवाला संभाळायला अजिबात राजी नसत पण उगाचच आपल्याला नातवाची किती काळजी आहे हे दाखवायला कधीतरी पाळणाघरात डोकावत असत. कोणीच त्यांना फारसा थारा देत नसे. एकदा त्या दुपारी दोन वाजता आल्या आणि तायांशी तुम्ही राहुलला, त्यांच्या नातवाला जेवण बरोबर दिले नाही म्हणून हुज्जत घालू लागल्या. झोपायच्या खोलीत साधारण दोन ते तीन या वेळेत मुले झोपलेली असताना तिथे सहसा कोणाला जाऊ दिले जात नसे. पण या बाई बळेबळे घुसल्या आणि मुलांना झोपवून तुम्ही पण झोपा काढता वगैरे काहीबाही ओरडू लागल्या. कसबसे त्यांना परतवले. पण नंतर या शांताबाईनी कहर केला. जागृतीच्या पाळणाघरात मुलांना अफू घालून झोपवून ठेवतात असे उठवले. पालक कावरेबावरे झाले. आमचे नगरसेवक भक्कमपणे आमच्या पाठीशी उभे राहिले आणि मग इतर पालकांनी आणि तिच्या सुनेनेच तिचे पितळ उघडे पाडले. राहुलच्या दुसरीतील मोठ्या भावाला शांताबाई

एवढ्या तेवढ्या कारणावरून मारायची आणि अफू देऊन झोपवायची. हे पुरेसे नाही म्हणून कधीतरी डागपण द्यायची. हे सगळे चव्हाट्यावर आल्यावर वस्तीत शांताबाईला तोंड दाखवायला जागा राहिली नाही आणि ती गावी निघून गेली. सुनेचा सासुरवास संपला.

पाळणाघरापासून ते अभ्यासवर्गातील मोठ्या मुलांपर्यंत सगळे वार्षिक सहल आणि स्नेहसंमेलन यांची आतुरतेने वाट पहायचे. या दोन्हीबाबतीत नगरसेवक दत्ता उर्फ बापू बहिरट यांचा मनापासून सक्रिय सहभाग असायचा. बापूंची चाकणजवळ मोठी शेती होती. आधुनिक विज्ञान-तंत्रज्ञानाच्या आधारेठिबक सिंचन, शेततळी, वेगवेगळ्या वनस्पती आणि वृक्ष यांची लागवड, पर्यावरणपूरक सेंद्रिय भाजी आणि फळे यांचे उत्पादन, कुक्कुट पालन, गोशाळा अशा अनेक गोष्टी तिथे बापूंनी स्वतः जातीने लक्ष घालून उभ्या केल्या होत्या. दरवर्षी बापू तीन चार बसेस करून सकाळपासून जागृतीच्या मुलांची तिथे सहल घेऊन जात. इथे जेवणा-खाण्याची मुलांची चंगळ असे. परत येताना आम्हा शिक्षकांना, तायांना टोपली भरून भाज्या, फळे मिळत. त्यांच्या शेतावर मी प्रथम ड्रॅगनफ्रुटने लगडलेली झाडे पाहिली आणि फळे खाल्ली. याशिवाय बापूंच्याबरोबर शेतावर फिरणे ही मुलांसाठी आणि आम्हा मोठ्यांसाठीसुद्धा एक शैक्षणिक सहल असायची. पर्यावरणाचे महत्त्व हा त्यांच्या आवडीचा आणि अभ्यासाचा विषय. त्यावर ते खूप छान माहिती द्यायचे. संध्याकाळी परत निघताना आम्हा सगळ्यांनाच जड जायचे.

स्नेहसंमेलनातही बापूंना प्रमुख पाहुणे म्हणून बोलावले की आढेवेढे न घेता वेळेवर यायचे आणि मुलांच्या कार्यक्रमांना दाद द्यायचे. वस्तीतले एक मोठ्या लग्नसमारंभाला दिले जाणारे सभागृह आम्हाला त्यांच्यामुळे स्नेहसंमेलनाला मिळायचे. अगदी दोन वर्षापासून ते मोठ्या दहावी-बारावीच्या मुलामुलींचा स्नेहसंमेलनात छान सहभाग असतो. समूह गीत, लोकनृत्य, एकांकिका, नाटुकली असे विविध कार्यक्रम असतात. एकच कटाक्षाने पाहिले जाते कोणतेही मूल कार्यक्रमातून वगळले जाणार नाही. शारीरिक व्यंग असणारी मुले असतात. त्यांना इतर मुलांबरोबर स्टेजवर पाहून त्यांच्या आई-वडिलांना आनंदाश्रू आवरत नाहीत. मुलांचे छान छान कार्यक्रम बसवायचे म्हटले की सगळ्या ताया, शिक्षिका यांच्यातही नवा उत्साह संचारतो. कसलेल्या दिग्दर्शक-निर्मात्याप्रमाणे त्या कार्यक्रम बसवतात. दहावीला गणित, विज्ञान शिकवणारी योगिता आणि बालवाडीची आरतीताई अग्रेसर असतात. स्नेहसंमेलनात शेवटी ताया आणि शिक्षिका याही एखादे नृत्य करतात. स्नेहसंमेलनाला पालकांची मोठी गर्दी असते. मात्र त्यात आयाच जास्त असतात. त्या मुलांना छान नटवून

सजवून आणतात. मुलांचा कार्यक्रमातील एक फोटो प्रत्येक पालकाला मिळतो. तो घरी अगदी जपून फ्रेम करून घरात लावलेला दिसतो. संमेलनाच्या आधी स्वादिष्ट आणि पौष्टिक आहार स्पर्धा पालकांसाठी घेतली जाते. आया खरोखरच नावीन्यपूर्ण म्हणजे नाचणीचा ढोकळा, मिश्र धान्यांची इडली, पालकाचा भात असे अनेक पदार्थ पोषणमूल्यांचा विचार करून आकर्षकपणे सजवून आणतात. पहिल्या तीन क्रमांकांना टाळ्यांच्या कडकडात बक्षिसे दिली जातात. तसेच 'सुमा करंदीकर आदर्श पालक'आणि 'आदर्श बालक'पुरस्कारही सुमाताईंनी, माझ्या आईने, दिलेल्या देणगीतून दिले जातात. संमेलनाच्या दुसऱ्या दिवशी श्रमपरिहारासाठी सुट्टी दिली जाते. पण ती कोणालाच नको असते. दुसऱ्या दिवशी सगळेजण दुप्पट उत्साहात हजर होतात. जागृतीचे उपक्रम योग्य रीतीने चालले आहेत त्याची ही पावतीच असते.

दरवर्षी सगळ्या मुलांची बापू बहिरट यांच्या शेतावर एक सहल ठरलेली असायची, त्याचप्रमाणे पाचवीच्या पुढच्या मुलांची आम्ही आणखी एक शैक्षणिक सहल काढायला लागलो. एकदा नववीच्या वर्गात समुद्राची भरती-ओहोटी शिकवताना गणपत मला विचारू लागला "समुद्र कात्रजच्या तळ्याच्या दुप्पट असतो का?" गणपतने पाहिलेले कात्रज तळेसुद्धा वर्गातल्या इतर मुलांनी पाहिलेले नव्हते. मुलांशी अधिक बोलल्यावर लक्षात आले की ही मुले वस्तीबाहेर फारशी पडत नाहीत. फार झाले तर त्यांच्या गावी जातात, या पलीकडे इतिहास, भूगोल, विज्ञान यातून दिसणारे जग ते फक्त पुस्तकातून पाहतात. मग पुणे विद्यापीठ, आयुका, कात्रज डेअरी, सिंहगड, पानशेत, रायगड, शिवनेरी अशा अनेक ठिकाणी सहली काढू लागलो. दुसऱ्या दिवशी मुलांना सहलीचे वर्णन लिहायला सांगितले की अगदी मनापासून लिहायची. पण मुले विलक्षण हरखून गेली ती मुरुड जंजिराच्या सहलीमध्ये झालेल्या समुद्र दर्शनाने.कात्रजच्या तलावापाशी तुलना करणारा गणपत तर समुद्रावरून परत यायलाच राजी नव्हता. आणखी एक दिवस राहूया म्हणून मुले हट्ट करू लागली. मात्र समुद्र, किल्ला अशा ठिकाणी सहल गेली की मुले कानात हवा भरल्यासारखी कधी कधी उधळातात. त्यांना सुखरूप परत आणून पालकांच्या हवाली केल्यावर आम्ही आनंदाने सुटकेचा निश्वास टाकत असतो.

***

दोन हुशार बहिणी

अगदी एक वर्षाच्या मुलापासून ते दहावी बारावीपर्यंतची शाळेत जाणारी आणि शालाबाह्य मुलेमुली विविध उपक्रमातून घडत होती, शिकत होती. दहावी-बारावीचे जागृतीचे निकाल उत्तम लागत होते. सगळीच मुले उत्तीर्ण होत होती. काहींना तरऐंशी, नव्वद टक्क्यांचा पुढे गुण मिळत होते. दहावी बारावीचे निकाल लागले की आम्ही सर्व शिक्षक एकत्र बसून आम्ही आमच्याच शिकवण्याचे मूल्यमापन करतो. त्यात आवश्यक ते बदल करत होतो. काही मुलेमुली चांगली हुशार आहेत आहे हे शिकवताना लक्षात येत होते. २००७ मध्ये बारावीला गणितात ९८ टक्के गुण मिळवून सुनीती तिच्या उच्च माध्यमिक विद्यालयात पहिली आली. एखादे अवघड गणित तिला शिकवताना समजले, स्वतःला सोडवता आले की, तिच्या डोळ्यात एक वेगळीच चमक दिसायची. वागायला बोलायला नम्र होती. तिला एक चार वर्षांनी मोठा भाऊ आणि दोन वर्षांनी धाकटी बहीण होती. हनुमाननगरच्या गर्दीत, एका बोळकंडीत, बाजूनं वाहणाऱ्या उघड्या गटाराशेजारी त्यांचं एक खणी अंधारे घर होते. घरात पुष्कळदा वीज नसायची. एक छोटासा पोटमाळा काढला होता. सुनीती जागृतीच्या अभ्यासिकेतच बहुधा अभ्यास करायची. पण सायंकाळी आठ वाजता अभ्यासिका बंद झाल्यावर घरातल्या पोटमाळ्यावर अभ्यास करायला लागायचा. आई घरकाम करायची, वडील चहा आणि वडापावच्या गाडीवर कपबशा विसळायचं काम करायचे.

बारावीनंतर सुनीतीला इंजिनीरिंगला जायचे होते. तिला गुणवत्तेवर पुण्यातल्या चांगल्या कॉलेजमध्ये प्रवेशसुद्धा मिळाला. तिची फी, पुस्तकं आणि इतर शैक्षणिक साहित्य याचा खर्च जागृतीने उचलला. अगदी खुशीत सुनीती कॉलेजमध्ये जाऊ लागली. पण दोन महिन्यांनी एक दिवस सकाळीच माझ्याकडे आली. डोळे रडून लाल झाले

होते. म्हणाली, "मी कॉलेज सोडून देते. मला अभ्यास काही जमणार नाही." मी प्रथम तिला शांत केले. चहा प्यायला लावला आणि म्हटले, "आता नीट काय ते सांग." तिचे वडील एरवी वागाय-बोलायला चांगले होते पण त्यांना दारूचे जबरदस्त व्यसन होते. दारूच्या बाटलीसाठी त्यांनी सुनीतीची नव्याने घेऊन दिलेली नऊशे रुपयांची वह्या-पुस्तके शेजारच्या रद्दीवाल्याला शंभर रुपयाला विकली! भरीत भर म्हणून तिचा मोठा भाऊ, स्वतः तर शिकला नाहीच पण आता बहीण शिकतेय याचा खूप राग राग करायचा. केवळ तिला त्रास व्हावा म्हणून घरात मोठ्यांदा रेडिओ लावायचा आणि तो आवाज कमी की काय म्हणून एका भटक्या कुत्र्याच्या गळ्यात पट्टा बांधून त्याला घरात भुंकायला आणून ठेवला होता! अशा परिस्थितीत घरी राहून तिचा अभ्यास होणं शक्यच नव्हतं. मी म्हटलं, "मला जरा थोडा वेळ दे. एक आठवडा थांब.आपण नक्की काहीतरी मार्ग काढू." सुनीतीला अभ्यासासाठी सुयोग्य शांत वातावरणाची नितांत गरज होती.

जागृतीच्या केंद्रातील अभ्यासिका मुले वापरत. ती सकाळी दहा ते संध्याकाळी आठ या वेळात असे. कॉलेज संपवून घरी यायला सुनीतीला सात वाजत. तिथेच वर काही खोल्या होत्या. त्याला आम्ही स्नेहालय म्हणत असू. मुलींनीच हे नाव सुचवले होते. तिथे बाहेरगावच्या, शक्यतो शेतमजुरांच्या, गरीब शेतकऱ्यांच्या स्पर्धा परीक्षेला बसणाऱ्या मुली येऊन जाऊन असत. मुलांचा सतत कोलाहल असे. येणाऱ्याजाणाऱ्यांचा राबतासुद्धा असे. एकूणच सुनीतीच्या अभ्यासाला पोषक असे वातावरण तिथे नव्हते. पुन्हा सुनीती वयाने लहान म्हणजे फक्त सतरा वर्षाची होती. तिच्याकडे जातीने लक्ष देऊन तिची व्यवस्थित घरच्यासारखी काळजी घेतली जाईल असे वास्तव्याचे ठिकाण हवे होते आणि ते आमच्या घरीच सापडले. आमच्या घराच्या आवारात मागच्या बाजूला चार छोट्या खोल्या असलेले आउटहाऊस होते. आउटहाऊस रिकामेच होते. त्याचा काय सदुपयोग करावा असा विचार सुरू असताना सुनीतीने मार्ग दाखवला.

सुनीती आणि तिला सोबत म्हणून नववीत शिकणारी तिची धाकटी बहीण मीरा यांची सोय तिथे करावी असा विचार आला. विश्वासही आनंदाने तयार झाला. मग सुनीती आणि मीराशी बोललो. त्या अर्ध्या पायावर तयार होत्या. त्यांच्या आई-वडिलांना बोलावले. तेही तयार झाले. त्यांना विचारले, "जागा पाहायची आहे का?" पण तेवढी तसदी घ्यायलाही ते तयार नव्हते. मुलीचा भार आपल्यावर पडणार नाही याचा त्यांना आनंद होता. ते दोघेही अशिक्षित होते. तेव्हा एका वकिलाच्या सल्ल्यानुसार प्रतिज्ञापत्र करून, त्यांचे अंगठे घेऊन दोन साक्षीदारांच्या सह्या घेतल्या. प्रतिज्ञापत्रात ते पूर्णपणे राजीखुशीने त्यांच्या जबाबदारीवर आमच्याकडे सुनीती आणि मीराला वास्तव्यासाठी ठेवत आहेत लिहून घेतले होते. थोडं कुठे बिघडलं तर ही मंडळी येऊन उलटा कांगावा

कसा करतात ते आधी प्रत्यक्ष अनुभवले होते म्हणून ही खबरदारी घेतली.

चार खोल्यातली एक खोली उघडून त्यात दोन पलंग, एक कपाट, अभ्यासाला टेबल-खुर्ची, पंखा असं आवश्यक सामान दिले. सुरुवातीला मी त्यांच्यासाठी डबा देत असे. पण दोघी समजूतदार होत्या. त्या म्हणाल्या,"मॅडम आणखी खर्च नका करू. आम्ही हाताने करून घेऊ." मग बाजूला एक बागेचे साहित्य ठेवण्यासाठी बारीक कोठीची खोली होती. तिचे स्वयंपाकघरात रूपांतर झाले. घरातला जास्तीचा गॅस सिलेंडर, शेगडी, थोडी भांडीकुंडी तिथे ठेवली. अल्पावधीतच त्यांचे कॉलेज, अभ्यास, स्वयंपाक याचे वेळापत्रक चांगले बसले. दोघी बहिणींनी कोणत्याही तक्रारीला जागा ठेवली नाही. त्यांची प्रगती बघून आम्हाला खूप आनंद, समाधान मिळत होते. सुनीती विशेष प्रावीण्यासह पहिल्या वर्गात बी. ई. झाली. तिला लगेच चांगली नोकरी मिळाली. पहिला पगार झाला तेव्हा पेढ्याबरोबर, संपूर्ण पगाराचा जागृतीच्या नावाने लिहिलेला चेक हातात ठेवला. सगळ्यांचे डोळे पाणावले. नोकरीत जरा जम बसल्यावर ती संध्याकाळी ऑफिस सुटल्यावर दहावीला गणित शिकवायला येऊ लागली. नंतर सुयोग्य जोडीदार मिळाला. आता ती दोन मुलांच्या संसारात रमली आहे. पण लवकर जागृतीतील आणखी जबाबदाऱ्या उचलणार आहे असं आश्वासन तिने दिले आहे. पुढची फळी हळूहळू तयार होतेय. कोणत्याही संघटनेच्या कामात सातत्य राहण्याच्या दृष्टीने ते अत्यावश्यक असते. जागृतीच्या नावाप्रमाणेच एक नवीन जाणीव-जागृती रुजत होती.

सुनीती परीक्षा झाल्याच्या दुसऱ्या दिवशी आपले सामान आवरून, खोलीची साफसफाई करून तिच्या वस्तीतल्या घरी जायला निघाली. ही जागा शिक्षणासाठी आहे आणि शिक्षण संपल्यावर ती तत्काळ सोडायची असं सुरुवातीलाच ठरले होते ते तिने आम्ही काही न सांगता तंतोतंत पाळले. पण आता एक नवा प्रश्न समोर उभा राहिला. तिची धाकटी बहीण मीरा बारावीला विज्ञान शाखेत ऐंशी टक्के गुण मिळवून उत्तीर्ण झाली होती. पुढे जाऊन आरोग्य क्षेत्रात काम करण्याची तिची अतिशय इच्छा होती. तिच्या गुणांवर शासकीय वैद्यकीय महाविद्यालयात एम.बी.बी.एस.साठी प्रवेश मिळणे अशक्य होते. पण तिला पुण्यातल्या एका नामांकित संस्थेच्या चार वर्षाच्या बी.एससी. नर्सिंगच्या मान्यताप्राप्त अभ्यासक्रमाला प्रवेश मिळू शकत होता. तिथे वर्षाला पंचावन्न हजार रुपये रीतसर फी होती. तिचे गुण पाहून संस्थेतील वरिष्ठ संचालक फी कमी करतील असे तिथल्या हॉस्पिटलमध्ये काम करणाऱ्या आमच्या डॉक्टर मैत्रिणीने सांगितले. तिची ओळख घेऊन आम्ही संचालकांना भेटायला फीमाफीसाठी रीतसर अर्ज घेऊन गेलो. त्यांच्याकडे भेटायला माणसांची रीघ लागली होती. पण आमची डॉक्टर मैत्रीण बरोबर असल्याने त्यांच्यापर्यंत पोचायला फारसा वेळ लागला नाही. आमचा अर्ज त्यांनी

वाचला. म्हणाले, "मुलगी हुशार आहे.जागृती किती फी भरू शकेल?" अशी विचारणा त्यांनी केली. मी पटकन दहा हजार म्हटले. त्यांनी अर्जावर फक्त 'रुपये दहा हजार' एवढाच शेरा मारला. या आधारे आम्ही दहा हजाराचा चेक भरून मीराचा नर्सिंगच्या अभ्यासक्रमासाठी प्रवेश घेतला. त्या कोर्समध्ये त्यांना दिवसा वर्ग, हॉस्पिटल ड्युटी आणि कधीकधी रात्रपाळी असा दिनक्रम असायचा. वस्तीतल्या घरी राहून तो सांभाळणे आणि अभ्यास करणे कठीण होते. त्यामुळे सुनीती गेली तरी मीराने इथेच राहावे असे ठरले. सुनीतीचाही तिला पाठिंबा होता. तिची जागृतीने भरलेली दहा हजार फी नोकरी लागल्यावर सुनीतीने आणून दिली. नंतर सुनीतीने वडिलांना व्यसनमुक्ती केंद्रात नेऊन त्यांची दारू सोडवायचा प्रयत्न केला. तो फारसा यशस्वी झाला नाही. भावाला प्लंबिंगचा कोर्स करायला लावून त्यालाही मार्गी लावले. एक मुलगी शिकली की घरदार शिकते याचा प्रत्यय आला.

सुनीती खोली सोडून घरी गेल्यावर मीरा एकटीच खोलीत राहायला लागली. तिचा नर्सिंगचा शिक्षणक्रम पूर्ण व्हायला अजून चार वर्षे बाकी होती. तिला सोबत असणे आवश्यक होते. वस्तीतल्या अभ्यास वर्गात शिकणारी बरीच मुलेमुली दहावी बारावीला चांगल्या प्रकारे गुण मिळवून पुढील शिक्षण घेत होती. एक लक्षात येत होते की मुलींना, विशेषतः ज्या इंजीनियरिंग, मेडिकल, लॉ यासारखे व्यवसायिक शिक्षण घेत आहेत त्यांना त्यांच्या कॉलेजच्या वेळा संभाळून अभ्यासाला पूरक अशा वातावरणाची अतिशय जरूर आहे. त्यातल्या काही आत्यंतिक गरजू मुलींची आउटहाऊसमध्ये सोय होण्यासारखी होती. मीरालाही सोबत झाली असती. मग इतर तीन खोल्या उघडून स्वच्छ करून एकूण नऊ मुलींची निवासाची सोय केली. त्यामुळे मीराला तिच्यासारख्या अभ्यासू मुलींची सोबत मिळाली आणि बी.एससी.नर्सिंगमध्ये ती पहिल्या पाचात येऊन उत्तीर्ण झाली. कॉलेजकडून निकालाचं प्रमाणपत्र अजून मिळायचे होते. पण वेबसाईटवरून मार्क कळले होते. चांगली नर्स होण्यासाठी लागणारी कौशल्ये आणि स्वभाववैशिष्ट्ये तिच्यात होती. वृत्तीने शांत, समंजस, दुसऱ्याचं ऐकून घेणारी, हसतमुख आणि प्रसन्न. तिचा हात अतिशय हलका होता. वस्तीमध्ये कोणाला, विशेषतः मुलांना इंजेक्शन, लस टोचणी करायची असली की तिला मागणी असे. सहज बोलता बोलता ती कधी सुई टोचायची ते कळायचेही नाही.

तिला एका मोठ्या मल्टीस्पेशलिटी रुग्णालयात मुलाखतीसाठी बोलावण्यात आले. मुलाखत घेणाऱ्यांमध्ये माझ्या परिचयाचे एक डॉक्टर होते. त्यांनी मुलाखत झाल्याबरोबर सांगितले की तुमच्या मीराच्या एका उत्तराने सगळ्यांवर खूप प्रभाव पडला आहे. नर्समध्ये आवश्यक असा महत्त्वाचा गुण कोणता? या प्रश्नावर फक्त मीराने 'कामात आपली कधी

चूक झाली तर प्रामाणिकपणे ती मान्य करणे आणि वरिष्ठांना सांगणे.' हे उत्तर दिले. तिला लगेच नोकरीवर रुजू करून घेण्यात आले. तिचे काम उत्तम असल्याने तीन महिन्यात तिला नोकरीत कायम करण्यात आले. पण त्यासाठी तिला रीतसर कॉलेजचा सही शिक्का असलेले नर्सिंग पदवीचे प्रमाणपत्र हॉस्पिटलच्या रेकॉर्डसाठी देणे जरुरीचे होते. याबाबत काही अडचण येईल अशी तिला आणि आम्हा कोणालाच सुतराम कल्पना नव्हती. हॉस्पिटलमध्ये शासकीय नर्सिंग कौन्सिलचे अधिकारी येणार होते. त्याआधी, म्हणजे दहा दिवसांत ते द्यायचे होते. नाहीतर नाइलाजाने नोकरीतून कमी करावे लागणार होते. मीरा एक दोनदा कॉलेजात जाऊन आली. पण आज या, उद्या या, अशी टोलवाटोलवीची उत्तरे मिळाली. नंतर प्रमाणपत्रावर अधिकाऱ्यांची सही व्हायची आहे. घाई असेल तर त्यांना जाऊन भेटा म्हणून सांगण्यात आले. मला आठवतयं, रात्री आठ वाजता मीराचा फोन आला. ती म्हणाली, "उद्या तुम्हाला सकाळी सातला येऊन भेटते. ऑफिसमध्ये म्हणतायेत तुमची फी द्यायची राहिली आहे ती भरा आणि प्रमाणपत्र घेऊन जा."मी रातोरात जागृतीच्या केंद्रात जाऊन हिशेबाच्या फाईली बघितल्या. त्यातल्या चार वर्षांच्या दरवर्षी दहा हजार रुपये फी भरलेल्या पावत्या घेऊन घरी आले. दुसऱ्या दिवशी मीरा सकाळी साडेसहा वाजताच आली. रात्री बहुधा रडून डोळे सुजले होते. मी तिला धीर दिला. चारही वर्षांच्या पावत्या आणि 'दहा हजार रुपये फी' असे संचालकांनी दिलेल्या शेर्याघचं पत्र आम्ही जपून ठेवलं होते. ते घेऊन निघालो. सगळी कागदपत्रे व्यवस्थित ठेवल्याबद्दल मीच माझी पाठ थोपटून घेत होते! ती दाखवल्यावर लगेचच प्रमाणपत्र दिलं जाईल अशी मला खात्री होती. पण लवकरच भ्रमनिरास झाला.

कॉलेजमध्ये पोहोचल्यावर संबंधित अधिकारी मीटिंगमध्ये आहेत. तास-दीड तास थांबायला लागेल असे सांगण्यात आले. सकाळी लवकर फक्त चहा घेऊन निघालो होतो. मग मीराला तिला आवडणारी साबुदाणा खिचडी कॉलेजच्या कॅन्टीनमध्ये खाऊन आलो. साधारण अडीच तासाच्या प्रतीक्षेनंतर आम्हाला बोलावण्यात आले. अधिकारी साधारण चाळीशीचे, चेहऱ्यावरून कार्यक्षम आणि तरतरीत दिसत होते. त्यांनी गेल्याबरोबर शिपायाला मीराचे प्रमाणपत्र आणायला सांगितले आणि आमच्या हातात दिले. ते पाहून मीरा हरखूनच गेली. मी आभार मानते आहे तेवढ्यातच त्यांनी ते आपल्याकडे परत घेतले. ते म्हणाले, "लगेच देतो पण शेजारी कॅशियरकडे उरलेली फी भरून पावती माझ्या सेक्रेटरीकडे द्या." मी जवळची फाईल काढून त्यातल्या पावत्या आणि पत्र दाखवले आणि सांगितले, "आम्ही सगळी फी भरली आहे." तेव्हा त्यांनी मला जे सांगितले ते ऐकून मला काय बोलावे ते सुचेना. ते म्हणाले, "साहेबांनी जे लिहिले आहे दहा हजार फक्त याचा अर्थ दहा हजार फी घ्या असा नसून तेवढी फी माफ करा असा होतो. द्या

हिशेबाप्रमाणे दरवर्षीच्या पंचेचाळीस हजाराच्या फीमधून तुम्ही भरलेले दहा हजार कमी केले की प्रतिवर्षीची राहिलेली पस्तीस हजार फी भरा. मग माझ्या सेक्रेटरीकडून प्रमाणपत्र न्या." थोडक्यात एकूण चार वर्षांची एक लाख चाळीस हजार एवढी फी बाकी राहिली होती. आम्ही त्यांच्या सेक्रेटरीला भेटलो, आणखी इतर दोघा-तिघांनाही भेटलो. पण सगळ्यांनी सांगितलं,"उगाच इकडे तिकडे भेटून ओळख काढायचा प्रयत्न करू नका, काही उपयोग होणार नाही. फक्त तुमचा वेळ जाईल." त्याचा प्रत्यय दुसऱ्या दिवशी आला. आम्ही उगाचच धावाधाव करत बसलो, पण ती निष्फळ ठरली.कसेबसे पैसे जमवले. मी स्वतःही व्यक्तिगतरित्या या कारणासाठी जागृतीला देणगी म्हणून काही रक्कम दिली. लगेच चेक कॉलेजमध्ये नेऊन दिला. चेक वटल्यावर दोन दिवसांनी त्यांनी दिलेल्या वेळेवर प्रमाणपत्र मिळाले. मीराची नोकरी कायम झाली. पुढच्या दीड-दोन वर्षांत मीराने ही सगळी रक्कम परत तर केलीच पण वर एकवीस हजार रुपयांची देणगी देऊन जागृतीच्या आरोग्यसाथी वर्गासाठी नर्सिंगचा तास घ्यायला येऊ लागली.

***

आनंदघर

आमच्या मागचे आउटहाऊस आता 'आनंद-घर' झाले. चार खोल्यातून नऊ-दहा गरजू शिकणाऱ्या मुली राहत होत्या.त्यांच्या हसण्या बोलण्याने वातावरण प्रफुल्लित झाले होते. मीरा आता जाणार म्हणून तिच्या आवडीचा एकेक पदार्थ प्रत्येकीने करून तिला निरोप दिला. तीही परत आपल्या वस्तीतील घरी राहायला गेली. ती ज्या रुग्णालयात काम करत होती तिथे दरवर्षी रुग्णांकडूनअभिप्राय घेऊन 'उत्तम परिचारिका' हे परितोषिक दिले जायचे. ओळीने दोन वर्ष ते मीराला मिळाले. आपल्या पगारातील काही पैसे बाजूला ठेवून मीराने सुवर्ण सहकारी बँकेत रिकरिंग खाते उघडले होते. तिच्या बहिणीने, सुनीतीने तिच्यासाठी विमानतळावर काम करणारा,जरा कमी शिकलेलेला, पण निर्व्यसनी आणि मीराच्या शिक्षणाचा आदर करणारा मुंबईचा चांगला उमदा मुलगा शोधला होता. मीरालाही मुंबईच्या भायखळ्याच्या एका शासकीय रुग्णालयात आणि त्याला जोडून असलेल्या नर्सिंग कॉलेजमध्ये नर्स-कम लेक्चररची नोकरी मिळाली. मीराला शिकवायला आवडायचे. त्यामुळे ती नोकरी आणि होणारा नवरा या दोन्हीवर खूश होती. पण कुठेतरी गडबड व्हायलाच लागते. लग्न पंधरा दिवसांवर आले होते. लग्न खर्चासाठी तिने मुद्दाम तजवीज करून ठेवलेल्या बँकेतल्या मुदत संपलेल्या रिकरिंग खात्यातील पैसे काढायला ती गेली. पण आदल्या दिवशीच या सहकारी बँकेचे सर्व व्यवहार थांबवण्याची सूचना रिझर्व बँकेकडून आली होती. पुढे कालांतरानी तिचे पैसे मिळाले. पण ऐन लग्नाच्या वेळेला मोठी समस्या उभी राहिली. मुलगा आणि त्याचे आई-वडील समंजस होते. त्यांनी आळंदीला जाऊन अगदी कमी खर्चात लग्न केले. मुंबईला मी एका रुग्णाला बघायला मीरा काम करत असलेल्या रुग्णालयात गेले होते. तेव्हा माझ्या मागे मागे करणाऱ्या मीराच्यामागे तिच्या विद्यार्थिनी मॅडम मॅडम करताना पाहून सुखावले.

मीराच्या सोबत येऊन राहिलेल्या पहिल्या गटातील मुलींनी आपापली शिक्षणे

उत्तमरित्या पूर्ण करून चांगलेच यश दिले. तरुण मुलींना घरात ठेवून घेताय, मोठीच जबाबदारी आहे, काही भलतेसलते झाले तर त्यांच्या घरची आणि बाहेरचीही वाटेल ते आरोप करतील, पोलीस केस होऊन आत जावे लागेल इथपर्यंतआमच्या आजूबाजूच्या आणि हितचिंतक म्हणवणाऱ्या, अनाहूत सल्लागारांची मजल गेली होती. परंतु सुदैवाने गेल्या वीस वर्षात सुमारे साठ-सत्तर मुली गुण्यागोविंदाने राहून शिकून गेल्या. कुठलीही भलतीसलती वेळ आली नाही. व्यक्ती तितक्या प्रकृती याप्रमाणे काही मुली खूप हुशार, सरळमार्गी, अभ्यासू असायच्या. तर काही जरा चंचल, थोड्याशा उनाडक्या करणाऱ्या असायच्या.

रोमा नववीत असतानाच आमच्याकडे राहायला आली. तेव्हा ती सोळा वर्षांची होती. नाकी डोळी नीटस, वर्णांनी उजळ आणि जन्मताच एका पायात थोडी अधू. तसे तिचे रोजच्या व्यवहारात काही अडत नसे. तिला पाहून एकदम लक्षातही यायचे नाही. तिची पूर्व कहाणी चटका लावणारी होती. ती ऐकूनच रोमा शाळेत शिकणारी, अल्पवयीन असूनही तिला ठेवून घेतलं. मी आत्तापर्यंत अठरा वर्षे पूर्ण, १२वी झालेल्या आणि पुढे महाविद्यालयीन शिक्षण घेऊ इच्छिणाऱ्या मुलींना प्रवेश देत असे. रोमाची आई चार घरची कामं करायची. चौथीपर्यंत शिकलेली,रंगाने गोरी आणि दिसायला चांगली. वस्तीत देखणेपणा घेऊन राहायचं म्हणजे बाईमाणसाला शापच असं लोक का म्हणायचे ते तिची कर्मकहाणी ऐकल्यावर पटले. हनुमाननगरमधल्या दीड खणी घरात मोठा दीर, जाऊ आणि त्यांची चार मुलं राहायची. लग्न करून रोमाची आई याच घरात आली. नवरा बिगारी काम करणारा आणि दारूच्या आहारी गेलेला. स्वतःची कमाई दारूवर उडवून वर बायकोच्या कमाईवरही डोळा असायचा. तिच्यावर संशय घेऊन तिला मारायला सदैव तयार. घरातल्या दिरापासून ते आजूबाजूच्या काही टारगट लोकांची तिच्यावर वाईट नजर. पण ती खमकेपणाने सगळ्यांना चार हात दूर ठेवी. त्यातच तिला दिवस गेले. बाहेरचा फारसा आधार नव्हता. आई वडील लहानपणीच कॉलऱ्याच्या साथीत गेले होते. एक मोठा अविवाहित भाऊ हाच आधार. पण तो बहिष्कृत कारण त्याने ख्रिश्चन धर्म स्वीकारला होता आणि तो पिंपरीला राहत होता.

रोमा पोटात होती आणि आईचे दिवस भरलेले होते. एकदा भाकरी थापत बसलेली असताना नवरा दारू पिऊन घरात आला आणि शिव्या देत त्यानी तिच्या कमरेवर लाथ मारली. ती कळवळून ओरडली. तिची गर्भसंरक्षक पाण्याची पिशवी फुटली होती. कशीबशी ती जवळच्या महापालिकेच्या प्रसूती केंद्रात पोचली. बाळ वाचलं पण बाळंतीण दगावली. घरातल्या दिराने मुलाबाळांना घेऊन, आपल्या अंगाशी काही यायला नको म्हणून वस्तीतून रातोरात पोबारा केला. कुठे गेले ते काही शेवटपर्यंत कळले नाही.

नंतर पोलीस केस झाली. नवरा तुरुंगात गेला आणि तिथेच मेला. रोमाच्या आईने आपल्या भावाचा फोननंबर प्रसूती केंद्रात दिला होता.तो येऊन रीतसर सगळे कायदेशीर सोपस्कार करून नवजात मुलीला घेऊन गेला. त्यांनी बाळाला त्याच्या माहितीतल्या एका मिशनरी अनाथाश्रमात दाखल केले. तिथेच मुलीचे 'रोमा'असे नामकरण करण्यात आले. तिथल्या आठवीपर्यंतच्या शाळेत ती शिकली. तिचे पुढचे शिक्षण व्हावे म्हणून आश्रमात मदतनीस म्हणून काम करणाऱ्या, उषाताईंनी मला गळ घातली. त्या रोमाच्या आईला ओळखत होत्या. रोमाला आमच्या घराजवळच्या एका इंग्लिश मीडियम शाळेत प्रवेश मिळाला होता. आश्रमातून रोज जाऊन-येऊन शाळा करणं गैरसोयीचे होते. उषाताईंना कळले होते की माझ्या घरी मुलींना शिक्षणासाठी विनामूल्य वास्तव्याची आणि शिक्षण खर्चाची सोय आहे. म्हणून त्या रोमाला माझ्याकडे घेऊन आल्या आणि त्यांनी तिची सगळी कहाणी ऐकवली. विश्वास मुलगी अल्पवयीन आहे म्हणून सावध करत होता पण मला दयेचा पाझर फुटला आणि मी हो म्हटले! खरतर रोमाचे इंग्रजी बोलणे,पटकन सॉरी थँक्यू म्हणणे, गोड हसणे यांनी मी पाघळले.

पण थोड्याच दिवसात 'काय भुललासी वरलिया रंगा' याचा प्रत्यय येऊ लागला. तिला कामाची अजिबात सवय नव्हती. शिकून घ्यायचीही इच्छा नव्हती. इतर मुलींपेक्षा आपण लहान आहोत,पायात थोडं व्यंग आहे याचे ती भांडवल करायची. इतर मुलींनी केलेल्या स्वयंपाकावर पुष्कळदा त्यांना न सांगता ताव मारायची. मधून-मधून मुलींच्या वस्तू, थोडेसे पैसेही गहाळ होऊ लागले. मुली तक्रार घेऊन आल्या की मी रोमाला दम देऊन पाठवत असे आणि नंतर इतर मुलींना तिला सांभाळून घ्यायला सांगत असे. मिशनरी शाळेत प्राथमिक शिक्षण झाल्याने रोमाला इंग्रजी चांगले बोलता येत असे. इतरांना तितकेसे चांगले येत नाही एवढ्या एकाच कारणाने सगळ्यात लहान असून ती इतर मुलींवर दादागिरी करायची.

पुढे पुढे तिने आणखीनच गुण उधळायला सुरुवात केली. शाळेच्या कोपऱ्यावर, पार्कपाशी, मुलांबरोबर गप्पा मारत बसलेली दिसते असे कानावर येऊ लागले. तिच्याकडे नंतर एक मोबाईल फोनही आला. तो उषामावशीने दिला असे तिने सांगितले. पण तो तिच्या कोणीतरी मित्राने दिला होता असं तिच्या खोलीतल्या जाईकडून मला कळले. ती सारखी त्या मोबाईलवर बोलत असते, वाह्यात पोस्ट पहात असते असेही तिने सांगितले. हे सगळे प्रताप तिच्या परीक्षेच्या निकालातूनही दिसले. वार्षिक परीक्षेमध्ये ती तीन विषयात नापास झाली होती. शाळेत मुख्याध्यापकांनी भेटायला बोलावले तेव्हा इतरही गोष्टी उजेडात आल्या. शाळेत जाते सांगून ती मुलांबरोबर सिनेमा, हॉटेलमध्ये जात असे. वर्गातही शिकवण्याकडे लक्ष नसायचे. अशा अनेक तक्रारी! माझ्या विंनंतीवरून

आणि रोमाला सक्त ताकीद देऊन त्यांनी तिला नववीतून दहावीत चढवले. पण निघताना तिला दहावी उत्तीर्ण करून घेण्याची जबाबदारी माझ्यावर टाकली. मुख्याध्यापक बाईंना शाळेच्या एसएससीच्या निकालाची जास्त काळजी होती!

मी घरी आल्यावर खूप अस्वस्थ झाले. ताबडतोब उषाबाईंना फोन लावला. तो कोणी घेईना. मग आश्रमात फोन केला. उषाबाई दोन महिन्यांपूर्वीच हृदयविकाराने गेल्याचे कळले. मी रोमाचे कपडेलत्ते भरून तिच्या बॅगसकट तिला परत आश्रमात दाखल करायला घेऊन गेले. तिने आश्रमात न जाण्यासाठी खूप गयावया केली, पाया पडली, आणाभाका घेतल्या. पण या वेळेला मी मनावर दगड ठेवला. तिला बाहेर बसवून मी संचालिकांच्या खोलीमध्ये गेले. त्या माझ्याशी अदबीने बोलल्या, पण आश्रमाच्या नियमाप्रमाणे आता तिला परत घेता येणार नाही हे त्यांनी स्पष्टपणे सांगितले. माझ्या पायाखालची जमीनच हादरली. आता या मुलीची जबाबदारी पूर्णपणे आपल्यावर आहे हे लक्षात आले. हे आव्हान स्वीकारल्याशिवाय गत्यंतर नाही हे जाणवले आणि आपोआप तशी मानसिक तयारी झाली. एक नक्की समजले होते की रोमाला आश्रमाच्या बंदिवासात काहीही करून जायचे नव्हते. मी शांतपणे बाहेर आले आणि तिला सांगितले, "आज रविवार म्हणून ऑफिस बंद आहे. उद्यापासून तुला इथे आश्रमात राहायला यायचे आहे. शाळेत न जाता अभ्यास करून बाहेरून एस.एस.सी.ला बसता येते. तशी परीक्षेला बस." परत येताना रोमाची रडारड, आश्रमात गेले तर जिवाचे बरेवाईट करून घेईन इत्यादी सुरू होते. मी तिला अजिबात पत्ता लागू दिला नाही की तिला आश्रमात प्रवेश नव्हता. तिची सर्व जबाबदारी आता माझ्याच शिरावर आहे हे जर तिला कळले असते तर नक्कीच तिने त्याचा गैरफायदा घेतला असता आणि तिला काहीच धरबंध राहिला नसता. रात्री या रोमाचे कसे काय निस्तरायचे या विचारांनी मला झोप लागली नाही. सकाळी उठल्या उठल्या रोमा आली आणि यापुढे नीट नियमानुसार शिस्तीत वागण्याची, अभ्यास करण्याची खात्री देऊ लागली. मी तिच्याबरोबर राहणाऱ्या इतर मुलींना बोलावले आणि त्यांच्यादेखत तिच्याकडून सगळे कबूल करून घेतले. मुलींनाही तिच्यावर लक्ष ठेवायला सांगितले. ही शेवटची संधी आहे. यापुढे कुठलीही, जराही आगळीक घडली तर तत्क्षणी आश्रमात पोचवले जाईल अशी तंबी दिली.

आश्रमात जाण्याच्या भीतीने रोमा बरीच सरळ आली होती. पुष्कळदा मी तिला माझ्या घरीच अभ्यासाला बसवून घेत असे. तिच्या अभ्यासाकडे मी आता आणखी जातीनं लक्ष देऊ लागले. मुलगी डोक्याने बरी आहे हे लक्षात यायला लागले. तिलाही अभ्यासात थोडीफार गोडी वाटू लागली. एस.एस.सी. परीक्षा ती चक्क सत्तर टक्के गुण मिळवून उत्तीर्ण झाली. ती आता सतरा वर्षाची होती. तिची ज्ञानप्रबोधिनीतर्फे

होणारी ॲप्टीट्यूड टेस्ट करून घेतली. इंग्रजी चांगलं बोलता येणे, व्यक्तिमत्त्व बरे असणे या जोरावर तिला तिच्या आवडीच्या हॉस्पिटॅलिटी अँड ट्रॅव्हल मॅनेजमेंटच्या एका खाजगी, दीड वर्षाच्या कोर्ससाठी प्रवेश मिळाला. तो तिनं चांगल्या रीतीने पूर्ण केला आणि नंतर तिला एका तारांकित हॉटेलमध्ये रिसेप्शनिस्ट कम ट्रॅव्हल असिस्टंट म्हणून बऱ्यापैकी पगाराची नोकरी मिळाली. तिथेच तिला तिचा जोडीदारही भेटला. तो थोडा बोलताना लागायचा पण उत्तम शेफ होता, स्वभावाने सरळ होता. घरी त्याची आई होती. ती स्वयंपाक उत्तम करायची आणि एका खाजगी कंपनीत जेवणाचे डबे द्यायची. तिलाही रोमा पसंत होती. आता रोमा एकवीस वर्षांची झाली होती. तिची आम्ही जागृतीतल्या सगळ्यांनी रीतसर पाठवणी केली. थोडक्यात लग्न लावले. निम्मा लग्नखर्च तिच्यासासूबाईंनी केला. तिला भेट म्हणून सर्वांनी वर्गणी काढून पाच हजार रुपयांची ठेव पावती तिच्या हातात दिली. नंतर वर्षभरातच तिला मुलगा झाला, पेढे घेऊन आली आणि पाया पडली. "तुमच्यामुळेच सगळं झालं." म्हणाली. नंतर रोमा आणि तिच्या नवऱ्याने मिळून एक छोटे हॉटेल सुरू केले. त्यासाठी रोमाने तिच्या शारीरिक व्यंगाच्या आधारे अपंगांसाठी राखीव असलेली आरक्षणातील जागा खटपट करून मिळवली. व्यवस्थापन रोमा संभाळते, बाकी काम नवरा आणि त्याची आई बघतात. नुकतेच ऐकले की त्यांनी आणखी एक हॉटेल चालवायला घेतले आहे. एकूण 'पदरी पडले आणि पवित्र झाले!'

***

तीन कन्या - जिद्दीच्या

रोमा ही आमच्या आनंदघरात राहणारी जरा टोकाचीच मुलगी होती. काही अधल्या मधल्या म्हणजे अधूनमधून बेशिस्तपणा, कुरबूर वगैरे करणाऱ्या पण दम दिला की ऐकणाऱ्या होत्या. सुदैवानी बऱ्याचशा व्यवस्थित, अभ्यासू, नियमानुसार वागणाऱ्या होत्या. काही जणी तर विलक्षण जिद्दीच्या आणि हुशार होत्या. त्यांच्या सत्यकथा प्रेरणादायी आहेत. या मुला-मुलींनीच जागृतीची सर्वांगीण वस्तीविकासाची 'शिक्षण' केंद्रीभूत धरून सुरू असलेली वाटचाल योग्य दिशेने आहे याची वेळोवेळी,विशेषत: कसोटीच्या क्षणीखात्री दिली. जागृतीच्या प्रयत्नांना बळ देणाऱ्या काही खऱ्याखुऱ्या सत्त्वपरीक्षेच्या कहाण्या.

वस्तीतच एकत्र कुटुंबात राहणारी मुलगी योजना. घरात आई-वडील, दोन भाऊ, दोन बहिणी आणि चुलत कुटुंबातील पाच माणसं. दोन छोट्या खोल्या होत्या पण चुलत्याची सगळ्यांवर दादागिरी असायची. योजना बालवाडीत यायची. खूप शांत, समंजस आणि अबोल. अक्षर ओळख, अंक ओळख तिला पटकन झाली. पण गाणी, नाच इत्यादी गोष्टींमध्ये मागे मागे असायची. नंतर जवळच्याच प्राथमिक शाळेत आम्ही फी भरून तिचा प्रवेश घेतला. घरात कोणाचेच तिच्याकडे लक्ष नसायचे. अभ्यासवर्गात ही मुलगी बुद्धिमान आहे हे लक्षात यायला लागले. सातवीनंतर तिला महापालिकेतर्फे गरीब आणि हुशार मुलांसाठी चालवल्या जाणाऱ्या विद्यानिकेतन शाळेत प्रवेश मिळाला. यासाठी पूर्वपरीक्षा असते त्याची तिनेच आपणहून तयारी केली. काही अडलं तर फक्त आम्हाला विचारायची. या परीक्षेत ती पहिली आली आणि तिला प्रवेश मिळाला. शाळा जरा दूर होती पण वस्तीतून जायला सोयीची बस होती. तिचा बससाठी आम्ही पास काढून दिला. शाळेत फी नव्हती आणि वह्या पुस्तकही तिथेच मिळायची. शिक्षण चांगल्या प्रकारे चालू होते. जागृतीच्या अभ्यासिकेत अभ्यासाला यायची. घरात सतत भांडणं

चालायची त्यामुळे तिथे अभ्यास होणे शक्यच नव्हते. विद्यानिकेतनतील शिक्षणाचा दर्जा चांगला होता, शिक्षकही तळमळीने शिकवणारे होते. एस.एस.सी. परीक्षा झाली, निकाल लागायचा होता. संस्थेत ब्युटिशीयनचा तीन महिन्याचा कोर्स सुरू केला होता. तिला म्हटले, "सुटीत इथे येऊन तो कर." तिने दिलेले उत्तर विचार करायला लावणारे होते. तिने स्पष्टपणे पण नम्रतापूर्वक सांगितले,"मॅडम, मला सौंदर्यप्रसाधनं, कपडेलत्ते, सिनेमा, याची अजिबात आवड नाही. त्यामुळे हा कोर्स करण्यात मला रस वाटणार नाही. उगाच वेळ वाया जाईल." मी योजनाकडे पाहिले आणि मला एक वेगळीच वैचारिक चमक तिच्यात दिसली. मी म्हटलं, "मग सुट्टीत काय करणार आहेस?" ती म्हणाली, "मी जागृतीच्या वाचनालयातील पुस्तकं वाचेन."

माझ्याकडे घरकाम करणारी ताराबाई योजनाच्या शेजारीच राहायची. एक दिवस सकाळी आल्या आल्या ती सांगू लागली, "बाई, योजनासाठी काहीतरी करा. सतत बुकं वाचताना दिसते. लई गुणी मुलगी आहे. काल तिच्या चुलत्यानं तिला भरपावसात रात्रभर घराच्या बाहेर उभं केलं होतं." आम्ही धावतच तिकडे गेलो. त्या दोन खणी जागेवरून मारामाऱ्या झाल्या होत्या. एक खोली योजनाच्या आईच्या नावावर होती. तिला चुलता तेथून चालती हो म्हणाला तेव्हा योजनाने त्याच्याकडे जागेची कागदपत्रे मागितली. म्हणून तिला शिक्षा झाली होती. आई गयावया करून म्हणू लागली, "आमचे भोग आम्ही भोगू, पण या मुलीला इथून न्या." काही दिवस योजनाची ओळखीच्यांच्या घरी सोय केली. पण फार दिवस ते शक्य झाले नाही. योजनाचा एस.एस.सी.चा निकाल लागला.तिला ब्याऐंशी टक्के गुणमिळाले. ती कौतुकाने घरी गुणपत्रिका दाखवायला गेली तर वडिलांनी ती फाडून टाकली आणि आईला फर्मान सोडले, "तिला साडी नेसून तयार व्हायला सांग. मुलगा पहायला येणार आहे. तिच्या काकांच्या ओळखीतला आहे." मुलगा तिच्यापेक्षा चौदा वर्षांनी मोठा, तीस वर्षाचा ट्रक ड्रायव्हर होता. नंतर असेही कळले की तो एचआयव्हीबाधित होता. योजना घरी जवळजवळ नजरकैदेत होती. पण तिची धाकटी बहीण आमच्या संपर्कात होती. लग्न डिसेंबरमध्ये होणार होतं. आधीच्या अनुभवावरून योजना आणि आम्ही तिला अठरा वर्ष पूर्ण होण्याची वाट बघत होतो. तोपर्यंत जरा सबुरीने घ्यायचे असे ठरले होते. आम्हीही तयारीत होतो. विशेष म्हणजे तिचा वाढदिवस १५ ऑगस्टला असायचा. तेव्हा दुसऱ्याच दिवशी आधी ठरल्याप्रमाणे ती तडक उठून आमच्या आनंदघरमध्ये राहायला आली. कॉलेजप्रवेशासाठी थोडा उशीर झाला होता, पण ओळखीनं जवळच्या फर्ग्युसन कॉलेजमध्ये अकरावीला आर्ट्सला प्रवेश मिळाला. तिचे ध्येय निश्चित होतं. वस्तीत आमच्या बायाबापड्यांचा अज्ञानाचा फायदा घेऊन लोक जागा बळकावतात. म्हणून तिला कायद्याचे शिक्षण घ्यायचे होते.

नंतर एक-दोनदा येऊन तिच्या बापाने, चुलत्याने तमाशे केले. पण आम्ही कोणी आणि मुख्य म्हणजे योजना अजिबात बधली नाही. तिनं खणखणीत शब्दात त्यांना बजावले, “मी सज्ञान आहे. माझ्या मर्जीने इथे राहते, शिक्षण घेते. यापुढे माझ्या भानगडीत पडू नका. तोंडसुद्धा कोणी दाखवू नका. नाहीतर पोलिसांकडे तक्रार करेन.” त्या दिवशीचा तिचा आवेश थक्क करणारा होता. योजनाची तडफ आणि तिच्यापाठी उभे असलेले जागृतीचे संघटन यांना घाबरून नंतर पुन्हा कोणी घरची मंडळी तिच्या वाटेला गेली नाहीत. स्वातंत्र्यदिनी जन्मलेली ही मुलगी खरंच स्वतंत्र बाण्याची होती. बारावीला चांगले गुण मिळवून त्यानंतर पाच वर्षांचे कायदे शिक्षण घेऊन एल.एल.बी. झाली. एका चांगल्या वकिलाच्या हाताखाली कामाचा अनुभव घेत एल.एल.एम. पण झाली.

योजना आता स्वतंत्रपणे काम करू लागली, तिला कामेही चांगल्या प्रकारे मिळू लागली. कोर्टात ती शांतपणे, संयमाने पण अतिशय ठामपणे अशीलाची बाजू मांडत असे. तिच्या भरोशावर आम्ही जागृतीत मोफत कायदे सल्ला आणि मदत केंद्र सुरू केले. त्याची धुरा योजनाने अतिशय आपलेपणाने विनामूल्य सांभाळली. दुर्दैवाने एका विघ्नसंतोषी समाजकंटकांने जागृतीच्या काही पदाधिकाऱ्यांविरुद्ध कोर्टात यांना भविष्यात माझी जमीन हडप करायची आहे असा खोटा दावा लावला. त्यात काही तथ्य नव्हते. दोन वर्षांनी आमच्या बाजूने निकाल लागला. शहाण्याने कोर्टाची पायरी चढू नये असे का म्हणतात ते तेव्हा कळले. इथे आम्हाला नाइलाजानं ती चढायला लागली होती. हा सगळा सत्वपरीक्षेचा काळ योजनामुळे सुसह्य झाला. केवळ तिच्या अथक प्रयत्नांनी निकाल लवकर लागला, अन्यथा न्यायालयीन प्रक्रियेनुसार वर्षानुवर्षे प्रकरणतसेच चालू राहिले असते. वाईटातून चांगले शोधायचे म्हटले तर यामुळे वस्तीत जागृतीच्या अकारण वाटेला जाणाऱ्या, कुरापती काढणाऱ्या लोकांवर जरा जरब बसली. पुढे जाऊन जागृतीच्या समुपदेशन केंद्रात येणाऱ्या प्रकरणांसाठीही त्याचा उपयोग झाला.

योजनानं जागृतीमध्येच शिकलेल्या तिच्या वस्तीतच राहणाऱ्या पायल शेखला हाताशी घेतलं. योजना पायलमध्ये स्वतःलापहायची. पायलची कहाणी जवळपास योजना सारखीच पण तिच्याहूनही अधिक उद्वेगजनक होती. घरातलं वातावरण कट्टर धार्मिक. तिची आई बुरख्यातच असायची. पायलदेखील चांगलीच हुशार आणि तरतरीत असल्याने शिक्षणासाठी असलेल्या घरच्यांच्या विरोधाला तोंड देत नेटाने दहावीपर्यंत शिकली. त्यानंतर मात्र न थांबता घरच्यांनी बाहेरगावच्या मुलाची कसलीही चौकशी न करता झटपट तिचं लग्न उरकून टाकले. खरे सांगायचे तर मुलीला विकले! मुलाने तीन-चार महिने नांदवलं आणि मग चक्क तिला मुंबईच्या वेश्यावस्तीतील एका कोठेवालीकडे नेऊन सोडले. पायलला सगळा अंदाज आला होताच. त्यामुळे ती गुपचूप आमच्याशी

संपर्क ठेवून होती. आम्हाला हे प्रकरण कळल्याबरोबर आम्ही रातोरात योजना आणि तिचे एक वरिष्ठ वकील यांना घेऊन तडक पायलच्या कोठीवर गेलो. काळे कोट घातलेले वकील लोक समोर बघितल्यावर फारशी बाचाबाची न करता, कोठीच्या मालकिणीने, पायलसाठी तिने मोजलेले पैसे आम्ही चुकते केल्यावर, तिला आमच्या स्वाधीन केले. या सगळ्या धक्क्यातून पायलयला सावरायला फार वेळ लागला नाही. योजनासारखं तिलाही वकील व्हायचं होतं. झटून अभ्यासाला लागली. योजनाही तिच्या अभ्यासाकडे जातीनं लक्ष देत होती. पायल चांगल्या प्रकारे उत्तीर्ण झाली.

पायल मग योजनाकडेच तिची ज्युनियर असिस्टंट म्हणून काम करू लागली. एकीकडे सायबरलॉचा डिप्लोमा केला. तिला एका आयटी कंपनीच्या लीगल सेलमध्ये चांगल्या पगाराची नोकरी लागली. तिथेच तिला कम्प्युटर इंजिनीअर असलेला जोडीदार मिळाला. इकडे योजनानेही न्यायालयीन पहिली पात्रता परीक्षा, दुसरी परीक्षा, इंटरव्यू ह्या सगळ्या पायऱ्या चिकाटीने चढत पार केल्या आणि पुण्याबाहेर तिची फर्स्ट क्लास मॅजिस्ट्रेट म्हणून नेमणूक झाली. कोर्टाच्या तिच्या पहिल्या दिवशी मुद्दामहून आम्ही जागृती परिवारातील काहीजणी तिथे गेलो. तिचा कोर्टातील रुबाब पहायला तिच्या समोरील बाकांवर इतरांप्रमाणे बसून तिची वाट पाहत राहिलो. योजनानी प्रवेश करताच न्यायालयीन संकेताप्रमाणे अदबीने उभे राहिलो आणि न्यायाधीश आसनस्थ झाल्यावरच संकेताप्रमाणे जरा वाकून खाली बसलो. परतीच्या वाटेत सगळ्यांच्याच मनावर न्यायदेवतेच्या वलयाचे गारुड होते.

मीना उर्फ मिनू म्हणजे स्वप्नपूर्तीसाठी केलेल्या धाडसाचा एक वेगळाच नमुना होता. वस्तीत जसे सर्वसाधारण घर असते तसेच तिचेही होते. त्यांच्या बोळातल्या त्यांच्याच घराशेजारी असलेल्या नळकोंड्यावर पाणी नीट यायचे नाही. रोज हमरीतुमरी आणि आया-बहिणींवरून शिव्याशाप चालायचे. या वातावरणाचा परिणाम म्हणून की काय मिनूने बघितलेली स्वप्ने अगदी दुसऱ्या टोकाची होती. अभ्यासात मिनू चांगली होती. विशेष म्हणजे विज्ञान हा तिचा आवडीचा विषय होता. म्हणून ती आमच्या विज्ञान शिक्षिका अलका साठे आणि गणित मार्गदर्शक मंगला नारळीकर यांची लाडकी होती. एरवीसुद्धा ही गोड चेहऱ्याची, गोड बोलणारी, हसताना गालांवर गोड खळ्या पडणारी मुलगी प्रथम भेटीतच समोरच्याला आपलेसेकरून टाकत असे.

एकदा आम्ही जागृतीमधील आठवी ते दहावी वर्गातील मुलांची निबंध स्पर्धा घेतली. पहिल्या तीन क्रमांकांना प्रसिद्ध लेखक अनिल अवचट यांच्या हस्ते बक्षीसे देणार होतो. त्यावेळी ते जागृतीत येऊन मुलांशी आणि त्यांच्या पालकांशी संवाद साधणार होते.दोन विषय दिले होते. 'माझे आदर्श' आणि 'माझी स्वप्ने' निबंधासाठी दिलेल्या कागदांबरोबर

एक कोरा कागदही दिला होता. मुलांनी त्यावर आपण लिहिलेल्या निबंधातील आशयानुरूप चित्र काढून ते रंगवायचे होते. प्रत्येकाला उत्तेजनार्थ म्हणून एक रंगीत पेन्सिलींची पेटी आणि वही बक्षीस मिळणार होती. मुलांनी उत्साहाने दोन्ही विषयांवर निबंध लिहिले. आदर्श साधारणतः शिवाजी महाराज, राणी लक्ष्मीबाई, बाबा आमटे, लोकमान्य टिळक, पु.ल. देशपांडे, डॉ. जयंत नारळीकर हे होते. स्वप्नेही साधारण मोठा शास्त्रज्ञ, शूर जवान, सेवाभावी डॉक्टर अशी नेहमीची होती. मिनूचा निबंध वाचताना मात्र आम्ही अवाक होऊन गुंगून गेलो. तिने चक्क लिहिलं होतं की तिला खूप श्रीमंत व्हायचेय, एक सुंदरआठ दहा खोल्यांचे घर घ्यायचेय. घर शांत ठिकाणी, आजूबाजूला हिरवळ आणि जलाशयसुद्धा असणारे हवे आहे. कुत्रा वगैरे प्राणी मात्र आसपाससुद्धा नको. आवाजाने वातावरण म्हणे बिघडतं!नळकोंड्यावरच्या रोजच्या कलकलाटाची आणि पाणीसुविधेच्या अभावाची ही बहुधा टोकाची प्रतिक्षिप्त क्रिया असावी. तिने चित्रही छान काढले होते. निबंध तिने अंत:स्फूर्तीने, मनापासून लिहिला होता. तिला परीक्षकांचे विशेष पारितोषिकदेण्यात आले. तिला आम्ही सांगायला गेलो,"अगं तुझं स्वप्न रम्य आहे. पण ते साध्य होणे अवघड आहे. आपल्याला झेपतील अशीच स्वप्न बघितलेली बरी नाही का?" तिचा चेहरा जरा आक्रसला, आवाजातला गोडवा कमी होऊन एक वेगळाच काहीसा कर्कश करारीपणा आला आणि ती म्हणाली, "मी त्यासाठी काहीही अगदी वाट्टेल ते करीन." आम्ही तिच्या 'काहीही' आणि 'वाट्टेल ते' या शब्दांनी जरा चरकलोच. मग अधूनमधून काळजीपोटी तिला 'भलतं सलतं' करून काही मिळत नसतं इत्यादी सल्ले देत राहिलो. पण मिनू मात्र उलटी आमचीच समजूत घालायची. "मॅडम, मी काही वावगं करणार नाही याची खात्री बाळगा." आणि तसे दिसतही होते. ती मन लावून अभ्यास करत होती आणि बारावीला विज्ञान शाखेत ऐंशी टक्के गुण मिळवून ती चांगल्या प्रकारे उत्तीर्ण झाली. मान्यताप्राप्त नर्सिंगचा कोर्स तिला करायचा होता. तिच्या गुणांवर तिला बी.जे.मेडिकल कॉलेजला तीन वर्षाच्या ए.एन.एम.(औक्झिलरी नर्सिंग अँड मिडवायफरी) या कोर्सला सहज प्रवेश मिळाला. दर्जा आणि प्रत्यक्ष अनुभव या दृष्टीने हा कोर्स उत्तम समजला जाई. परदेशातही काही ठिकाणी या कोर्सला मान्यता होती.

कॉलेजला जायला लागल्यावर एक दिवस मिनू येऊन सांगू लागली, "मला इंग्रजी सुधारणे गरजेचे आहे. कॉलेजमधली लेक्चर्स इंग्रजीत असतात. इंग्रजी बोलणे आणि लिहिणे यासाठी काही करता येईल का?" आमच्या समोरच इंग्लिश शाळेत इंग्रजी शिकवण्याचा अनुभव असलेल्या शुभलक्ष्मी मुळे राहायच्या. त्यांनी मला सांगून ठेवलं होतं की जागृतीतील कोणी मुलगी शिकायला माझ्या घरी आली तर मी विनामूल्य शिकवेन. मिनूचं कॉलेज, ससून रुग्णालयातील रात्रपाळी आणि इंग्रजी शिकवणी हे सगळं जमवायचे

असेल तर तिला माझ्या घरामागच्या 'आनंद घरात' येऊन राहण्याशिवाय पर्याय नव्हता. मिनू तयार होतीच. नंतर तीन वर्षे ती न चुकता मुळेबाई बोलावतील तेव्हा त्यांच्याकडे जात असे. तिथेच तिने मुळेबाईंच्या मार्गदर्शनाखाली टोफेल आणि आय.ई.एल.टी.एस. या परदेशी जाऊन शिकण्यासाठी लागणाऱ्या इंग्रजीच्या पात्रतापरीक्षांचा अभ्यास करायला सुरुवात केली. याबाबत ती कसोशीने प्रयत्न करत आहे हे लक्षात येत होते.

नर्सिंगची परीक्षा मिनू चांगल्या प्रकारे उत्तीर्ण झाली. इंग्रजीही बऱ्यापैकी बोलता यायला लागले होते. तिला लगेचच ससून हॉस्पिटलमध्ये स्टाफ नर्स म्हणून नोकरी मिळाली.व्यवस्थित पगार मिळायला लागला. पण मी मिनूला आता इथे राहायचं नव्हते. प्रशिक्षित नर्सेसना परदेशात कोठे मागणी आहे आणि पगारही अधिक चांगला कोठे मिळतो या सगळ्याबाबत तिने चौकशी करून ठेवली होती. पण एक अडचण आली. त्यासाठी ज्या पात्रतापरीक्षांची तिनं तयारी केली होती, त्या परीक्षांचे केंद्र तेव्हा पुण्यात नव्हते. ती हे सांगायला आल्यावर तिचा परदेशगमनाचा इरादा आम्हाला कळला. आम्ही तिची हैदराबादच्या परीक्षाकेंद्रावर जाण्याची आणि राहण्याची सोय केली. परीक्षा देऊन मिनू आली पण अपेक्षेप्रमाणे तिला गुण मिळाले नाहीत. परदेशी शिष्यवृत्ती मिळण्याची तर शक्यताच नव्हती. पण म्हणून मुलीने आपली जिद्द सोडली नाही! एक वेगळेच धाडस केले! एकूण परिस्थितीत पाहता ते दु:साहसच होते.

इंटरनेटवरील लग्न जुळवणाऱ्या संकेतस्थळावर तिने आपली माहिती, फोटो टाकला. जात-पात, शिक्षण काही अट नाही. अट फक्त एकच मुलगा अमेरिकेत स्थायिक असावा. अधूनमधून ती आपणहून आम्हाला तिला विचारणा केलेल्या मुलांची माहिती द्यायची. पण आम्ही फारसं लक्ष द्यायचो नाही. तिचे हे खूळ काही निष्पन्न होत नाही म्हटल्यावर आपोआप जाईल असे वाटले. पण एक दिवस तिनं आम्हाला धक्काच दिला. एका मुलाचा फोटो आमच्या समोर ठेवला. राघवेंद्र, तीस वर्षांचा अविवाहित केरळमधील मुलगा. तो तेरा वर्षाचा असताना आई-वडिलांबरोबर अमेरिकेत गेला. वडीलांना एका इंडियन हॉटेलमध्ये आचारी म्हणून काम मिळालं होते. आई पण तिथेच मदत करायची. वडील हृदयविकाराने अचानक गेले तेव्हा तो एकोणीस वर्षाचा होता आणि कॉस्को सारख्या मोठ्या घाऊक विक्रीच्या दुकानात पॅकिंगची काम करत होता. एकीकडे त्याने एक ट्रक घेऊन स्वतःचा ट्रान्सपोर्टचा व्यवसाय सुरू केला होता. हळूहळू व्यवसायात त्याचा चांगला जम बसू लागला होता. मिनूचा फोटो पाहून तो तिच्याशी इंटरनेट, टेलिफोन वरून संपर्क ठेवू लागला आणि त्यांनी लग्न ठरवले. मुलगा वयानं मोठा आणि मिनूच्या मानाने फोटोत जरा जास्तीच जाडजूड दिसत होता. चौकशी वगैरे करायला वेळच नव्हता. परदेशस्थ मुलांच्या काहीबाही गोष्टी ऐकलेल्या असतात. नाना विचार

मनात येऊ लागले. आम्हाला आशा होती की मिनूच्या घरचेविरोध करतील. पण उलटेच झाले. ते खूश होते. एक मुलगी बिनापैशाची उजली, पुन्हा अमेरिकेतला नवरा! तो तेथून मिनूच्या धाकट्या भावंडांच्या शिक्षणासाठी पैसेही पाठवणार होता! आणखी काय हवं? त्रिवेंद्रमला मुलाच्या काकाचे घर होते. पंधरा दिवसांनी लग्न होणार होते. मिनूच्या लग्नाला घरच्यांबरोबर आम्ही जागृतीतील काहीजणी आणि 'आनंद घरात' रहाणाऱ्या तिच्या दोन मैत्रिणी गेलो. राघवेंद्र आणि त्याची आई अधूनमधून आमची चौकशी करत होते. मिनू नवरी मुलगी म्हणून फार गोड दिसत होती.

नंतर अमेरिकेतून अधूनमधून फोन आणि इमेलवर मिनूची खुशाली कळत होती. नवऱ्यामुळे तिला अमेरिकेचे नागरिकत्व मिळाले. तिथे तिने दीड वर्षाचा एक बाळंतपणाबाबतचे विशेष प्रशिक्षण, परीक्षा असलेला कोर्स उत्तमपणे पूर्ण केला. तिला चांगली नोकरीही नामांकित हॉस्पिटमध्ये लागली. भावंडांच्या शिक्षणाला ती पैसेही पाठवू लागली.

मी आणि विश्वास माझ्या मुलीकडे अमेरिकेत व्हर्जिनियाला गेलो होतो, तेव्हा तिने फोन करून आम्हाला आवर्जून बोलावले. 'डिस्नेवर्ल्ड'बघायला आम्हाला जायचे होते, तेथून चार तासावर तिचे घर होते. डिस्नेवर्ल्डमधील वॉल्ट डिस्नेची अद्भुत किमया बघून भारावलेल्या स्थितीत आम्ही तिच्याकडे पोहोचलो. तिघांनी आमचे चांगले स्वागत केले. राघवेंद्रच्या आईने खास केरळी पदार्थ खाऊ पिऊ घातले. एकूण संसार चांगला चालला होता. सुरुवातीला वाटलेले दु:साहस हे मिनूने विचारपूर्वक केलेले सुयोग्य धाडस ठरले होते. मिनूचे घर खरंच तिच्या स्वप्नातलेच घर होते! वर-खाली मिळून सात आठ खोल्या, मागच्या बाजूला झाडं, हिरवळ आणि चक्क छोटासा पोहोण्याचा तलाव म्हणजे जलाशय सुद्धा! डिस्नेवर्ल्डचं घोषवाक्य 'Dreams Come True' (स्वप्ने खरी होतात) मनात घोळवतच तिनं जागृतीसाठी दिलेला एक हजार डॉलरचा चेक घेऊन आम्ही तिथून निघालो.

***

तीन गुणी मुले

मिनू लहानपणापासूनच परदेशात जाण्याबाबत ठाम होती, तर सोमाचे दुसरे टोक. त्याला परदेशातच काय पण आपली गल्ली सोडूनही कुठे जायचे नव्हते. सोमा वस्तीतच, पण सिमेंटच्या बांधकामाच्या चाळीतल्या, स्वतःच्या मालकीच्या दोन छोट्या खोल्यात राहत असे.चाळ तशी अंधारी आणि दहा बिर्हाचडांसाठी एका शौचालयाची सोय असलेली होती. पण वस्तीतल्या इतर घरांच्या तुलनेत सोमाचे घर म्हणजे वस्तीतला 'मरीन ड्राईव्ह' होता. घरात सोमाची आई आणि आजी असायच्या. आजोबा आणि वडील रासायनिक द्रव्य बनवणाऱ्या कारखान्यात अकुशल कामगार म्हणून नोकरी करायचे. कारखान्यात झालेल्या स्फोटात दोघे जागीच ठार झाले. नंतर थोडेफार विम्याचे पैसे मिळाले. संजय गांधी निराधार योजनेतूनही महिन्याला अडीच हजार रुपये मिळायचे. आई तीन चार घरची कामे करायची. आई आणि आजीचीही सोमाने खूप शिकावे अशी इच्छा होती. पण सोमाला शाळेतल्या शिक्षणापेक्षा ओट्यापाशी स्वयंपाक करण्यातच जास्त रस होता. सकाळी आई लवकर कामावर जायची म्हणून सोमाच सगळा स्वयंपाक करायचा. आजीला हात लावू द्यायचा नाही. सोमाचा आजीवर फार जीव होता आणि तोही आजीच्या गळ्यातला ताईत होता.

सोमा जागृतीच्या अभ्यास वर्गात यायचा म्हणून काठावर का होईना गणितात उत्तीर्ण व्हायचा. परीक्षेतली गणिते चुकली तरी बाजारहाट करताना तोंडी हिशेब अचूक करायचा. एस.एस.सी. झाल्यावर त्यानं कॉमर्सला जाण्याचा शहाण्यासारखा निर्णय घेतला. दुसऱ्या वर्षाला असतानाच त्याला पिझ्झा बनवणाऱ्या आंतरराष्ट्रीय ब्रँडच्या एका रेस्टारंटमध्ये संध्याकाळी चार ते रात्री दहा अशी दुसऱ्या शिफ्टमध्ये नोकरी लागली. पेढे द्यायला आला तेव्हा उरलेली दोन वर्षे कॉलेज करून बी.कॉम.नक्की पूर्ण करण्याचे आश्वासन देऊन गेला. नंतर ते त्याने पाळले. एकदा जागृतीमधल्या आम्ही दोघी-तिघी पुण्यातल्या

कॅम्पमधल्या एका मोठ्या मॉलमध्ये काही खरेदी करायला गेलो. नंतर तिथल्याच एका रेस्टॉरंटमध्ये गेलो आणि पिझ्झा मागवला. तर पिझ्झाबरोबर चॉकलेटकेकही आला. आम्ही वेटरला विचारलं तर त्याने मॅनेजरसाहेबांनी त्यांच्यातर्फे कॉम्प्लिमेंटरी पाठवला आहे म्हणून सांगितले. आम्ही काउंटरपलीकडे पाहिलं तर सोमा छानपैकी टाय लावून आमच्याकडे पाहून हसत होता. सोमा निमगोरा, उंच, सडसडीत बांध्याचा, सरळ वागणारा आणि मोकळेपणानं बोलणारा होता. तो अतिशय प्रामाणिकही होता. बारीक-सारीक गोष्टीतूनही ते लक्षात येत असे. अभ्यासवर्ग सुरू व्हायच्या आधी वर्ग झाडून स्वच्छ ठेवायचं काम त्याच्याकडे असे. त्यासाठी त्याला जागृतीकडून काही मोबदला दिला जाई. कधी त्याच्याकडून काम झालं नाही तर तो स्वतःहून खाडाकेलेल्या दिवसांचे पैसे परत करायचा. त्याचा भाबडा प्रांजळपणा त्याच्या वागण्या बोलण्यातून सहज जाणवत असे.

सोमाच्या संपर्कात आलेल्या प्रत्येकालाच तो आपला जवळचा आणि विश्वासातला वाटत असे. म्हणूनच इतक्या लवकर सोमाची स्वारी मॅनेजर पदापर्यंत पोहोचली. सोमा पुढच्याही पायऱ्या लवकर चढत गेला. रेस्टॉरंटमध्ये त्याचे चौफेर लक्ष असे. सौजन्यपूर्ण ग्राहक सेवा, प्रसन्न सजावट, पदार्थांची चव आणि स्वच्छता याबाबत तो फार जागरूक असे. रेस्टॉरंटचे मालक त्याच्यावरखूश होते. ते आखाती देशात एक नवीन हॉटेल सुरू करणार होते. तिथे खूपच चांगल्या पगारावर काम करण्याची संधी त्यांनी सोमाला दिली. पण आपले घर आणि आई-आजीला सोडून तो जायला तयार नव्हता. आई एक दिवस रडत रडत आमच्याकडे आली आणि म्हणाली "तुम्हीच सोमाला समजावा. चांगली संधी उगाच सोडतोय." सोमाला बरेच समजावले, पण तो ऐकत नव्हता. त्याच्या आजीला अगदी प्राथमिक अवस्थेतला कॅन्सर झाला होता. "तिच्या औषधपाण्याचा खूप खर्च होईल, त्यासाठी तरी काही दिवस जा", असे सांगितले. शेवटी ही मात्रा चांगली लागू पडली. सोमा शारजामध्ये कामासाठी गेला. दुर्दैवाने त्याच्या आजीचा कॅन्सर बळावला आणि तिची जातीने सेवा करण्यासाठी सोमा दीड वर्षानंतर परत आला. नातसुनेच्या गळ्यात आजीला तिच्याकडे असलेली एकमेव सोन्याची चेन स्वतःच्या हाताने घालायची होती. तिची ही इच्छाही सोमाने पूर्ण केली. सोमाच्या लग्नानंतर लगेचच पंधरा दिवसात आजी तृप्त मनाने गेली. शारजाहून परत येताना सोमा, तिकडे काटकसरीने राहून बऱ्यापैकी शिल्लक पुंजी घेऊन आला होता. त्यातून त्याने एक तीन खोल्यांची बैठी जागा घेऊन फास्ट फूड सेंटर सुरू केले. लवकरच उत्तम जम बसला. सोमा अधूनमधून आम्हाला भेटायला येतो आणि स्वतःच्याच्या वाढदिवसाला न चुकता संस्थेतल्या सगळ्या मुलांसाठी पिझ्झा आणि चॉकलेट केक पाठवतो.

रियाज हा सोमाचा मित्र. अभ्यासवर्गात शेजारीच बसायचे, सोमाच्या अगदी विरुद्ध. सोमा बोलका, सगळ्यांमध्ये पटकन मिसळणारा, तर रियाज कमालीचा अबोल, एकलकोंडा, माणूसघाणा म्हणावा असा! गणितात चांगलाच हुशार पण बाकीच्या विषयात बेताचा. खरं तर तो इतर विषयांकडे लक्षच द्यायचा नाही. मला आठवतंय मी एसएससी परीक्षेची पूर्वतयारी म्हणून काही शाळांच्या गणिताच्या पूर्वपरीक्षेच्या प्रश्नपत्रिका सोडवून घेत होते. मुंबईच्या बालमोहन शाळेची प्रश्नपत्रिका खूप अवघड होती. वर्गात त्यातील भूमितीमधील एक रचना करताना मला ती जमेना. मी मुलांना इंग्रजीच्या बाई तास घ्यायला आल्या आहेत, दुसऱ्या दिवशी सांगते म्हणून वेळ मारून नेली. मी संस्थेतच होते. रियाज दबकत माझ्याकडे आला आणि त्याने त्याची वही समोर ठेवली. त्याने ती रचना वहीत बिनचूकपणे केली होती. मी शाबासकी देताच त्याचे डोळे थोडेसे आनंदाने चमकले पण तो लगेच तिथून निघून गेला. तेव्हापासून मी त्याच्याकडे विशेष लक्ष देऊ लागले. एस.एस.सी.ला रियाजला गणितात उत्तम म्हणजे १५० पैकी १४५ गुण मिळाले होते. जवळच्या कॉलेजमध्ये सायन्सला प्रवेश मिळाला. मी त्याला आपणहून आम्ही कॉलेजचा खर्च करू म्हणून आश्वासन दिले. नाहीतर त्याचा कॉलेजमध्ये जाण्याचा विचारच नव्हता. वडील दोन महिन्यापूर्वीच वारले होते घरात आई आणि दोन धाकट्या बहिणी होत्या. या सर्वांची जबाबदारी आता त्याच्यावर होती. मी ओळखीतून त्याला संध्याकाळी सहा ते नऊ अशी कॅशियरची नोकरी एका दुकानात मिळवून दिली. ते काम तो व्यवस्थित करून कॉलेजमध्ये शिकत होता.

एके दिवशी तो मला भेटायला आला आणि माझ्याकडे राहायची सोय होईल का म्हणून विचारू लागला. ते शक्य नव्हते कारण आमच्या पाठीमागच्या आनंदघरात सगळ्या मुलीच होत्या. मी त्याला नाही म्हणून सांगितलं आणि विसरून गेले. एक दिवस त्याचा मित्र घाबऱ्या घाबऱ्या आला आणि सांगू लागला, "की रियाजने हाताची नस कापून घेतलीय,लवकर चला." मी तशीच हातातले काम टाकून गेले. आज मी पहिल्यांदाच त्याच्या घरी गेले. बरोबर काही तातडीचे उपचार करायला लागले तर जागृतीच्या डॉक्टरांनापण नेले होते. फारसा रक्तस्त्राव न झाल्याने सर्व आटोक्यात होते. नंतर चौकशी केल्यावर उलगडा झाला. त्याचे वडील बाहेरख्याली होते. एच.आय.व्ही. पॉझिटिव्ह होते. त्यांची बाधा आईलाही झाली होती. मुलांच्याबद्दल काही माहिती नव्हती.आई-वडीलबाधित आहेत हे माहिती असल्याने शेजाऱ्यापाजाऱ्यांनी अनेक गैरसमजुतीपोटी त्यांना जवळजवळ वाळीत टाकले होते. रियाजच्या मनात आईवडिलांविषयी आकस होता. ते या सगळ्याला जबाबदार आहेत असे त्याला वाटत होते! वडील एका मोठ्या कंपनीत कुशल कामगार होते; परंतु त्यांचे आजारपणामुळे खाडे होत असत. तरी त्यांच्या

कामात त्यांचे कौशल्य वाखाणण्यासारखे होते त्यामुळे कंपनी त्यांना नियमित पगार देत असे. ते गेल्यानंतर विम्याचे पैसे मिळाले त्यावर कुटुंबाची कशीबशी गुजराण चालू होती.

झाल्या प्रकाराला आपणही थोडेसे जबाबदार आहोत ही अपराधीपणाची भावना माझ्या मनात होती. कदाचित रियाजची राहायची सोय केली असती किंवा महत्त्वाचे म्हणजे त्याचे योग्य समुपदेशन तज्ञांकडून वेळीच केले असते तर कदाचित फरक पडू शकला असता. नंतर लगेचच रियाज आणि त्याच्या बहिणींची एचआयव्हीची चाचणी करून घेतली. सुदैवानं तिघेही बाधित नव्हते. रियाजच्या मनात कुठेतरी आपणही एचआयव्ही बाधित आहोत अशी शंका असायची. जरा सर्दी ताप आला की आपणही वडिलांसारखे एड्स होऊन मरणार अशी भीती त्याला होती. त्यामुळेच ताप आला, तो पटकन उतरेना, म्हणून घाबरून जाऊन त्यानेहा आत्महत्येचा टोकाचा मार्ग स्वीकारला. आपण आणि बहिणी बाधित नाही कळल्यावर त्याच्यावरचं सावट दूर झालं आणि तो थोडा मोकळेपणाने बोलू लागला. नंतर आमच्या माहितीतल्या तज्ज डॉक्टर आणि समुपदेशकांकडून त्याचं समुपदेशनही केले. आईची काही चूक नाही उलट वडिलांच्या चुकीची ती शिक्षा भोगत आहे हे कळल्यावर तो आईशी प्रेमाने वागू लागला. आई कधी भेटली तर डोळ्यात पाणी आणून हात जोडते.

रियाजने नंतर कम्प्युटरमध्ये बी.सी.एस. केले. कॉलेज कॅम्पसवरच त्याची बंगलोरलाच्या मोठ्या आयटी कंपनीत निवड झाली. कंपनीतर्फे अधूनमधून परदेशातही त्याला पाठवण्यात येत असे. नंतर त्याने बंगलोरमध्ये घर घेऊन आई बहिणींना तिथे नेले. पुण्यात काही कामासाठी आला तर जागृतीत येऊन आम्हाला भेटून नव्या उपक्रमांची आवर्जून माहिती करून घेतो. त्यानेच कंपनीच्या सी.एस.आर. फंडातून जागृतीच्या अभ्यासवर्गासाठी मदत मिळवून दिली. त्या काळात एड्सच प्रमाण खूप वाढले होते आणि त्याबाबत अनेक गैरसमजही होते. रियाजचे उदाहरण डोळ्यासमोर होतेच. त्यामुळे नॅशनल एड्स रिसर्च इंस्टिट्यूटच्या सहयोगाने जागृतीत एक चिकित्सा आणि समुपदेशन केंद्र सुरू केले. एक दिवस अचानक रजिस्टर पोस्टाने एक लाखांचा चेक आला. रियाजने लिहिले होते, "माझ्यासारख्या आणखी केसेस होऊ नयेत. जागृतीतून अनेक पीडितांना मदत व्हावी म्हणून मी स्वतः थोडासा हातभार लावत आहे. ही माझी जबाबदारी आणि कर्तव्य समजतो." हे आपले कर्तव्य त्याने पुढील पाच वर्षे शब्द दिल्याप्रमाणे अव्याहत पार पाडले.

सलील उंच, गोरा आणि देखणा म्हणावा असा होता. घरात आजी, आजोबा, मामा, मामी, त्यांची तीन लहान मुले असे कुटुंब होते. आजोबांची फळाची गाडी होती. मामाची एक फ्रूटप्लेट आणि फ्रूटजूसची टपरी होती. आई एका खासगी रुग्णालयात

आया-कम-नर्सची नोकरी करत असे. पुष्कळदा दिवसपाळी आणि रात्रपाळीही करत असे. यातून मिळणाऱ्या उत्पन्नातून सलीलच्या नऊ जणांच्या कुटुंबाचा रोजचा खर्च जेमतेम भागत असे. मामा-आजोबांची बरीचशी कमाई बँकेचे आणि सावकाराचे कर्ज, मुलांच्या शाळेचा खर्च, घरभाडे यासाठी लागत असे. परिस्थिति तशी ओढगस्तीची होती. सलीलच्या वडिलांनी एका बाईच्या नादाला लागून बरीच कर्जे करून ठेवली आणि एकेदिवशी ते परागंदा झाले. या गोष्टीला दहा वर्षे होऊन गेली. सलीलच्या कुटुंबाला वसुलीसाठी आलेल्या बँकेच्या लोकांना, सावकारांना तोंड देताना नाकी नऊ येत असत. सलील कुटुंबाला हातभार म्हणून सकाळी पेपर टाकण्याचे काम करत असे.

सलील सरळमार्गी, पापभीरू आणि प्रेमळ होता. त्याच्या हातातकला होती. वर्गातल्या रंगीत खडूंच्या तुकड्यातून ताजमहाल, कुतुबमिनार वगैरे हुबेहूब कोरून काढायचा. चित्रे छान काढायचा, गणपतीच्या सुबक मुर्ती बनवायचा. अभ्यासातही चांगला होता. वर्गातल्या अभ्यासात कच्च्या असणाऱ्या. मुलांना आपणहून मदत करायचा. एकदा वर्गात शिकवताना मी जरा धडपडले आणि कपाळाला टेबलाचा कोपरा लागून रक्त येऊ लागले. सलीलने पटकन फर्स्टएड बॉक्स उघडून मला अतिशय सफाईने मलमपट्टी करून दिली. मी त्याला कौतुकाने म्हटले, "अरे व्वा, तुझा हात चांगला आहे. तुझी आई नर्स आहे तर मुलगा डॉक्टर होणार." हे सहजोद्गार भविष्यात खरे ठरणार होते.

अभ्यासवर्गातल्या सगळ्याच मुलांना सांगितले होते की त्यांना त्यांच्या गुणवत्तेप्रमाणे जिथे प्रवेश मिळेल तिथे संस्था रीतसर फी भरेल. परंतु देणगी किंवा इतर कोणत्याही स्वरूपाचा खर्च करता येणार नाही. सलीलचा शासकीय वैद्यकीय महाविद्यालयाचा प्रवेश अगदी थोडक्यात हुकला. तो खट्टू झाला पण त्याने बी.एससी.ला प्रवेश घेतला. नंतर बी.एड. करून शिक्षक व्हायचे ठरवले. परंतुकॉलेज सुरू होऊन दोन तीन महिन्यांनी त्याला पत्र आले की त्याला शासकीय वैद्यकीय महाविद्यालयात प्रवेश मिळाला आहे. आठ दिवसात फी भरून वर्गात उपस्थित व्हायचे होते. हे घडायचे कारण म्हणजे तेव्हा काही मुलांनी खोट्या गुणपत्रिका देऊन प्रवेश मिळवला होता. त्यांचा प्रवेश रद्द करण्यात आला. अशा कारवाया करणारी एक टोळी कार्यरत होती आणि ती उघडकीस आली. लगेच आम्ही सलीलची फी भरून त्याची प्रवेशप्रक्रिया पूर्ण केली.

सलीलचे पेपर टाकणे चालूच होते. पण आजोबा थकल्याने त्यांनी फळगाडी बंद केलीहोती. खर्च भागवण्यासाठी आम्ही सलीलला जागृतीत आठवी-नववीला विज्ञान शिकवायला सांगितले आणि त्याचे मानधन देऊ लागलो. एरवीसुद्धा आम्ही त्याला महिना काही रक्कम शिष्यवृत्ती म्हणून द्यायला तयार होतो. पण त्याचे म्हणणे असे होते की, माझी तीस-चाळीस हजार रुपये फी तुम्ही भरताय हेच पुष्कळ झाले. सकाळी लवकर

जागृतीतले वर्ग घेऊन तो सुरुवातीला दोन-दोन बस बदलून बी.जे. मेडिकल कॉलेज गाठायचा. शेवटी मी त्याला एक चांगली सायकल तो नको नको म्हणत असताना घेऊन दिली. वैद्यकीय शिक्षण सलीलने चांगल्या प्रकारे पूर्ण केले. माझी एक डॉक्टर मैत्रीण सलीलच्यातिच्या मेडिकल कॉलेजमध्ये प्राध्यापक होती, तिच्याकडून सलीलविषयी अतिशय चांगले मत कॉलेजमध्ये असल्याचे कळले. तो जेव्हा तिथे रेसिडेंट डॉक्टर म्हणून काम करायला लागला तेव्हा आम्हाला फारच सोयीचे झाले. जागृतीतील दवाखाना चालवणाऱ्या आमच्या डॉक्टर जरूर असेल तेव्हा सलीलच्या नावाने चिट्ठी देऊन रुग्ण पाठवायच्या आणि तोदेखील जातीने लक्ष घालून त्याची पूर्ण काळजी घ्यायचा. एरवी ससून रुग्णालयात जायला घाबरणारे रुग्ण आता सहजपणे तिथे जायला तयार व्हायचे.

मुंबईच्या उपनगरात स्वत:चे रुग्णालय असलेल्या डॉक्टरांची, कन्या आशा, बी.जे. मेडिकल कॉलेजमध्ये शिकत होती. वैद्यकीय शिक्षण घेता घेता ते दोघे एकमेकांच्या प्रेमात पडले. अनेक बाबतीत तफावत होती पण सलीलने आपल्या कर्तृत्वाने आणि उमद्या व्यक्तिमत्वाने आशा आणि तिच्या घरच्यांना जिंकून घेतले. सर्जरीत एम. एस. करायला त्याला मुंबईच्या के. इ. एम. रुग्णालयात प्रवेश मिळाला. सलील मुंबईला गेला, त्यांचे लग्न झाले आणि सासऱ्यांचे रुग्णालय सलीलने त्याच्या निष्णात शस्त्रक्रिया कौशल्याने खूपच वाढवले. आता सलील आणि आशा दोघेही मुंबईला असले तरी जागृती परिवाराशी जोडले गेले आहेत. जेव्हा तज्ज वैद्यकीय सल्ला लागतो, तेव्हा ते आपलेपणाने मार्गदर्शन करतात. सगळ्यात आश्चर्य म्हणजे सलीलच्या लहानपणी त्याला आणि त्याच्या आईला सोडून दूसरा घरोबा करण्यास गेलेले वडील आता उतारवयात त्याच्याच आश्रयाला आले आहेत. तोदेखील आईवडिलांची निगुतीने काळजी घेतो आहे.

***

डोळस मुली

वस्तीतल्या बऱ्याच मुला-मुलींमध्ये आपण वंचित आहोत, आपल्यावर नियतीनेच अन्याय केला आहे, परिस्थितीने आपण हतबल आहोत, आपली प्रगती होऊच शकणार नाही अशी निराशावादी भावना असते. कारण त्यांची परिस्थिती तशीच असते. त्यामुळे सतत परिस्थितीला दोष देत रडेपणा करण्याची, निष्क्रिय रहाण्याची सवय होऊन जाते. यावर उतारा म्हणून दरवर्षी मुलांना आम्ही त्यांच्यापेक्षाही कठीण परिस्थिती असणाऱ्या अनाथ, अपंग, विकलांग, मनोरुग्ण अशा लोकांसाठी जिथे काम सुरू आहे तिथे घेऊन जायचो.

बाबा आमटेंच्या आनंदवनात गेलो तेव्हा नर्मदा बचाव आंदोलनात त्यावेळी सक्रिय असलेले बाबा काही कामासाठी आनंदवनात होते. प्रत्यक्ष बाबांना, साधनाताईंना, डॉ. विकास आणि कुटुंबीयांना भेटून आम्हा सगळ्यांनाच एक नवचैतन्य लाभलं. कुष्ठरोगामुळे हातापायाची बोटं झडलेल्या, चेहरा विद्रूप झालेल्या लहान थोरांनी ओसाड पडीक जमिनीवर उभी केलेली हिरवीगार पिके, शेततळी, फळबागा पाहून थक्क व्हायला झाले. रात्री त्यांचा वाद्यवृंद आणि त्यासोबत सादर केलेली गाणी म्हणजे मनोरंजनाचा खजिना होता. पुढच्याच वर्षी हेमलकसाला जाऊन खडतर आदिवासी जीवनाशी परिचय करून घेतला. डॉ. प्रकाश आणि डॉ. भारती हे अहोरात्र झटून आदिवासी आणि त्याचबरोबर जंगली पशुपक्ष्यांना अपघाती यातनामय अवस्थेतून, मर्यादित साधनसामग्रीच्या आधारे उपचार करून पूर्वपदावर कसे आणतात ते पाहिले. आपोआपच 'तेथे कर माझे जुळती' असे झाले. कोल्हापूरचे नसीमा हुरजुक त्यांचे अपंग पुनर्वसन केंद्र म्हणजे तर एक अद्भुत चमत्कारच वाटतो. जन्मतः शरीरप्रकृतीने उत्तम असलेल्या नसीमाताईंना शाळेच्या स्नेहसंमेलनात व्यासपीठावर अचानक छत कोसळल्याने दोन्ही पाय गमावावे लागले. पण जिद्दीने त्या स्वतःच्या म्हणजे चाकांच्या खुर्चीच्या पायांवर पुन्हा समर्थपणे उभ्या

राहिल्या आणि अनेक अपंगांना उभे केले. त्यांच्या पुनर्वसन केंद्रात हात-पाय नसलेल्या बाई ओट्यावर पालथ्या पडून तोंडाने लाटणे धरून पोळ्या लाटताना पाहून 'दिव्यत्वाची जेथ प्रचिती' ती इथेच हे जाणवले. आशा वर्गात उशिरा यायची आणि नेहमी आई लवकर कामावर जाते, सगळ्यांच्या वीस-पंचवीस पोळ्या करून यावे लागते म्हणून कारणे सांगायची. आम्हीही तिचं कौतुक करायचो. परत गेल्यावर मात्र ती वेळेवर येऊ लागली. तिने कधीही पोळ्या करायला लागतात हे कारण पुढे केले नाही. नाशिकच्या 'प्रबोधिनी ट्रस्ट'च्या वसतीगृहात आनंदाने कार्यरत असणारी मतिमंद मुले पाहून जागृतीतल्या काही मुलांनीतरी आपला आळस झटकून टाकला आणि अभ्यासाला लागली. अशा ठिकाणी भेटी दिल्यानंतर अगदी सगळ्यांच्या नाही तरी बराचशा मुलांच्या वर्तवणुकीत सकारात्मक बदल दिसू लागायचे.

अशाच एका अंध मुलींच्या, आळंदी फाटा जवळच्या मरकल गावातील निवासी शाळेबद्दल ऐकले होते. या शाळेला भेट द्यायची खूप इच्छा होती आणि तो योग एका छान कारणाने जुळून आला. माझे वडील आणि आई दोघेही पेशाने शिक्षक. त्यांच्याकडे एक अंध मुलगी, निर्मला, आमच्या घरी शिकायला यायची. तिचे आई-वडील दोघेही व्यवस्थित होते वडिलांना कॉर्पोरेशनमध्ये शिपायाची नोकरी होती. ती बसने एकटी यायची. अतिशय हसतमुख आणि गोड. मराठी आणि इंग्रजी विषय घेऊन ती बी.ए.च्या शेवटच्या वर्षाला होती. ती चांगल्या रीतीने उत्तीर्ण झाली तर सरकारी बँका किंवा इतर शासकीय अपंगांसाठी असलेल्या राखीव जागातून तिला चांगली नोकरी मिळायची शक्यता होती. माझ्या वडीलांचे एक विद्यार्थी, कॉर्पोरेशनमध्ये निर्मलाच्या वडिलांचे सहकारी होते. त्यांच्या ओळखीने निर्मला रोज सायंकाळी आमच्या घरी पाच ते सात यायची. आई मराठी आणि वडील इंग्रजी तिला अतिशय आत्मियतेने शिकवायचे. निर्मला चांगल्या गुणांनी उत्तीर्ण झाली. लवकरच तिला मुंबईच्या विमानतळावरसाहाय्यक माहिती अधिकारी म्हणून नोकरी लागली. ती एक पेढ्यांचा पुडा आणि पहिल्या पगारातील दहा हजार रुपये असलेले पाकीट घेऊन भेटायला आली. वडिलांनी पाकीट परत केले आणि ते म्हणाले, "शिकवणीचे पैसे आम्ही घेणार नाही. तुला शिकवाताना आम्हा दोघांना खूप आनंद मिळाला तो पुरेसा आहे. हे पैसे तू ज्या अंधशाळेत शिकलीस त्या शाळेला दे." तिनेही तसेच केले. शाळेपर्यंत ही सर्व हकीगत पोचली आणि शाळेतून मुख्याध्यापकांनी घरी येऊनआई-वडिलांना शाळेत मुलांना पुस्तकं वाचून दाखवण्यासाठी येण्याची विनंती केली. नंतर आई भाऊ दोघेही स्वखर्चाने दोन-दोन बसेस बदलून दररोज वरळीला अंधशाळेत शिकवायला आणि पुस्तक वाचून दाखवायला जायचे. मुलही त्यात रंगून जायची. त्यांचं अंधजनांबद्दलचे ममत्व पुण्यापर्यंत पोहोचले.

एक दिवस सकाळी मला मीरा बडवे यांचा निरोप आला की, विंदांना काव्यवाचनासाठी बोलवायचे आहे. मी फोन करतेय, पण तुम्हीदेखील सांगा. मीरा बडवे यांची 'निवांत मुक्त विद्यालय' ही संस्था पुण्यात आहे. तिथे त्या स्वतः आणि इतर काहीजण अंध मुला-मुलींसाठी औपचारिक आणि अनौपचारिक शिक्षणवर्ग होतात. मी त्यांना म्हटले, "पुढच्या आठवड्यात आई भाऊ माझ्याकडे आठ दिवसांसाठी येणार आहेत, तेव्हा जमवता येईल." भाऊही आनंदाने तयार झाले. पण तत्त्व म्हणून काव्यवाचनाच्या कार्यक्रमाला मानधन दिले पाहिजे हा त्यांचा नेहमीचा आग्रह इथेही होता.त्यांचे म्हणणे असे की नाच-गाण्याच्या कार्यक्रमासाठी लोक कितीही पैसे मोजतात मग कवितेसाठी काही मूल्य द्यायला नको का? निवांत मुक्त विद्यालय मीराताईंच्या राहत्या प्रशस्त बंगल्यात होते. कविता वाचनाचा कार्यक्रम रंगला. अंध मुलेमुली उस्फूर्त प्रतिसाद देत होते. एका अंध मुलीच्या हस्ते मानधनाचे पाकीट आणि पुष्पगुच्छ मीराताईंनी भाऊंच्या हातात दिला. तेव्हा भाऊंनी पाकीट खिशात ठेवले. पण निघताना स्वतःच्या आणखी काही नोटा त्यात घातल्या आणि पाकीट संस्थेला देणगी म्हणून मीराताईंच्या हातात दिले. तीन-चार अंध मुली खूपच चुणचुणीत दिसल्या. त्यांची अधिक माहिती घेतल्यावर त्या आळंदीच्या 'जागृती अंध विद्यालय' या निवासी शाळेत शिकत आहेत असे कळले.

काही दिवसांतच आळंदीच्या जागृती अंध विद्यालयातून मुख्याध्यापिका सकीना बेदी यांचा फोन आला आणि त्यांनी स्नेहसंमेलनाला प्रमुख पाहुणे म्हणून मला बोलावले. मी आनंदाने मान्य केले. जागृतीच्या शिक्षिकांना आणि मुलांनाही बरोबर घेऊन या म्हणून आग्रहाने सांगितले. हे म्हणजे दुधात साखर असे झाले. बरेच दिवसांची मुलांना अंध विद्यालयात घेऊन जायची इच्छा सहजपणे पूर्ण झाली. स्नेहसंमेलनातील शिस्त, अंध मुलांनी सादर केलेली सुंदर गाणी, नाच, नाटिका बघून आमची मुले आश्चर्यचकित झाली. या सगळ्यांच्या पाठी मुख्याध्यापिकासकीना बेदी यांचे परिश्रम होते. त्या स्वतः अंध असून अंध मुलींच्या निवासी शाळेची जबाबदारी समर्थपणे पेलत आहेत हे पाहून आम्ही सर्वजण थक्क झालो. नंतर सहभोजनाच्या कार्यक्रमात सगळी मुले एकमेकात छान मिळून मिसळून वागत होती. दोन्ही 'जागृतींचा' मेळ छान जमला. हा पुढे अनेक वर्ष अधिकाअधिक घट्ट होत जाईल याची तेव्हा कल्पना नव्हती. जागृती अंध विद्यालयात जाऊन आल्यावर मुलांची आणि आमचीही मरगळ दूर झाली. विशेषतः मुले सर्व उपक्रमातून उत्साहाने भाग घेऊ लागली. आपले सर्व अवयव व्यवस्थित आहेत हीच ईश्वराची आपल्यावर मोठी कृपा आहे त्यामुळे कोणत्याही कारणाने आपल्याला कुरकुर करायला, निराश-हताश व्हायला जागा नाही याची थोडीफार जाणीव आम्हा सगळ्यांनाच झाली. अभ्यास वर्गात येणारी एक मुलगी लहानपणी पोलिओ झाल्याने जरा लंगडायची.

एक मुलगा थोडासा तोतरा होता. या दोघांना इतर मुले अनेकदा ताकीद देऊनही “ए लंगडी, ए तोतऱ्या” अशी हाक मारून चिडवायची. ते आता बंद झाले.

एक दिवस सकीनाताईंचा मला फोन आला. “आज काही कामाकरता तुम्हाला भेटायचं आहे. प्रत्यक्ष भेटल्यावर सांगेन, “मी म्हटलं, तुम्ही कशाला एवढ्या लांब यायची तसदी घेता? मीच येते.” पण त्यांनी ऐकलं नाही. दुपारी साधारण तीनच्या सुमाराला त्या डोळ्यावर मोठा काळा चष्मा, हातात काठी आणि बरोबर एक डोळस बाई अशा आल्या. त्यांनी लगेचच कामाचं स्वरूप सांगितले. त्यांच्याकडच्या चार पूर्ण अंध, हुशार मुलींना एस.एस.सी. नंतर फर्ग्युसन कॉलेजमध्ये प्रवेश मिळाला होता. त्यांची रहाण्याची सोय माझ्या घरामागे असलेल्या ‘आनंदघरात’ व्हावी अशी सकीनाताईंची इच्छा होती. एक तर कॉलेजपासून आमचं घर जवळ असल्याने जायला यायला मुलींना सोयीचे होते आणि दुसरे म्हणजे मी मुलींच्या जवळच रहाणार असल्याने काळजी नव्हती. मला जातीनं लक्ष देता येणार होते. लहानपणापासून आई-वडील अंध मुलांसाठी करत असलेली मदत पहातच होते. फक्त महिनाभराची मुदत मागितली कारण मुलींच्या निवासासाठी आणखी एक बाथरूम आणि एका खोलीचे बांधकाम करण्याची जरूर होती. सर्व काम वेळेआधी पूर्ण झाले. एक जुलैला कॉलेज सुरू होणार त्याआधी पंधरा दिवस मुली राहायला येणार होत्या. पण मधल्या काळात मला अनेकांनी अंध तरुण मुलींना वास्तव्यासाठी ठेवून घेणे किती धोकादायक आहे हे सांगून घाबरवून सोडले होते. त्यांचा सांगण्याचा उद्देश माझ्या भल्याचाच होता. पण मला ऐनवेळी सकीनाताईंना दिलेला शब्द मोडणे शक्य नव्हते.

नयना, गौरी, माधुरी आणि सुमती राहायला आल्या. मी मुद्दामच एका खोलीत एक डोळस आणि एक अंध अशी मुलींची खोल्यांतून विभागणी केली. मी सुरुवातीला बावचळून गेले होते पण मुली मात्र पटकन सराईतासारख्या वावरू लागल्या. आमच्या घराच्या फाटकातून बाहेर पडल्या पडल्या वाहतारस्ता आहे. त्याला फुटपाथसुद्धा नाही. पण तिथून चालताना, भांडारकर रस्ता ओलांडताना किंवा बाहेर बसमधून जा-ये करताना त्यांना कोणतीच अडचण येत नसे. सकीनाताईंनी या मुलींना शाळेत जीवन व्यवहाराचे खूप चांगले प्रशिक्षण दिले होते. सुरुवातीला अंध मुलींना स्वयंपाकघरात गॅस वापरून स्वयंपाक करायला जड जाईल म्हणून मी काही दिवस डबा मागवत होते. पण तीन-चार दिवसातच मुलींनी आपण होऊन येऊन डब्याची जरूर नाही, आम्हीच आमचं जेवण करून घेऊ म्हणून सांगितलं. एकदा प्रत्यक्ष जाऊन पाहिलं आणि खरोखरीच सुमतीने लाटलेली आणि माधुरीने तव्यावर खमंग भाजलेली पातळ, पापुद्रे सुटलेली गोलाकार पोळी बघून मलाच आता यांच्याकडून पोळ्या शिकायला पाहिजेत असे वाटले. भाज्यासुद्धा चविष्ट करायच्या. आनंदघरातील इतर डोळस मुलीही आता अंध मुलींच्या

संगतीत अधिक समंजसपणे वागू लागल्या. बारीकसारीक तक्रारी, भांडणे खूप कमी झाली. अंध मैत्रिणीची जबाबदारी आपल्यावर आहे या भावनेने तत्परतेने एकमेकींना मदत करु लागल्या. सकीनाताईंनी मला बजावून ठेवले होते की त्यांच्या मुलींना कोणतीही जास्तीची सवलत द्यायची नाही.

छान तयार होऊन पाठीवर सॅक अडकवून अंध मुली आपल्या विशिष्ट काठीचा आधार घेत टक-टक करत रस्त्यातून जाऊ लागल्या की आजूबाजूची लोकही कौतुकाने पहात रहायची. आमच्या जवळ रहाणारी एक शिष्ठ बाई माझ्याशी फारशी बोलायची नाही पण या मुलींना भांडारकर रस्ता ओलांडण्यासाठी आवर्जून मदत करायची. भाजीवाला एक वेळ आम्हाला खराब, जून भाजी द्यायचा पण मुलींना मात्र चांगली निवडून द्यायचा. अंध मुलींना जर कोणी पुस्तके वाचून दाखवली तर खूप मदत होते. मी घराजवळच्या एका महिलामंडळात याबद्दल आवाहन केलं आणि अनपेक्षितपणे जवळपासच्या बऱ्याच सुखवस्तू महिलांनी तयारी दर्शवली. एकूण या अंध मुली माझ्याकडे राहू लागल्याने परिसरातल्या बऱ्याच लोकांचे सामाजिक भान जागृत झाले आणि त्यांची अनेक अंगांनी मदत होऊ लागली. प्रत्येकाच्या मनात एक समाजसेवक दडलेला असतो, त्याला कुठेतरी वाव मिळायला लागतो हे खरे!

चारही अंध मुली कोणत्या ना कोणत्या कलेत वाकबगार होत्या. गौरीचा आवाज गोड होता. शाळेत तिने शास्त्रीय संगीताचे प्राथमिक धडे घेतले होते. बारावीनंतर एस.एन. डी.टी. विद्यापीठाची संगीत शास्त्रातील पदवी घ्यायची तिची इच्छा होती. ती पूर्णही झाली. नंतर तिला जागृतीअंध विद्यालयात संगीत शिक्षिका म्हणून नोकरी लागली. गौरीला एकदाच भेटलेली, बोललेली व्यक्ती आणि कुत्र्यासारखे पाळीव प्राणीही आवाजावरून अचूक ओळखता यायचे. मला स्वत:ला कुत्र्यांची भीती वाटते. पण आमच्या शेजारचा कुत्रा जॅकी आणि तिची मैत्री होती. सहाजिकच कुत्र्याची मालकीण शोभा तिच्यावर खूश होती.जॅकी गौरीकडून लाड करून घ्यायचा आणि मग गौरीचे लाड जॅकीची मालकीण करायची. एखादा खास पदार्थ शोभानं केला तर आता गौरी बरोबर तो मलाही मिळू लागला. गौरीदेखील आनंदघरातल्या सगळ्या मुलींमध्ये तोवाटून घ्यायची. मला वाटतं गौरीच्या सान्निध्यानं काहीशी माणूसघाणी असलेली शोभा आता परिसरात मिळून-मिसळून वागू लागली. हे परिवर्तन शोभाच्या घरच्या लोकांनाही जाणवले होते. त्यांच्या गणपतीच्या विसर्जनाच्या महाआरतीला आनंदघरातील सगळ्या मुलींना आमंत्रण असायचे. गौरी आपल्या गोड आवाजात, सगळ्यांना बरोबर घेऊन आरत्या म्हणायची. नंतर इतर जवळपासच्या ठिकाणाहूनही गौरी आणि तिच्या मैत्रिणींना आरत्यांसाठी निमंत्रण येऊ लागली. तिथे प्रसादाचे जेवण, छान कपडे अशा भेटवस्तूही मिळायच्या. गौरीच्या

'जयाताई' अशी माझी आजूबाजूला ओळख होऊ लागली. त्याचा मला आनंद व्हायचा.

माधुरी मघाशी सांगितल्याप्रमाणे पोळ्या चांगल्या करायची पण त्याच बरोबर इतर पदार्थही हौसेनं करायची. सुमतीची तिला सगळ्या कामात मदत असे. एकदा दोघींनी मिळून तांबूस कुरकुरीत डोसे आणि चविष्ट चटणी सर्वांना खाऊ घातली. दोघींनी नागरिकशास्त्र आणि इतिहास विषय घेऊन पदवी संपादन केली. काही दिवस एका पॅकेजिंगच्या कंपनीत नोकरी केली. तिथेच त्यांना त्यांचे जोडीदार मिळाले. दोघेही मूक बधिर आहेत. लग्न करून आता त्या कल्याणला शेजारी शेजारीच रहातात. प्रत्येकीला एक मुलगा आहे आणि तो पूर्णपणे अव्यंग आहे. दोन्ही मुले बरोबर शाळेत जातानाचा त्यांनी पाठवलेला फोटो बघितला आणि विचार आला जन्मतःच दुर्भाग्य घेऊन आलेल्या या दोघींनी आपल्या गुणांनी जोडीदाराबरोबर जोडीनेच आपले भविष्य साकारले. आता मुलांना घडवत आहेत. सुमतीच्या मुलाला चौथीची शिष्यवृत्ती मिळाली आणि माधुरीचा मुलगा कबड्डीपटू आहे.

***

नयना

नयना जन्मली तेव्हा डोळस आणि सुदृढ होती. खेडेगावातील मोकळ्या हवेत, शेतातून बागडत पाच वर्षांची झाली. तिथल्याच ग्रामपंचायतीतील अंगणवाडीत नयना सगळ्यांच्या कौतुकाचा विषय होती. बोलकी आणि एकपाठी होती. लहान मुलांच्या कविता अभिनयासह म्हणून दाखवत असे. तिचे पाळण्यातले नाव उषा होते, पण तिचे मोठे बोलके डोळे पाहून तिच्या अंगणवाडीच्या बाई, विमालताईंनी 'नयना' असं तिचे नामकरण केले होते आणि तेच प्रचलित झाले.

१९९३ साली लातूरच्या जवळ किल्लारी गावात विनाशकारी भूकंप झाला. तेव्हा नयना सहा वर्षांची होती. जवळच असलेल्या नयनाच्या गावाचीही उलथापालथ झाली. घरातली मोठी माणसे शेतावर होती म्हणून बचावली. पण तेव्हा घरी असलेली नयना आणि तिची धाकटी बहीण उद्ध्वस्त झालेल्या पडक्या घराखाली गाडल्या गेल्या. धाकटी बहीण घराच्या बाहेरच्या पडवीखाली होती म्हणून बरीचशी सुखरूप राहिली. मदत करण्यासाठी आलेल्या लोकांनी तिला बेशुद्धावस्थेत बाहेर काढले. सुदैवाने फारसे काही झाले नव्हते. ती बचावली. दोनदिवस झाले, दगड माती बाजूला केले, पण नयनाचा पत्ता लागेना. तिच्या आई-वडिलांनी आणि गावकऱ्यांनी ती जिवंतअसल्याची किंवा सापडण्याची आशाच सोडून दिली होती. तिसऱ्या दिवशी एक शेतमजूर बाई पडक्या घराच्या बाजूला थोडे पाणी साचले होते तिथे काही खाण्यासारखा अळू किंवा कंद हाती लागतोय म्हणून पहात होती. तिथे तिला नयनाच्या बांगडी घातलेल्या हाताचे एक टोक दिसले. तिने लगेच सगळ्यांना हाक मारली, आणि पाणी उपसून चिखल मातीच्या ढिगाखाली गाडल्या गेलेल्या नयनाला बाहेर काढले. तिला जवळच्या जिल्हा परिषदेच्या हॉस्पिटलमध्ये नेले. थोडी धुकधुकी वाटत होती. डॉक्टरांनी आणि नर्सेसनी आठवडाभर प्रयत्नांची शर्थ केली आणि नयना वाचली. एक महिन्यानंतर

तिला घरी सोडले, खूप अशक्त झाली होती. थोडीशी चालत बोलत होती पण दृष्टी क्षीण झाली होती. आठ दिवसातच तिला पूर्ण दिसेनासे झाले. घरात तिच्याकडे लक्ष द्यायला आई-वडिलांना वेळ नव्हता. वर्षभर ती घरातच होती. नाव 'सोनुबाई आणि हाती कथलाचा वाळा' नुसार तिच्या 'नयना' नावावरून मारलेले टोमणे ती ऐकून घेत होती. नंतर किल्लारीच्या भूकंपग्रस्तांच्या मदतीसाठी गेलेल्या एका डॉक्टरांच्या पथकाकडे अंगणवाडी शिक्षिका विमलताई नयनाला घेऊन गेल्या. विमलताईंची नयना लाडकी होती. तिच्या अंधत्वावर उपचार होऊ शकतील असे त्यांना वाटत होते. नयनाला डॉक्टरांनी विचारलेल्या प्रश्नांची तिने नीट उत्तरे दिली. ते ऐकून पथकातील एक स्त्री-डॉक्टर प्रभावित झाल्या. त्या आळंदीच्या जागृती अंध विद्यालयात मुलींची आरोग्य तपासणी करायला जायच्या. त्यांनी तिथूनच शाळेच्या मुख्याध्यापिकांना फोन लावला आणि तिला शाळेत प्रवेश मिळवून दिला. तिला आपल्याबरोबर घेऊन त्या शाळेत गेल्या. नयनाला शाळेत दाखल करायला कोणतीच अडचण आली नाही. आई-वडिलांनी एक खाणारे तोंड कमी झाले, त्यातून मुलगी, तीसुद्धा अंध, परस्पर सोय लागली म्हणून सुटकेचा निश्वास सोडला! सतरा-अठरा वर्षापर्यंत नयना जागृती अंध विद्यालयात वाढली. एसएससी परीक्षेत चांगले गुण मिळवले. मुख्याध्यापिका सकीनाताईंनी तिला आमच्याकडे आनंदघरातराहून पुढील शिक्षण घेण्यासाठी पाठवले.

नयना स्वभावाने थोडी बंडखोर आणि आग्रही होती. तिला अर्थकारणात खूप रस होता. अर्थशास्त्र आणि राज्यशास्त्र घेऊन बी.ए. करायचा तिचा निश्चय होता. रोज इंग्रजी वर्तमानपत्र वाचायला आनंदघरातील चौघी अंध मुली माझ्याकडे येत असत. मी आणि माझ्या मुलांनी, अमृता-अनुभवने वाचून दाखवायचीजबाबदारी घेतली होती. मराठी वर्तमानपत्र त्यांना आनंदघरातील इतर मुली वाचून दाखवत. नयनाचे आकलन खूप चांगले होते. इतर मुलींपेक्षा वेगळी, वाचलेल्यावर विचार करणारी, चर्चा करणारी, स्वतःची मते असलेली, तत्त्वनिष्ठ अशी ही मुलगी होती. तिला मित्र-मैत्रिणी बरेच होते. बारावीला अपेक्षेपेक्षा कमी गुण मिळाले. त्याचे महत्त्वाचे कारण म्हणजे मित्र-मैत्रिणींबरोबर अवांतर विषयावर चर्चा करण्यामध्ये बराच वेळ जात असे. अभ्यास कमी पडत होता. मी तिला याबद्दल सांगायला गेले तर कदाचित मी थोडी भावनिक होईन म्हणून सकीनाताईंच्या कानावर घातले. दुसऱ्याच दिवशी सकीनाताई येऊन गंभीरपणे तिच्याशी बोलल्या आणि त्यांनी योग्य त्या शब्दात समज दिली. नंतर मात्रबी.ए.पर्यंत तिने पहिला वर्ग कधीच सोडला नाही. थोडीफार मुलांबरोबर इकडे तिकडे करायची पण नयनाला जबाबदारी आणि परिस्थितीचं गांभीर्य कळत असल्याने ती वावगे वागणार नाही याची पक्की खात्री होती.

बी.ए.नंतर ती स्पर्धा परीक्षांच्या अभ्यासाला लागली. बँकिंग बोर्डाकडून राष्ट्रीकृत बँकांतील अधिकारी पदाच्या भरतीसाठी द्यावयाच्या परीक्षेसाठी अर्ज मागविण्याची जाहिरात आली होती. नयनाने त्यासाठी कंबर कसली. मीसुद्धा अशा सरळ भरतीतून बँक ऑफ बरोडामध्ये अधिकारी म्हणून रूजू झाले होते. तिच्याबरोबर मीदेखील परीक्षेचा परत अभ्यास करूलागले आणि तिचा अभ्यास घेऊ लागले. बऱ्याच जणांनी, "आधी क्लार्क हो मग ऑफिसर व्हायची स्वप्न बघ" असा अनाहूत सल्ला देऊन आम्हाला नाउमेद करण्याचा प्रयत्न केला. पण आम्ही बधलो नाही. परीक्षेत नयनाला चांगले गुण मिळालेआणि इंटरव्ह्यूमध्ये तर तिने कमालच केली! इंटरव्ह्यू घेणाऱ्या मंडळातील रिझर्व बँकेच्या एका वरिष्ठ अधिकाऱ्यांची माझी एका कार्यक्रमात नंतर गाठ पडली. प्रमुख पाहुणे म्हणून बोलताना त्यांनी चक्क नयनाच्या नावाचा उल्लेख करून, इतक्या आत्मविश्वासाने अस्खलित, अचूक उत्तर देणारे क्वचित पाहायला मिळतात असे सांगितले. हे मी नयनाला कधी सांगते असे झाले होते तर नयनाच मी घरी पोहोचल्या पोहोचल्या बँकेत अधिकारी म्हणून निवड झाल्याचे पत्र आणि पेढे घेऊन माझ्याकडे आली होती. तिला मुंबईला सहा महिन्यांचं प्रशिक्षण होते. त्यानंतर तिथेच क्षेत्रीय कार्यालयात अधिकारी म्हणून ती रुजू झाली. मी निरोपाची भेट म्हणून तिला एक छान ड्रेस घेऊन दिला.

सुमारे वर्षभराने एक पंचविशीचा मुलगा माझ्याकडे वेळ ठरवून आला. आल्या आल्या त्यानं मुद्द्याला हात घातला. तो नयनाच्याच बँकेत अधिकारी होता. त्याचा एक डोळा अपघातात गेला होता पण त्याला पाहून ते लक्षात येत नव्हते. बँकिंगच्या पुढच्या काही परीक्षाही त्याने दिल्या होत्या. त्याने निश्चय केला होता की एका शारीरिक व्यंग असलेल्या मुलीशीच लग्न करायचे. म्हणूनच त्यानं नयनाला लग्नाची मागणी घातली होती. पण नयना तयार नव्हती. तिची मी समजूत घालावी म्हणून तो माझ्याकडे आला होता. मुलगा सर्व दृष्टीने चांगला होता, शांत समंजस वाटत होता, त्याच्या घरच्यांचीही संमती होती. तो गेल्यावर मी नयनाला फोन केला. तिने मला ठामपणे सांगितले, की तो मुलगा चांगला आहे पण तिने पूर्ण दृष्टिहीन मुलाशी लग्न करण्याचा निश्चय खूप आधीपासून घेतला आहे. एखादा तसाच मुलगा तिला आवडला, पटला तर ती लग्न करणार होती अन्यथा अविवाहित राहाण्याची तिची तयारी होती. तिचे म्हणणे असे होतं की पूर्ण अंधत्व असलेल्या मुलामुलींशी लग्न करायला इतर कोणी सहसा तयार होत नाहीत म्हणून त्यांनीच आपापसातच लग्न जमवायला हवीत! नंतर नयनाची दिल्लीला बदली झाली आणि तिला हवा तसा पूर्ण अंधत्व असलेला जोडीदार मिळाला. लवकरच तिला डेप्युटी मॅनेजर म्हणून बढतीही मिळाली.

नयनाची एक दिवस आकाशवाणीवर मुलाखत होणार होती आणि मुलाखत घ्यायचं काम माझ्याकडे होतं. माझा पहिलाच प्रश्न होता, "गरीब कुटुंबातली तुझ्यासारखी दृष्टिहीन मुलगी एवढी प्रगती कशी काय करू शकली?"त्यावर तिने एका वाक्यातच दिलेले उत्तर मुलींच्या शैक्षणिक सामाजिक स्थितीचे विदारक सत्य समोरआणणारे होते. ती म्हणाली, "मी दृष्टीहीन मुलगी होते म्हणूनच शिकू शकले. नाहीतर माझ्या बहिणीप्रमाणे माझेही आईवडिलांनी लहानपणीच लग्न करून टाकले असते आणि शिक्षण तिथेच थांबले असते."

***

व्यवसाय प्रशिक्षण

जागृतीत साधारणपणे बालवाडीत प्रवेश घेतलेली मुले अभ्यास-वर्गातून दहावीपर्यंत शिकत, उत्तीर्ण होऊन पुढे जात. अधेमधे गळणाऱ्यांची संख्याही फारकमी नव्हती. ही मुले अशी मुख्य शिक्षणप्रवाहातून बाहेर का पडतात याचा शोध घ्यायचा आम्ही थोडाफार प्रयत्न केला. त्यातून नवे नवे प्रश्न समोर येऊ लागले आणि त्या प्रश्नांच्या अनुषंगाने जागृतीचे काम वाढत गेले. पण नेहमीच प्रश्नांची उत्तरे मिळत होती असे नाही.

नववीत शिकणारी अभ्यासात बरी असलेली आशा एकाएकी अभ्यासवर्गात येईनाशी झाली म्हणून तिच्या घरी गेलो. घरात आई होती. परोपरीने समजावले, पण काही बोलेना. जरा दरडावून बोललो तसा आईचा बांध फुटला. ती रडतच सांगू लागली. "मी कामावर गेले की सकाळच्यापारीनं आशा येकटीच घरात असायची. बाप लई पेताड. दिवसरात्र प्यायचा अन पोटच्या पोरीशीबी काहीबाही वागायचा. काहीतरी इपरीत व्हायच्या आत गावाकडचा मुलगा पायला आणि लगीन लावून दिलं. आता तिकडेच असते. पण तिनं काहीतरी कमवायला पायजे असं सासरची म्हनतात. लहान मुलांना संभाळायच्या, शिकवायच्या कोर्सचं सर्टिफिकेट का काय ते असतं तर अंगणवाडी सेविकेची नोकरी गावाकडबी मिळाली असती." हे सगळे ऐकून आम्हाला हतबल व्हायला झालं आणि मर्यादाही जाणवल्या.

पण आशाच्या घरातून बाहेर पडताना एक आशेचा किरण दिसला. आशासारख्या अनेक मुली सातवी-आठवीत शाळा सोडून घरी बसल्या होत्या. त्यांची कारणे विविध होती. पण त्यांच्यासाठी एक अंगणवाडी-बालवाडी प्रशिक्षणाचा उपक्रम घ्यावा असे ठरले. वनस्थळी असे उपक्रम खेडेगावातून घेत होती. वनस्थळीच्या संस्थापक निर्मलाताई पुरंदरे आणि जवळपासच्या शाळांतून पूर्व प्राथमिक विभागात शिकवत असलेले शिक्षक यांच्या सहकार्याने तीन महिन्यांचा रोज चार तास असा बालवाडी प्रशिक्षणाचा वर्ग

सुरू केला. प्रत्यक्ष अनुभवासाठी जागृतीच्या बालवाड्या आणि पाळणाघर असल्याने मोठीच सोय झाली. एका वर्गात वीसपेक्षा जास्त संख्या नको नाहीतर वैयक्तिक लक्ष देता येणार नाही असे ठरले. मुली जमवताना बऱ्यापैकी कष्ट पडले. आशाच्या सासरी जाऊन सासरच्यांना सांगून तीन महिन्याच्या प्रशिक्षणासाठी तिला पुण्याला बोलावून घेतले. तिची रहायची सोय 'आनंदघरात' केली. प्रशिक्षण देताना लहान मुलांचे आरोग्य आणि मनोविकास यावर विशेष भर दिला. काही मूलमंत्र प्रशिक्षणार्थिंना रोजचे सांगितले जायचे. उदा.मुलांना मारायचे नाही, रागवताना शिव्या किंवा अपशब्द वापरायचं नाही. मुले मोठ्यांचे अनुकरण करतात, तेव्हा स्वतःच्या वागण्या-बोलण्यातून काही वावगे दिसता कामा नये इत्यादी. लहान मुलांच्या सहज आणि आनंददायी शिक्षणासाठी शैक्षणिक साधने कशी करावीत, त्यांच्यासाठी पौष्टिक परंतु चविष्ट आणि झटपट होणाऱ्या पाककृती कशा बनवाव्यात, मुलांच्या लसीकरणाचे वेळापत्रक या गोष्टीदेखील प्रशिक्षणार्थी मुलींना प्रात्यक्षिकांच्याद्वारे शिकवल्या गेल्या. तीन महिन्यानंतर मुलींची लेखी, तोंडी आणि प्रत्यक्ष बालवाडीच्या मुलांना शिकवायची प्रात्यक्षिकांची परीक्षा इतर शाळांतील तज्ज्ञ बोलावून घेतली. अभ्यासक्रम यशस्वीपणे पूर्ण केल्याची प्रशस्तिपत्रके देण्यात आली. त्या दिवशी मुलींनी बनवलेल्या शैक्षणिक साधनांचे आणि पौष्टिक आहाराचे छोटेसे प्रदर्शन जागृतीत भरवण्यात आले. वस्तीतील अनेक लोक येऊन ते पाहून गेले आणि आपोआपच पुढच्या अभ्यासक्रमासाठी नोंदणी होऊन गेली.

या प्रशिक्षणातून दोन महत्त्वाच्या गोष्टी साध्य झाल्या. पहिली, मुलींना अंगणवाड्या, बालवाड्या, पाळणाघर यामधून नोकऱ्या मिळून रोजगार उपलब्ध झाला. दुसरी, स्वतःच्या घरातल्या मुलांचे संगोपन कसे केले पाहिजे याविषयी अधिक जाण आली. याबाबतची पावती एका रिक्षावाल्याकडून आम्हाला मिळाली. मी रिक्षातून संस्थेत जात असताना रिक्षाचालकाने आपणहून विचारले," तुम्ही जागृतीतल्या मॅडम ना? तुमच्याकडे शिकल्यापासून माझी बायको घरात मुलांशी नीट बोलते. आधी ऊठसूट त्यांना धपाटे घालायची, शिव्या घालायची. आताशी संध्याकाळी घरी गेलो की मुलांचं रडणं, आरडाओरडा काही नसतं." ऐकून बरं वाटलं. त्याची बायको मंगला जाधव हिने जागृतीतला बालवाडीचा अभ्यासक्रम केला होता त्याचा हा परिणाम असावा.

जागृतीचे बालवाडी प्रक्षिक्षणवर्ग आता पुण्यातील विविध भागातील वाड्यावस्त्यातून आणि जवळपासच्या ग्रामीण भागातून होऊ लागले. जागृतीत प्रशिक्षण घेतलेल्या मुलीच आता घरगुती पाळणाघरे, बालवाड्या वर्ग आपापल्या परिसरातून घेत होत्या. दरवर्षीप्रमाणे जागृतीच्या अभ्यास वर्गाची सहल यावर्षी महाबळेश्वर प्रतापगडला जाणार होती. सकाळी सातला निघून संध्याकाळी सात पर्यंत परत. आदल्या दिवशी आशाचा

फोन आला. ती लग्न करून ज्या गावाला गेली होती ते वाईपासून चार किलोमीटर म्हणजे आमच्या वाटेवर होते. आम्हाला सगळ्यांना आग्रहाने तिच्या घरी बोलावित होती. मुले आणि मोठ्यांसाठी चहापोहे हा नाश्त्याचा बेतही तिने ठरवला होता. मी आधी नाही म्हणत होते. वाटले एवढे सगळे लटांबर घेऊन तिच्या सासरी कशाला जायचे. पण तिने अगदी हुकमी एक्का काढला. म्हणाली, "मी घरी बालवाडी चालवते. जागृतीत काय शिकले ते पाहायला 'जागृती' नाही का येणार?" आम्ही सकाळी दहाच्या सुमारास पोचलो. वीस-पंचवीस मुलांचा किलबिलाट ऐकू आला. छोटसं कौलारू घर होतं आणि मागच्या बाजूला शेणानं सारवलेली ऐसपैस पडवी होती. आम्ही प्रवेश करताच सगळ्या मुलांनी 'एक साथ नमस्ते' करून सलामी दिली. दोन-तीन बालगीते साभिनय म्हणून दाखवली. आम्ही बरोबर नेलेल्या रंगीत पेन्सिलींच्या पेट्या बघून मुले खूश झाली. जागृतीची मोठी मुलेही या बालवाडीतील छोट्या मित्रांबरोबर चित्र रंगवण्यात रंगून गेली. आशाने घरातल्यांची ओळख करून दिली आणि गावातून एक फेरफटका मारून आणला. एकूण घरी आणि दारी आशाला 'ताई', 'मॅडम', 'बाई' म्हणून मान मिळत होता, कौतुक होत होते. जिल्हापरिषदेकडून चांगले मानधनही मिळत होते. शाळेतून काढून टाकून लग्न करून दिले, पुढे शिकता आले नाही म्हणून हिरमुसलेली आशा खूशीत होती. निघताना तिच्या सासूने आमच्या हातात त्यांच्या शेतातल्या भाज्या आणि हळदपुडीचे पाकीट दिले आणि हात जोडून म्हणाली, "तुम्ही आशाला लई चांगलं तयार केलंत. गुणी हाय मुलगी."

बालवाडी प्रशिक्षणासाठी फक्त मुली आणि महिलाच येत असत. मुलगे,पुरुष येत नसत. आपल्यायेथील एकूण सामाजिक परिस्थिती बघता बालसंगोपन, बालशिक्षण हे फक्त स्त्रियाचं क्षेत्र आहे अशी घट्ट समजूत आहे. त्यात बदल हळूहळूच होणार! मुलींसाठी प्रशिक्षण सुरू केले, त्यांना रोजगार मिळू लागले. मुलांसाठीही काही करा अशी मागणी वस्त्यांमधून होऊ लागली.दहावी-बारावीनंतर हुशार, पुढे शिकू इच्छिणाऱ्या गरजू मुला-मुलींसाठी जागृती सर्वतोपरी प्रयत्न करते. पण असे विद्यार्थी थोडेच असतात. बऱ्याच मुलांना उच्च शिक्षणाचा अभ्यास झेपणारा नसतो, त्याकडे त्यांचा फारसा कलही नसतो. परंतु कमवायला लागण्याची जरुरी असते. त्यासाठी काही कौशल्ये आत्मसात करता आली तर अर्थार्जन सुलभ आणि अधिक फायदेशीर पद्धतीने होऊ शकते. यादृष्टीने विचार सुरू असतानाच पुण्यातल्या एका रोटरी क्लबने आम्हाला दोन संगणक दिले. संगणकांचे युग अवतरले होते. छोट्या-मोठ्या कार्यालयात संगणक आले होते. बँकेतही संपूर्ण संगणकीकरणाची प्रक्रिया स्थिरस्थावर होऊ लागली होती. मूलभूत संगणकीय कौशल्ये येणे ही काळाची गरज होती आणि त्या मानाने प्रशिक्षित मनुष्यबळाची वानवा होती. आम्ही आठवी-नववीउत्तीर्ण मुलांसाठी संगणक वर्ग सुरू करणार असल्याचे

जाहीर करताच अनेक मुलं-मुली, त्यांचे पालक विचारणा करू लागले. दोन संगणक पुरणार नव्हते, आम्ही आणखी दोन विकत घेतले आणि वर्ग सुरू झाले. सुरूवातीला महाराष्ट्र नॉलेज कॉर्पोरेशन लिमिटेडशी संलग्न शासकीय मान्यतेचे, संगणकाचे प्रशिक्षण देणारे श्री. पवार आणि आणि माझी बँकेतील मैत्रीण सुनीता रानडे स्वयंसेवी वृत्तीने शिकवायला येऊ लागले.

या संगणक वर्गासाठी फक्त नाममात्र नोंदणी शुल्क आकारले जात असल्याने गर्दी होऊ लागली. मग वस्ती केंद्रातली एक मोठी खोली कमी पडायला लागली. शिवाय आणखीही एक जरा गंभीर प्रकार घडला. जिथे संगणक ठेवले होते त्या खोलीला दार नव्हते. रविवारी साधारणपणे संस्थेतले कामकाज बंद असायचे. मी आणि विश्वास सस्ता सेलसाठी मिळालेल्या काही प्लास्टिक खुर्च्या घरी जाता जाताच संस्थेत ठेवून जाव्या म्हणून अचानक गेलो. संस्थेत दिवस-रात्र जाग आणि लक्ष राहावे म्हणून वस्तीतल्या तीन प्रौढ महिलांना आळीपाळीने तिथे जाऊन देखरेख ठेवण्याचेकाम दिले होते. आम्ही गेलो तेव्हा कामावर असलेल्या गंगाबाई बाहेरच्या व्हरांड्यात घरचे तांदूळ आणून निवडत बसल्या होत्या. संगणकाच्या खोलीत डोकावलो तर काही मुलेमुली आणि बाहेरचा एक इसम संगणकस्क्रीनवर काहीबाही अश्लील दृश्ये पहाताना दिसले. आम्ही चक्रावलो. तो इसम म्हणजे गंगाबाईचा नको ते उद्योग करणारा भाचा होता आणि मुलांना भलत्याच नादाला लावत होता. ताबडतोब गंगाबाईची हकालपट्टी झाली आणि कंप्युटरप्रशिक्षणाची व्यवस्था जागृतीच्या जुन्या जागेत, ती थोडी आतल्या बाजूला असली तरी, कडी कुलपाची सोय असल्याने तिकडे झाली. तेव्हा आणखी एक निश्चित केले की इंटरनेटची सुविधा इथे द्यायची नाही. त्यातून अनेक धोके उद्भवू शकतात.

मुलांची आणि त्याबरोबर संगणकांची संख्या वाढली. मुले जागृतीत शिकून एमएस. सीआयटी. (MS-CIT)च्या शासनमान्य परीक्षा उत्तीर्ण होऊ लागली. लहान-सहान ऑफिसमध्ये नोकरी मिळताना संगणकाचे प्रशिक्षण निश्चितच उपयुक्त ठरत होते. परंतु इंग्रजीचे कामचलाऊ ज्ञानदेखील नसणे हा एक अडसर येत होता. तेव्हा तीन महिन्याच्या संगणकाच्या प्रशिक्षणाच्या बरोबर रोज एक तास, असा कार्यालयीन इंग्रजीचा अभ्यासक्रमही सुरू केला.

वस्तीजवळच शंकरचे घर होते. अठराव्या वर्षीच तो एका खाजगी फॅक्टरीत अकुशल कामगार म्हणून काम करू लागला. शिक्षण आठवीपर्यंत झाले होते. मुलाचे खाण्यापिण्याचे हाल नकोत म्हणून वाशीजवळच झोपडपट्टीत राहणाऱ्या आईवडिलांनी त्याचे लग्नही करून दिले. बाविसाव्या वर्षीच तो दोन मुलांचा बाप झाला होता. संगणक वर्ग चालू असले की फॅक्टरीतून येता जाता आणि फावल्या वेळात तिथे येऊन बसायचा. आपणहून

संगणकाची टेबले स्वच्छ करणे,कचरा साफ करणे, पाणी भरून ठेवणे ही कामे करायचा. त्याला संगणक शिकण्यात जबरदस्त रस होता. खरे तर त्याच्याकडे आठवी उत्तीर्णचे प्रमाणपत्रही नव्हते. पण शेजारधर्म आणि त्याची शिकण्याची इच्छा बघून आम्ही त्याला एका वर्गामध्ये दाखल करून घेतले. संगणकाबरोबरच इंग्रजीतही त्यांने चांगली प्रगती केली. मध्यंतरी त्याची फॅक्टरी मालक अचानक गेल्याने बंद पडली. त्याच्या कुटुंबाची अन्नानदशा बघून आम्हीत्याला जागृतीतच संगणकवर्गाचा मदतनीस म्हणून नोकरी दिली. त्याला अतिशय आनंद झाला. रोज आल्यावर सगळ्या संगणकांना नमस्कार करत असे.

जागृतीचे कार्यालयीन कामही वाढू लागले. त्यामुळे तिथे दोन संगणक आणले. वस्तीच्या जवळच रहाणारा अशोक नगरकर ह्याला विश्वस्त विश्वास काळे ओळखत होते. काही काळ तो त्यांच्या विजयेश इन्स्ट्रूमेंट्स प्रा. लि. या कंपनीत काम करत होता. दहावीपर्यंत शिकलेला होता, कामात हुशार आणि प्रामाणिक होता. त्याने संगणकाच्या सहाय्याने केली जाणारी प्राथमिक कार्यालयीन कामे शिकून घेतली. देणगीदारांची आभारपत्रे, पावत्या सोबत द्यायचे ८०जी प्रमाणपत्र वेळेवर त्यांना पोचतील याबाबत तो दक्ष असतो. बँकेची सर्व कामेही तो बिनचूकपणे करतो. आम्ही त्याला 'ऑफिस असिस्टंट'असा हुद्दा दिला. अशोक आज बँकेतून आणि इतरत्र 'नगरकर सर' म्हणून ओळखला जातो.

जागृतीचा जमाखर्चाचा हिशेब, वाढत्या कामाबरोबर वाढत चालला होता. आयकर विभाग, धर्मादाय आयुक्ताचे कार्यालय अशा शासकीय विभागातून मागवल्या जाणाऱ्या माहितीची, आकडेवारीची पूर्तता वेळेत करणे बंधनकारक होते. ही सर्व जबाबदारी वर्षा ढाकेफाळकर संभाळते आहे. तिनेबी.कॉम. झाल्यावर टॅली या संगणकप्रणालीचे प्रशिक्षण घेतले. ३१ मार्चला आर्थिक वर्ष संपले की लगेच एप्रिलमध्ये सर्व हिशेब ती व्यवस्थितपणे सनदी लेखापालाकडे पाठवते.

टॅली ही अर्थव्यवहाराची संगणकप्रणाली मोठ्या प्रमाणात प्रचलित झाली होती. अनेक कार्यालयातून वापरली जात होती. टॅलीच्या प्रशिक्षणाची सोय आपण संगणकवर्गात उपलब्ध करून द्यावी असे ठरले. प्रशिक्षणासाठी अकरावी कॉमर्स उत्तीर्ण असणे आवश्यक होते. अकाउंट्ससंबंधी प्राथमिक ज्ञान आणि टॅलीचे प्रशिक्षण हे एकत्र आल्यावर नोकरी मिळणे खूप सोपे जात होते. वस्तीतील अनेक मुलं-मुली हे तीन महिन्याचं प्रशिक्षण घेऊ लागले. त्यामुळे बारावीनंतर अर्धवेळाच्या नोकऱ्या करून पुढील शिक्षण सुरू ठेवता आले. शिक्षण घेणाऱ्या बऱ्याच मुलामुलींना 'कमवा आणि शिका' या योजनेचा लाभ घेता येऊ लागला. टॅली शिकवणारे पवारसर उत्तम शिकवायचे. त्यांना शिकणाऱ्यांच्या गुणांची आणि गतीचीही अचूक पारख होती.

जागृतीच्या अभ्यासवर्गातून पुढे गेलेली अपर्णा पवारसरांची लाडकी होती. या मुलीला बारावीला अकाऊंटस विषयामध्ये नव्वद टक्के गुण मिळाले होते. थोडेसे सांगितले तरी टॅलीतील पुढील पायऱ्यां ती सहज आणि पटापट करत जात असे. अपर्णा वागायला बोलायला आदबशीर आणि तरतरीत होती. तिच्या व्यक्तिमत्त्वाची आणि बुद्धीची छाप लगेच पडत असे. पवार सरांनी तिला त्यांच्या खाजगी ऑफिसमध्ये नोकरीही देऊ केली होती. वेळेचे बंधन नाही. केव्हाही येऊन आठवडाभराचे दिलेले काम पूर्ण करून जायचे. ती बी.एम.सी.सी. कॉलेजमध्ये शिकत होती. बी.कॉम.च काय, पण तिने सी.ए. व्हावे अशी आमची आणि तिच्या आई-वडिलांची इच्छा होती.

एक दिवस पवारसरांचा फोन आला, "अपर्णाला घरी करायला दिलेले काम बरेच दिवस झाले तरी तिने पूर्ण करून आणून दिलेले नाही. सहसा असे होत नाही. जरा बघा की तब्येत वगैरे ठीक आहे ना." अपर्णा जवळच डोंगराच्या बाजूला असलेल्या वस्तीत राहत होती.आम्ही घरी गेलो तर आई आणि तिच्याहून सात वर्षांनी मोठा अविवाहित भाऊ घरात होते. वडील डिपार्टमेंटल स्टोअरमध्ये सुपरवायझरचे काम करायचे. हा भाऊ बारावीनंतर एका खाजगी कंपनीत काम करत होता. आई घरीच असायची. गावाकडे शेतीवाडी होती. एकूण वस्तीच्या मानाने सांपत्तिक स्थिती बरी होती. अपर्णा घरी नव्हती आणि चौकशी केलीतर फारशी उत्तरे मिळाली नाहीत. भाऊही चांगलाच तिरसट वाटला.

दुसऱ्याच दिवशी तिचे आई-वडील संस्थेत भेटायला आले. सांगत होते, "अपर्णाचे अभ्यासात लक्ष नाही. परीक्षेला बसलीच नाही. जवळच्या एका पोराबरोबर फिरत असते. तुम्हीच तिला चांगली समज द्या." दोन दिवसांनी आई अपर्णाला घेऊन आली. तत्पूर्वी आम्ही चौकशी केली तेव्हा, अपर्णा ज्या मुलाबरोबर फिरत होती तो मुलगा दहावीसुद्धा उत्तीर्ण झालेला नव्हता, तो त्याच्या वडिलांबरोबर खडी ट्रान्सपोर्टचा व्यवसाय करायचा, मालवाहतुकीचा टेम्पो तोच चालवायचा.अपर्णाच्या घरच्यांचा विरोध होताच पणमुलाच्या घरच्यांचाही विरोध होता कारण त्यांच्यामते, अपर्णा खालच्या जातीची होती! दोघांनाही दोन-तीनदा भावाने टेकडीवर पकडले आणि नंतर मुलाला इतर मित्रांच्या साहाय्याने मारहाण केली. पोलीस केस चालू होती.

आम्ही अपर्णाला,"तू हुशार आहेस, हे शिकायचं वय आहे, शिक्षण पूर्ण कर. आपल्या पायावर उभी राहा. मगच विचारपूर्वक जोडीदार शोध. शिकलीस तर तुझं भविष्य उज्वल आहे." इत्यादी सांगितले. तेव्हा तिच्या भविष्यात काय वाढून ठेवले आहे याची कल्पनाही आली नव्हती.

दोन महिन्यांनी ती भयंकर बातमी आली. अपर्णा आणि तिचा मित्र त्याच्या टेम्पोत बसून खडकवासल्याजवळ एका लॉजमध्ये गेले होते. अपर्णाच्या घरी वडिलांना

कळल्यावर त्यांनी अल्पवयीन मुलीला फूस लावून पळवून नेल्याची तक्रार नोंदवली. पोलीस आपल्या मागावर आहेत हे समजल्यामुळे दोघांनी घाबरून टेम्पो दरडीत कोसळवून या जगाचा निरोप घेतला. वर्तमानपत्रात टेम्पोच्या अपघातात दोघांचा मृत्यू एवढीच दोन ओळीची बातमी आली होती!

वाईट तर वाटलं, पण कुठेतरी अपराधीपणाची जाणीवही होती. आम्ही तिला परिस्थितीचे गांभीर्य समजावून देऊ शकलो नाही. खरे तर वेळीच प्रशिक्षित समुपदेशकाची मदत घ्यायला हवी होती. किशोर वयातच मुलामुलींशी लैंगिक आकर्षण, मैत्री, प्रेम याविषयी बोलायला हवं आहे हे प्रकर्षाने जाणवले. याबद्दल आपण काहीच करत नाही हेही लक्षात आले. त्यातूनच विचारमंथन होऊन जागृतीचे समुपदेशन आणि कायदे सल्ला केंद्र सुरू झाले. पुढे जाऊन किशोरवयीन मुलामुलींसाठी आणि 'मैत्रीचे इंद्रधनुष्य' साकार झाले.

एकदा कॅनडातील बार्बरा यंग आणि तिथल्या तिच्या काही मैत्रिणी जागृतीला भेट द्यायला आल्या. त्या दरवर्षी पुण्यातील अय्यंगार योग केंद्रामध्ये शिकायला यायच्या. त्यांना कॅनडात नेण्यासाठी काही गोधड्या शिवून हव्या होत्या, व्यायाम करतानाघालायला सैलसा ब्लाऊज आणि योगाचे मॅट ठेवण्यासाठी आटोपशीर कापडी पिशव्याही शिवून हव्या होत्या, जागृती परिसरात उपजीविकेचे साधन म्हणून घरगुती शिवण करणाऱ्या महिला आहेत असे त्यांना 'सोराप्टीमिस्ट इंटरनॅशनल' क्लबची सदस्य आणि त्यांच्याबरोबर योग शिकणारी गीता भोजवानी हिने सांगितले. तीच त्यांना घेऊन आली. जागृती शेजारीच राहणाऱ्या सफारबाईंनी हे काम खूप पटकन आणि चांगल्या पद्धतीने करून दिले. त्यांची शिलाईही फार नव्हती. तेव्हा एक लक्षात आले की वस्तीतल्या त्यांच्यासारख्या महिला-मुलींना थोडे व्यावसायिक पद्धतीने शिवणाचे प्रशिक्षण दिलं तर शिलाई काम हे त्यांना एक चांगले उत्पन्न देणारे साधन होऊ शकेल.

'रोटरी क्लब' हे समाजसेवी संस्थांना वस्तुरुपात मदत करतात हे माहीत होते. त्यामुळे वेगवेगळ्या रोटरी सदस्यांशी संपर्क साधून 'उषा' कंपनीची नवीन अद्ययावत शिलाईची नऊ पायमशीन आणि दोनतीन विजेवर चालणारी छोटी मशीने मिळवली. त्यांची स्थापना जागृतीच्या वरच्या मजल्यावरील हॉलमध्ये केली. लवकरच 'टेलरिंग अँड फॅशन डिझाईनिंग' या पाच महिन्याच्या प्रशिक्षणाची आखणी आणि सुरुवात झाली. जरा भारदस्त इंग्रजी नाव दिल्यामुळे प्रशिक्षणाला एक वेगळेच महत्त्वप्राप्त झाले! चोपडासर शिकवायला यायला तयार झाले. त्यांचे स्वतःचे टेलरिंग आणि तयार कपड्यांचे दुकान होते. हाताखाली पाच शिंपी काम करत होते. त्यांनी आयटीआयचा टेलरिंगचा अभ्यासक्रम केला होता. मुख्य म्हणजे त्यांना शिकवायची आवड होती. त्यांच्याकडे

शिवायला टाकलेले कपडे अंगावर अतिशय छान बसतात कधीही बिघडत नाहीत असा त्यांचा लौकिक होता. आम्ही कमीत कमी आठवी उत्तीर्ण अशी शिक्षणाची अट ठेवली होती. पण वस्तीतल्या अल्पशिक्षित मध्यमवयीन महिला शिवणवर्गात शिकायचे आहे म्हणून मागे लागल्या. चोपडासरांची हरकत नव्हती. काहीही अंक ओळख नसणाऱ्यांना मापे घेऊन पटीत बेतायला कसे शिकवायचे याची त्यांची अशी खास पद्धत होती.

वर्ग पाहायला मजा यायची. ठिकठिकाणी वेगवेगळ्या फॅशनचे सुंदर ब्लाऊज, लहान मुलींचे फ्रॉक, झबली, टोपडी, बाळंतविडा, सलवार-कमीज, मुलांचे शर्ट, कुडते हँगरला लावलेले असायचे. मुला-मुलींची (मुलगे फार नसायचे) वस्तीतल्या महिलांची कौशल्ये वाढत होती. बऱ्याच जणी डिझायनर ब्लाऊज छान शिकल्या आणि ते शिवून देऊन कमाई करायला लागल्या.

सस्ता सेलमध्ये आलेली चांगली कापडं, साड्यांचे काठ, पदर यांचाही उपयोगकापडी बॅगशिवायला होऊ लागला. जागृतीत येणाऱ्या परदेशी पाहुण्यांना या भेट वस्तू दिल्या की ते एकदम खूश व्हायचे. चोपडा सरांना त्यांचा स्वतःचा व्याप वाढल्याने यायला जमेना. मग त्यांनी त्रिमांदेबाईंचे नाव सुचवले. त्याही चांगले शिकवायच्या. नंतर त्या बऱ्याच दूर राहायला गेल्या म्हणून त्यांच्या ओळखीच्या शिरसाटबाई येऊ लागल्या. त्या स्वतः भरतकाम, पॅचवर्क उत्तम करायच्या आणि तेदेखील मुलींना छान शिकवायच्या. सुदैवाने आजतागायत त्या जागृतीत प्रशिक्षण देत आहेत. अनेक महिला आणि मुली चांगल्या तयार होऊन घरबसल्या कमाई करू लागल्या आहेत. अगदी गरजू महिलांना शिवणयंत्रे घ्यायला जागृती मदत करत असते. काहींच्या घरात शिवणयंत्रे ठेवण्यासाठीसुद्धा पुरेशी जागा उपलब्ध नसते. त्यांना जागृतीमधली शिवणयंत्रे वापरायला मुभा असते. बाजूच्या मोकळ्या जागेत लहान मुले खेळत आहेत, खाऊ खात आहेत आणि शेजारी त्यांच्या आया निवांतपणे शिवत आहेत हे दृश्य जागृतीतच पाहायला मिळते.

बऱ्याच महिलांना लक्ष्मी रस्त्यावरील तयार कपड्यांच्या दुकानातून कपडे शिवण्यासाठी येऊ लागले. उत्पन्नाचे एक साधन झाले. पण कष्टाच्या मानाने पैसे खूप कमी मिळायचे. त्याचे थोडसे कारण असेही होते, की त्यांना आपल्या वेळेचे, कौशल्याचे मूल्य कसे करायचे याचा अंदाज नव्हता. विक्री कौशल्य त्यांच्याकडे नव्हते आणि मालाला उठाव मिळण्याची काही साधनेही नव्हती. महिलांनी शिवलेले कपडे विकण्यासाठी आम्ही जागृतीच्या दर्शनी बाजूच्या व्हरांड्यात थोडासा आडोसा आणि काचेची कपाटे करून दुकानासारखी व्यवस्था केली. त्याच सुमाराला बालवाडीच्या पालकांची वार्षिक पौष्टिक आहार स्पर्धा झाली. खूप वैविध्यपूर्ण, रुचीसंपन्न पदार्थ वस्तीतील महिलांनी केले होते. दुकानात महिलांनी शिवलेल्या तयार कपड्यांबरोबर वस्तीतील महिलांनी केलेले

काही टिकाऊ आणि ताजे पदार्थ ठेवावेत असा विचार पुढे आला. महिलाही उत्साहाने तयार झाल्या, पण महिन्या दोन महिन्यातच हा प्रयोग फारसा यशस्वी होऊ शकणार नाही हे लक्षात आले. एक तर जागृतीतल्या दोन-तीन ताया आणि आमच्यापैकी काहीजण यात अडकून पडल्याने अभ्यासवर्ग, प्रशिक्षण वर्ग ह्या वर्षानुवर्ष तावून-सुलाखून निश्चितपणे उपयुक्त ठरलेल्या उपक्रमात खंड पडू लागला. नवीन योग्य आणि विश्वासू मनुष्यबळ मिळेना. महिलांना त्यांच्या खाद्य उत्पादनाचे प्रमाणीकरण करता येत नव्हते. कधी चकली उत्कृष्ट खुसखुशीत तर कधी चोवीस तासाची मुदत संपल्यावर लुळी पांगळी! मग पुष्कळदा वादावादी होऊ लागली. शेवटी नाईलाजाने दुकान बंद केले. एक लक्षात आले की व्यवसाय करणे ही चोवीस तास त्यातच पूर्ण लक्ष घालून करायची गोष्ट आहे. आपल्यासारख्या लहान समाजसेवी संस्थेचा तो प्रांत नाही.

शिवणवर्गाबरोबरच मुलींची हौस आणि आवड लक्षात घेऊन पंधरा दिवसांचा रांगोळी वर्ग आणि तीन महिन्यांचे 'ब्युटीशियन' प्रशिक्षण सुरू केले. परंपरागत ठिपक्यांची रांगोळी आणि संस्कारभारतीच्या रचना मुली पटकन शिकल्या. ओळखीतून त्यांना समारंभाच्या निमित्ताने आमंत्रणे येऊ लागली आणि अधूनमधून चांगल्यापैकी वरकमाईही होऊ लागली. ब्युटीशियनचा अभ्यासक्रम घेण्यासाठी स्वत:चे ब्युटी पार्लर चालवणाऱ्या पावगीबाई येऊलागल्या.मुलींची मोठ्या संख्येने नोंदणी झाली. या प्रशिक्षणानंतर जवळपासच्या ब्युटीपार्लरमध्ये मुलींना नोकऱ्या मिळू लागल्या. काही जणी थोडाफार अनुभव घेऊन लागतील तिथे स्वत: घरी जाऊन सौंदर्य सेवा देऊन चांगली कमाई करू लागल्या. काहींनी अधिक शिक्षण घेऊन घरगुती आयुर्वेदिक सौंदर्य प्रसाधने बनवण्यास सुरुवात केली. गेल्या वीस वर्षात उपरोक्त प्रशिक्षणे घेऊन, नवीन कौशल्ये आत्मसात करून १८०० च्या वर मुला-मुलींना, महिलांना नोकऱ्या अथवा स्वयंरोजगार उपलब्ध झाले आहेत.

***

महिला उद्योजकता विकास-काही प्रयत्न

एकदिवस मी, मंगलाताई आणि रेखा जागृतीत येत असलेली वर्तमानपत्रे वाचत होतो. जागृतीतील विद्यार्थ्यांपासून ते वस्तीतील वाचनप्रेमी लोकांपर्यंत सर्वांनाच रोजचे वर्तमानपत्र वाचायची, त्यातून ताज्या घडामोडी समजून घ्यायची, त्यावर चर्चा करायची सवय लागावी म्हणून तीन-चार मराठी आणि टाइम्स ऑफ इंडिया हे इंग्रजी वृत्तपत्र घेत होतो. वृत्तपत्रांचा स्टँड बाहेरच्या बाजूला दाराजवळ ठेवला होता. शेजारी बसून वाचायला एक बाक होता. सुरुवातीला ती पळवली जातील अशी भीती होती. तसे काही फारसे झाले नाही. पण अपेक्षित होती तेवढी ती वाचलीही जात नव्हती.

दिवाळी जवळ आली होती आणि वर्तमानपत्रात 'बंपर दिवाळी सेल'च्या मोठाल्या दुकानांच्या जाहिराती येऊ लागल्या. तसेच दिवाळीनिमित्त विविध गृहोपयोगी वस्तूंच्या प्रदर्शनांच्याही लहान मोठ्या जाहिराती दिसू लागल्या. आमच्या मनातं आले आपणही जागृतीतर्फे आपल्या परिसरातील महिलांनी शिवलेलेआणि एम्ब्रॉयडरी केलेले तयार कपडे, खाद्यपदार्थ, दिवाळीसाठी बनवलेले आकाशकंदील, शोभेच्या वस्तू इत्यादींची विक्री करणारे प्रदर्शन का भरवू नये? त्यायोगे वस्तीत बनवल्या जाणाऱ्या उत्पादनांची विक्री आणि जाहिरात होईल. शिवाय वस्तीतल्या स्वयंरोजगार करणाऱ्या महिलांना चांगली कमाई होऊन विक्रीकौशल्याची ओळख होईल.

दिवाळी ऑक्टोबरच्या शेवटच्या आठवड्यात होती. तत्पूर्वी म्हणजे दुसऱ्या आठवड्यात शनिवार-रविवार असे दोन पूर्ण दिवस प्रदर्शन भरवायचे ठरवले. सगळ्यांच्यात एक नवा उत्साह संचारला. सर्वप्रथम हॉल निश्चित करणे आवश्यक होते. आपटे मंगल कार्यालय ठरलेल्या तारखांना मिळू शकत होते. मुख्य रस्त्यावर, प्रशस्त आणि सर्वसाधारणपणे माहिती असलेलं हे ठिकाण होते. जागा आणि तारखा निश्चित झाल्यावर सकाळ, लोकसत्ता इत्यादी वृत्तपत्रातील निवेदनातून इतरही

लघुउद्योग, गृहउद्योग करणाऱ्यांना जागृतीच्या प्रदर्शनात सहभागी होण्यासाठी आवाहन केले. आठवडाभरात अपेक्षित वीस ते पंचवीस स्टॉलचे बुकिंग झाले. हे काम उषाताई मेडदकरांनी त्यांच्या नेहमीच्या पद्धतीनुसार अत्यंत व्यवस्थित केले. स्टॉलधारकांची सर्व माहिती असणारा फॉर्म भरून घेऊन प्रत्येकी अडीचशे रुपये अशी निम्मी नोंदणी फीदेखील जमवली. प्रदर्शनाच्या पहिल्या दिवशी रेखाने प्रत्येक स्टॉलवर जाऊन स्टॉलधारकांची विचारपूस केली, काही गैरसोय असल्यास ती दूर केली आणि उरलेले अडीचशे रुपये गोळा केले. प्रदर्शनात बाहेरील तीस आणि वस्तीतील वीस महिला सहभागी झाल्या. वस्तीतील महिलांकडून नाममात्र पन्नास रुपये घेतले.

प्रदर्शनाचे दोन दिवस आणि आधीचे पंधरा दिवस भारलेले होते. डोक्यात बोलण्यात एकच विषय, 'जागृती एक्सपो.' या प्रदर्शनाला बँक ऑफ बडोदाने प्रायोजकत्व दिले होते. तसेच इतरही काही हितचिंतकांनी मदत केली होती. प्रवेशद्वारापाशी बँकेचा मोठा बॅनर होता. त्यासमोर जागृतीच्या मुलींनी मोठ्या रांगोळ्या काढल्या. मोठे केळीचे खुंट आमच्या घरातल्या बागेमधून संभाळून विश्वासने प्रवेशद्वाराशी आणून लावले. नशीब वाजंत्री लावायला सुचले नाही! पण या सगळ्याचा एकूण परिणाम असा झाला की रस्त्यावरून जाणाऱ्या येणाऱ्यांना इथे काही कार्य आहे किंवा बँक ऑफ बडोदाचा काही समारंभ आहे असे वाटले. प्रदर्शनाची माहिती दोन दिवस छोट्या जाहिरातीत देत होतो. प्रदर्शनाच्या पहिल्या दिवशी लोकांचा फारसा प्रतिसाद मिळाला नाही. बाहेरच्या स्टॉलधारकांनी जोरदार तक्रार केली. रातोरात आधी केलेले सगळे सुशोभीकरण बाद करून फक्त प्रदर्शनाचा मोठा फलक लावला आणि जवळपास माहितीपत्रके वाटली. वर्तमानपत्रांमध्ये जरा मोठी जाहिरात दिली. परिणामतः दुसऱ्या दिवशी सकाळी बरेच लोक आले आणि विक्रीही चांगली झाली. संध्याकाळी मात्र मुसळधार पाऊस पडला आणि शब्दशः प्रदर्शनावर पाणी पडले. हे जागृतीनेआयोजित केलेले पहिलेच प्रदर्शन होते. तेव्हा आलेल्या अनुभावातून चुका सुधारून पुढच्या वर्षी असेच प्रदर्शन करायचे ठरवून आम्ही समारोप केला.

पुढची दोन वर्षे पौड रस्त्यावरील 'उत्सव मंगल कार्यालयात'प्रदर्शने भरवली. कार्यालयाचे मालक अरविंद गोडबोले परिचयाचे होते आणि जागृतीसारखी सामाजिक संस्था छोट्या उद्योजकांना प्रोत्साहन देण्याकरता प्रदर्शन आयोजित करते म्हणून त्यांनी कार्यालय विनामूल्य दिले. असे असले तरी पन्नास स्टॉलसाठी टेबले, खुर्च्या, मागच्या बाजूला ठेवण्याकरता स्टॅन्ड या सगळ्याचे दोन दिवसाचे भाडे आणि जाहिरातींचा खर्च इत्यादीचा हिशोब केल्यावर प्रदर्शन आयोजित करणे हे जागृतीला आर्थिकदृष्ट्या परवडणारे नाही हे लक्षात आले. यात आम्हा सगळ्यांच्या वेळेचे आणि कार्यशक्तीचे

मूल्य धरलेले नव्हते. त्यामुळे चौथ्या वर्षी हा उत्साहाचा सोहळा बंद केला.

प्रदर्शनामुळे थोडीशी तात्पुरती का होईना प्रसिद्धी जागृतीला मिळाली. काही महिला उद्योजकांना त्यांच्या कोणकोणत्या उत्पादनाला मागणी असू शकेल याचा अंदाज आला. माझी बँकेतली एक मैत्रिण मांसाहारी पदार्थ उत्तम बनवायची. तिचे कोळंबीचे लोणचे चांगले खपले. नंतरही त्याची मागणी येऊ लागली. बँकेच्या नोकरीतून स्वेच्छानिवृत्ती घेऊन तिने पूर्णवेळ हाच व्यवसाय करायचे ठरवले. तिचा व्यवसाय चांगला चालला आहे. वस्तीतील सलीमाने केलेले सुबक आकाशकंदील, सजावटीच्या वस्तूही खूप खपल्या. उषाबाई आणि त्यांच्या मुलीने केलेले फराळाचे पदार्थ विशेषतः चकली, चिवडा, शंकरपाळे सगळ्यांना आवडले. आता दिवाळीच्या फराळासाठी तिच्याकडे मोठी नोंदणी असते. आणखीही काही महिलांना आपल्या उत्पादनाला मागणी आहे हे लक्षात आले. पण एवढ्या एका कारणाने व्यवसाय सुरू करणे हितकारक नव्हते. व्यवसायातील अनेक कंगोरे, खाचाखोचा, त्यातले व्यावहारिक-आर्थिक गणित समजणे जरुरीचे होते. वस्तीतल्या बऱ्याच महिला उपजीविकेसाठी परंपरागत व्यवसाय म्हणजे जेवणाचे डबे करून देत होत्या. शांताबाई तर रोज तीनशे पोळ्या करून जवळच्या कंपनीच्या कॅन्टीनमध्ये देत होत्या. पण सर्वांनाच कष्टाच्या मानाने फारच कमी पैसे मिळत होते. प्रचलित बाजारपेठातील भावापेक्षा कितीतरी किंमत पाडून शुभदाताईंनी शिवलेले परकर, फ्रॉक व्यापारी घेऊन अनेक पटीने स्वतःचा फायदा कमावत असत. हे सगळं पाहून या महिलांना व्यवसायसंबंधीच्या किमान प्राथमिक संकल्पना, व्यवस्थापन कौशल्य समजली पाहिजेत हे जाणवले.

हे कसे करावे हा विचार सुरू असताना काही यशस्वी महिला उद्योजकांचे अनुभव कथन वगैरे एकीकडे आयोजित करत होतो, पण ते नक्कीच पुरेसे नव्हते. यासंदर्भात आणखी काय आणि कसे प्रशिक्षण देता येईल याबाबत व्यवस्थापन क्षेत्रातील तज्ज्ञांचे मत घ्यावे असा विचार केला. माझा भाऊ आनंद याचे 'इंडसर्च'चे प्रमुख डॉ. अशोक जोशी ओळखीचे होते. माझा भाऊ डॉ. आनंद हा व्यवस्थापनातील विपणन क्षेत्रातील तज्ज्ञ म्हणून ओळखला जातो. 'मेट्रिक' ही त्याने एक मोठी कंपनी त्याने उभी केलेली आहे. तो 'इंडसर्च' या संस्थेशी काही वर्षे मानद प्राध्यापक म्हणून जोडलेला होता. 'इंडसर्च'चे प्रमुख डॉ. अशोक जोशी त्याचे चांगले मित्र आहेत. आनंदचा सल्ला घेऊन आम्ही त्यांना भेटलो. इंडसर्च ही नावाजलेली, पुणे विद्यापीठाची मान्यता असलेली, व्यवस्थापनातील विविध लहान-मोठ्या पदविका आणि पदव्यांचे शिक्षण देणारी संस्था डॉ. जोशींनी उभी केली आहे. भेटल्यावर जागृतीविषयी प्राथमिक माहिती दिली. त्यांना कल्पना दिली की 'वस्तीतील काही महिला घर संभाळून पोटापाण्यासाठी उद्योग करत आहेत. त्यातल्या

काही अशिक्षित आणि बराचशा लिहिता-वाचता येण्यापुरते शिक्षण झालेल्या आहेत. त्यांना त्यांचा व्यवसाय अधिक चांगल्या प्रकारे कसा करता येईल, उत्पन्न कसे वाढवता येईल याविषयी काही मार्गदर्शन मिळावे म्हणून तुमच्याकडे आलो आहे.' हे ऐकल्यावर त्यांनी "तुमचा विचार चांगला आहे, शक्य ती मदत करू." असे आश्वासन दिले. चार दिवसांनी पुन्हा बोलावले.

परत 'इंडसर्च'मध्ये भेटलो तेव्हा त्यांच्याकडे दोन पूर्ण दिवसभराच्या 'महिला उद्योजकता विकास' शिबिराची रूपरेखा तयार होती. त्यादिवशी त्यांच्याबरोबर प्रा. डॉ. आश्विनी जोशी आणि डॉ. सुनिता जोशी यादेखील उपस्थित होत्या. त्यांनी महिलांची पार्श्वभूमी समजून घेऊन अतिशय विचारपूर्वक प्रशिक्षणाची आखणी केली होती. शिबिरात अंदाजे तीस-पस्तीस महिला असाव्यात. यामध्ये सध्या उद्योग करत असलेल्या काही महिला आणि उद्योग करायला उत्सुक असणाऱ्या काही तरुण मुली असाव्यात असे त्यांनी सुचवले. त्यांची सूचना महत्त्वाची ठरली कारण नंतर या प्रशिक्षणातून स्फूर्ती घेऊन काही तरुण मुली नोकरीच्या मागे न लागता स्वतंत्र व्यवसाय चांगल्या प्रकारे करू लागल्या.

दोन दिवसाच्या प्रशिक्षणाची सुरुवात ताणतणावाचे व्यवस्थापन येथून केली. महिला जरी अष्टावधानी असल्या तरी घरातली आणि बाहेरची अनेक व्यवधाने सांभाळताना मानसिक आणि शारीरिक ताण येतोच. त्यासाठी या विषयातील तज्ज गौरी इनामदार यांनी मार्गदर्शन केले. ताण हलका करण्यासाठी प्राणायाम आणि योगासने ह्याची प्रात्यक्षिके त्यांनी करून घेतली. पहिल्या दिवशीनंतरच्या सत्रांतून व्यवस्थापन म्हणजे काय, व्यवसायासाठी आवश्यक गुण कोणते, व्यवसाय कसा निवडावा, वेळेचे व्यवस्थापन, उत्पादनासाठी आलेला खर्च आणि त्यानुसार विक्री किंमत कशी काढावी याविषयी तज्जयेऊन सर्वांना एकत्रितरीत्या आणि त्याचबरोबर वैयक्तिकरीत्यासुद्धा मार्गदर्शन करून गेले.

दुसऱ्या दिवशी, पहिल्या सत्रात विपणन क्षेत्रातील तज्ज्ञांनी उत्पादनाची विक्री, जाहिरात कशी करावी यासंबंधी सर्वसामान्य माहिती दिली आणि नंतर प्रत्येक प्रशिक्षणार्थीची गरज ओळखून मार्गदर्शन केले. दुसऱ्या सत्रात व्यवसायासाठी आर्थिक भांडवल बँकेकडून कसे उभे करावे याबाबत आणि बँकेच्या व्यवहाराबद्दल माहिती देण्यासाठी जवळच असलेल्या भगिनी निवेदिता सहकारी बँकेच्या भांडारकर रोड शाखेतील महिला अधिकारी आल्या. शेवटच्या सत्रात काही यशस्वी महिला उद्योजकांना त्यांच्या अनुभवकथनासाठी बोलावले गेले. यात भगिनी निवेदिता सहकारी बँकेच्या संस्थापक-संचालक आणि स्वतःचा गणेश गौरी हा प्लास्टिक फुलांची तोरणे बनवायचा

व्यवसाय यशस्वीपणे सुरू केलेल्या मीनाक्षी दाढे आल्या. त्यांनी अतिशय आत्मीयतेने प्रत्येक महिलेच्या अडचणी समजून घेतल्या आणि त्यातून कसा मार्ग काढता येईल ते सांगितले. त्या दिवशी चार वाजता सुरू झालेले संवादसत्र रात्री आठ वाजता संपले. त्यांनी त्यांच्या तोरण विक्रीचे काम काही प्रशिक्षणार्थी महिलांना दिले, त्यातून या महिलांना अर्थार्जन होऊ लागले. प्रशिक्षणार्थींना मोकळेपणी बोलण्यासाठी, आपल्या शंका, अडचणी विचारण्यासाठी उत्तेजन दिले. त्यामुळे अनुभवकथन करणाऱ्या यशस्वी महिला आणि जागृतीच्या धडपडणाऱ्या महिला-मुली यांच्यात अतिशय उपयुक्त असा संवाद साधला गेला. पुढे जाऊन त्यांच्यामध्ये काही कायमस्वरूपी खरेदी-विक्रीचे व्यवहार सुरू होऊन ते उभयपक्षी किफायतशीर ठरले आहेत. गेली एकवीस वर्षे हे 'महिला उद्योगजगता विकास' शिबीर यशस्वीरीत्या आयोजित केले जात आहे.

सकाळी नऊ ते सायंकाळी सहा पर्यंत दोन दिवस आपापले उद्योग व्यवसाय, घरातल्या जबाबदाऱ्या बाजूला ठेवून यायला वस्तीतील महिला सुरुवातीला तयार होत नसत. पण मंगला पाटील, रेखा बिडकर आणि जागृतीच्या ताया घराघरात जाऊन परोपरीनं त्यांना समजावून सांगत. या प्रशिक्षणामुळे व्यवसायातील उत्पन्न वाढले जाते, बँकेकडून कर्ज मिळणे सुलभ होते हे कळल्याने त्यांना येण्यात स्वारस्य वाटायला लागले. वस्तीतील महिलांचे नेहमी एक सांगणं असे, ते म्हणजे, "आम्हाला काम द्या, आम्ही कष्ट करून पैसे मिळवायला तयार आहोत." या शिबिरातून तेही साध्य होऊ शकेल असे समजल्याने हळूहळू सुरुवातीची उदासीनता कमी होऊन महिला आपणहून येऊन नाव नोंदणी करू लागल्या.

एकदाका शिबिरची तारीख नक्की झाली की इंडसर्च येथील प्राध्यापक डॉ. आश्विनी जोशी संपूर्ण दोन दिवसाच्या शिबिराचे नियोजन काटेकोरपणे करतात. सकाळी चहा नाश्ता, दुपारी जेवण आणि पाच वाजता चहा-बिस्कीटे सर्वांना आग्रहाने घ्यायला सांगतात. जेवणात आम्ही नको म्हटले तरी कटाक्षाने काही गोड ठेवतात. त्या म्हणतात, "आपण महिला नेहमी इतरांना खाऊ घालतो. आपल्याला आयतं, गोड-धोड मिळालं तर खूप बरं वाटतं." सुरुवातीला बुजणाऱ्या कष्टकरी महिला पहिल्या दोन तासातच मोकळ्या व्हायच्या. या शिबिरानंतर अनेक महिला स्वतः बँकेत जाऊन स्वतंत्र खाते उघडून बँकेचे व्यवहार धीटपणे करू लागल्या. मालाचे मूल्य योग्य ठरवून, अधिक कमाई करू लागल्या. महिलांमधील आत्मविश्वास वाढला. त्या अधिक सजग, जागृत होऊन बचत करू लागल्या.

शिबिराच्या उद्घाटनाला डॉ. अशोक जोशी महिलांशी सहज संवाद साधतात आणि त्या घरादाराच्या अनेक अडचणींना तोंड देऊन इंडसर्चपर्यंत पोहोचल्याबद्दल त्यांचे

कौतुक करतात. एवढा 'साहेब माणूस' आपले कौतुक करतोय याचे सर्वांनाच अप्रूप वाटते. उद्घाटनाला रोटरी क्लब ऑफ पुणे मेट्रोचे पदाधिकारीही येतात. प्रा. डॉ. आश्विनी आणि अविनाश जोशी हे दोघेही या क्लबचे सक्रिय सदस्य असल्याने हे जुळून येत असे. रोटरी क्लबतर्फे जागृतीला काही मदत मिळते ती एखाद्या महिलेच्या उद्योगाची तातडीची गरज निभावण्यासाठी ते वापरतो. समारोपाच्या दिवशी प्रमुख पाहुण्यांच्या हस्ते प्रत्येकीला 'इंडसर्च'तर्फे महिला उद्योजकता विकास प्रशिक्षणातील यशस्वी सहभागाबद्दल एक मोठे छान प्रशस्तीपत्रक मिळत असे. ते बऱ्याचजणींच्या घरी फ्रेम करून लावलेले आहे.

गेली वीस वर्षे हे प्रशिक्षण सातत्याने सुरू आहे. एक वर्ष कोविड निर्बंधामुळे शक्य झाले नाही. आत्तापर्यंत जवळपास साडेचारशे महिला प्रशिक्षण शिबिरात सहभागी झाल्या. त्यापैकी काहींनी स्वतःचे नवे व्यवसाय सुरू केले तर काहींनी असलेले व्यवसाय मोठ्या प्रमाणावर वाढवले. सहज समोर येणारी अनेक उदाहरणे आहेत. गीतांजली भोसले यांनी घरगुती पिठाची गिरणी सुरू करून व्यवसायास सुरुवात केली. आज पीठविक्रीबरोबरच दहा स्त्रियांना हाताशी धरून एकशे ऐंशी मुलांची खानावळ चालवत आहेत. उषाबाई जाधव यांनी मुंबईहून सुकी मासळी आणून ती विकायचा व्यवसाय सुरू केला. सुरुवातीला कोपऱ्यावर टोपली घेऊन बसायच्या. आज दोन दुकाने आहेत. मुलगा इंजिनिअरिंगचे शिक्षण घेत आहे आणि मुलीचे फर्ग्युसन कॉलेजमध्ये संगणक पदवीचे शिक्षण सुरू आहे. व्यवसायातून येणाऱ्या उत्पन्नातून त्यांनी गळणाऱ्या पत्र्यांच्या घराच्या ठिकाणी एक मजली कॉँक्रीटचे घर बांधले आहे. ज्योती चव्हाण स्वतःचा शिवणाचा व्यवसाय वाढवून आता तयार कपड्यांचे दुकान चालवत आहेत. फातिमा शेख यांनी सुरुवातीला रविवार पेठेतून कच्चामाल आणून पतंग बनवायला सुरुवात केली. बँकेतून थोडे कर्ज घेऊन आकाशकंदीलही बनवायला लागल्या. फातिमाच्या हातात कला होती. सुबक, वैशिष्ट्यपूर्ण आकाशकंदील खपू लागले. पुढे दोन कटिंग मशीन विकत घेऊन आकाश कंदीलाबरोबर सजावटीच्या वस्तू करायला लागल्या. व्यवसाय वाढतच चालला. आता मालवाहतुकीसाठी दोन टेम्पो आहेत. वस्तीतील सुमारे दीडशे महिलांना त्या रोजगार मिळवून देत आहेत. रविवार पेठेतल्या जवळपास सगळ्या दुकानांमध्ये त्यांचा माल जातो.

या उद्योजकता विकास शिबिरामुळे भगिनी निवेदिता बँकेच्या भांडारकर रोड शाखेतील महिलांची ओळख झाली. वस्तीतील महिला या शाखेत खाती उघडू लागल्या. काहींना कर्जही मिळूलागली.तसेच, माझा संस्थापिका मीनाक्षी दाढे यांच्याशी परिचय झाला. त्या जागृतीत येऊन काम पाहून गेल्या. माझा बँक ऑफ बडोदामधील अनुभव आणि सामाजिक जाणिवेने सुरू असलेले काम बघून त्यांनी बँकेच्या संचालक पदासाठी

माझे नाव सुचवले. सर्व संचालकांनी एकमताने मान्य केले. महिलांनी चालवलेल्या पण सर्वांसाठी असलेल्या या सहकारी बँकेचे काम मी करत असलेल्या जागृतीच्या कामाशी पूरक, त्याला पोषक असेच होते. त्यामुळे मीदेखील आनंदाने तयार झाले. गेली तेवीस वर्षे संचालक, (त्यातील सात वर्षे अध्यक्ष) म्हणून भगिनी बँकेचे काम करताना मी अनेक अंगानी अनुभवसंपन्न झाले. सर्वसमावेशक विकासाचे प्रारूप कसे असायला हवे त्याचा भगिनी बँक म्हणजे वस्तूपाठच आहे. गरजूंची परतफेडीची क्षमता लक्षात घेऊन आवश्यक तेव्हढेच आणि सहजपणे परतफेड करता येईल असे अर्थसाहाय्य कसे करावे हे बँकेच्या कार्यपध्दतीतून शिकता आले. त्यामुळे आज जागृतीतील आणि वस्तीतील अनेक लोक बँकेशी खातेदार, भागधारक, कर्जदार म्हणून जोडले गेले आहेत.

भगिनी बँकेतून त्वरित, पारदर्शी पद्धतीने अर्थसाहाय्य उपलब्ध होत असले तरी एक सहकारी बँक म्हणून सहकार खाते, रिझर्व बँक यांच्या नियमांना आधीन राहूनच बँकेला कर्जे मंजूर करायला लागतात. पुष्कळदा वस्तीतील गरजूंकडे आवश्यक कागदपत्रे नसतात. काहींची गरज इतकी तातडीची आणि निकड इतकी गंभीर असते की कर्जमंजुरीसाठी लागणारा किमान वेळ थांबण्याइतकीही सवड त्यांच्याकडे नसते. वस्तीतील अशा एका गरजूची कठीण परिस्थिति आमच्यासमोर आली आणि जागृतीची 'हिरकणी' योजना साकार झाली.

***

हिरकणी योजना

वस्तीतल्या सर्वसामान्य घरातल्याप्रमाणे शोभा पाच-सात घरची कामं करायची आणि आपल्या तीन मुलींचे पोट भरायची, त्यांना शाळा शिकवायाची. नवरा व्यसनी. मिळेल तेव्हा बांधकामावर गवंडी काम करून पैसे मिळवायचा आणि ते दारूवर उडवायचा. एकदा तिची सहा वर्षाची धाकटी मुलगी दीपिका तापाने फणफणली आणि उलट्याजुलाबाने रातोरात गतप्राण झाल्यासारखी दिसू लागली. रात्री दहाची वेळ होती. शोभा कशीबशी तिला रिक्षा करून जवळच्या खासगी दवाखान्यात घेऊन गेली. तिच्या भाषेत डॉक्टरांनी 'सुई लावून' औषध देण्यासाठी ताबडतोब वीस हजार रुपये भरायला सांगितले. नवऱ्याला सांगून काही करणे शक्यच नव्हते. दारूच्या नशेत असताना मुलीच्या आजारपणाचे त्याला काही सोयरसुतक नव्हते. उलटपक्षी तिसरा 'कुलदीपक' हवा असताना ही 'दीपिका' झाली म्हणून तो तिच्यावर नाराज होता. शोभा शेजारणीकडे मदतीसाठी गेली. ती तिला घेऊन जवळच असलेल्या सोन्या-चांदीचे हलक्या वजनाचे, कमी प्रतीचे दागिने विकणाऱ्या दुकानदाराकडे गेली. नंतर आम्हाला समजले की त्याचा सराफी हा दाखवायचा व्यवसाय तर खरा व्यवसाय सावकारीचा होता. त्याने तिला वीस हजार रुपये ताबडतोब दिले खरे पण तिच्या गळ्यातले माहेरून मिळालेले दीड तोळ्याचे गंठन-मंगळसूत्र गहाण म्हणून ठेवून घेतले आणि दर महिन्याला दोन हजार रुपये व्याजाची रक्कम आणून देण्यासाठी बजावले. अर्ध्या रात्री ही रक्कम बँकेकडून किंवा इतर कुठून उभी करणे तिला अशक्य होते. दोन-तीन दिवसांत मुलगी बरी होऊन घरी आली. शोभाने दरमहा व्याजाचे दोन हजार रुपये द्यायला आणखी एका घरी पोळ्याचे काम धरले. सोन्याचे मंगळसूत्र सावकाराकडे ठेवल्यावर तसेच दिसणारं एक खोटे मंगळसूत्र शोभा गळ्यात घालत असे. नवरा कसा का असेना, पण गळ्यात त्याच्या नावाने मंगळसूत्र पाहिजे. नाहीतर गैरफायदा घ्यायला लोक टपलेले असतात असे वस्तीतल्या बायकांचे

म्हणणे असायचे. त्यात थोडेफार तथ्यही होते.

जवळजवळ वर्षानंतर शोभा सकाळी रडतच जागृतीत आली. चेहऱ्यावर काळे निळे माराचे डाग होते. आदल्या रात्री नवऱ्याने दारू पिऊन धिंगाणा केला होता. त्याने तिच्या गळ्यातले मंगळसूत्र हिसकावले आणि त्याचे सोनाराकडे पैसे करायला गेल्यावर त्याला ते खोटे आहे हे समजले. मग काय 'आधीच तसलं आणि घोड्यावर बसलं' असं नवरोजींचे झाले. तिच्या चारित्र्यावर संशय घेऊन "टवाळे, तू यारांबरोबर मजा मारायला गाव धुंडाळतेस आणि पैसे उडवतेस." असे वाटेल ते अर्वाच्च बोलून त्याने तिला घराबाहेर काढलं आणि खरे मंगळसूत्र आणलेस तरच घरात घेईन अशी धमकी दिली. मुलांच्या केविलवाण्या चेहऱ्याकडे पाहून तिने काही मार्ग काढायला म्हणून जागृतीत धाव घेतली तेव्हा तिची ही सगळी कथा आणि व्यथा आम्हाला समजली.

आमच्या खजिनदार रेखा बिडकर तिथेच होत्या. त्यांनी हिशेब केल्यानुसार सावकाराच्या वीस हजार रुपयाच्या कर्जावर शोभाने वर्षभरात चोवीस हजार रुपये नुसते व्याजापोटी दिले होते. म्हणजे एकशे वीस टक्के व्याजचा दर! तरीदेखील मुद्दल जिथल्या तिथेच आणि दीड तोळ्याचे मंगळसूत्र सावकाराच्या तिजोरीत. शोभाने सावकाराला कळवळून, हातापाया पडून मंगळसूत्र परत देण्याची विनंती केली पण तो बधला नाही. घेतलेले वीस हजार रुपये परत दे मगच मिळेल असं सांगून त्याने तिला अक्षरशः हाकलून दिले. रेखा आणि मंगलाताई शोभाला घेऊन सावकाराकडे गेल्या. त्याच्याकडे हिशेब मागितल्यावर तो टाळाटाळ करू लागला. बरीच हुज्जत घालून सावकारीच्या विरुद्ध असलेल्या कायद्याची धमकी दिल्यावर दहा हजार रुपयांवर तडजोड झाली. पैसे जागृतीने भरले. नंतर रागारागाने त्याने आतून एक पोते आणून शोभासमोर उपडे केले आणि म्हणाला, "उचल तुझा डाग."त्या पोत्यात अक्षरशः शे-दीडशेच्या आसपास मंगळसूत्रे होती. थोडे धुंडाळल्यावर शोभाने स्वतःचा नग बरोबर उचलला. त्यावर छोटेसे तिच्या नावाचे, तिला वाचता येत नसले तरी लेबल होते. मंगळसूत्र हातात घेतल्यावर तिला अश्रू आवरेनात. रेखाच्या हातून तिने ते गळ्यात घालून घेतले. मंगलाताई नंतर शोभाबरोबर तिच्या घरी गेल्या तेव्हा नवरा चपापला. रात्रीची दारूही उतरली होती. मंगलाताईंनी "बायकोच्या अंगाला पुन्हा हात लावलास तर पोलिसांकडे सांगून आत करू." असा सज्जड दम दिला. मुलगी येऊन आईला बिलगली तेव्हा मंगलाताईंच्याही डोळ्यात पाणी आले. नंतर पाच महिन्यातच शोभाने जागृतीचे दहा हजार रुपये फेडले. तीदेखील आता बरी दिसत होती. नवऱ्याचे व्यसन सुटले नव्हते पण जागृतीचे आपल्याकडे लक्ष आहे हे कळल्यावर आता तो तिला फारसा त्रास देत नसे. छोटी दीपिका लवकरच जागृतीच्या बालवाडीत दाखल होऊन रमली होती. तिच्या वाढदिवसाला शोभा सगळ्या मुलांसाठी

शेजारच्या 'तिरुपती' हलवायाकडून जिलबी घेऊन आली.

शोभाकडे पाहिल्यावर असा विचार मनात यायचा की अशा कितीतरी 'शोभा' वस्तीत आहेत ज्यांना नाइलाजाने तातडीच्या अडचणींकरता सावकाराची वाट धरावी लागते. एखादाच जवळ असलेला मंगळसूत्रासारखा दागिना गहाण ठेवावा लागतो आणि कष्टाचे पैसे सावकाराकडे भरता-भरता नाकी नऊ येतात. पुष्कळदा एकदोन महिने व्याजाची रक्कम भरली गेली नाही तर दागिने जप्त करून सावकार सक्तीने ना हरकत पत्रावर सही-अंगठा घेतो. थोडक्यात अगदी कमी किमतीत सोने विकत घेतो आणि अडलेल्यांना भरपूर लुटतो.

यातून मार्ग काढण्यासाठी काय करावे असा विचार करताना बालवाडीत बाई मुलांना सांगत असलेली 'हिरकणीची गोष्ट' कानावर येत होती. हिरकणीसारख्या वस्तीतल्या कितीतरी बायका खरोखरीच पोटच्या पोरांसाठी दिवसारात्रीची पर्वा न करता, कितीही कष्ट आणि कोणतेही धाडस करायला तयार होतात. त्यांच्यासाठी 'हिरकणी' योजना आकार घेऊ लागली. रेखाने याबाबत पुढाकार घेऊन साधे-सोपे अर्ज तयार केले. त्यात कुटुंबाची सर्व माहिती होती. कुटुंबातील प्रत्येक सदस्याचे वय, शिक्षण, तसेच मासिक रोजगार, इतर कर्जे, त्यांची परतफेड यांचा तपशील त्या माहितीपत्रकात असे. हे अर्ज जागृतीतील दोन कार्यकर्त्यांनी स्वतः अर्जदाराच्या घरी जाऊन, त्यांना विचारून भरायचे असे ठरले. कडक अटींपेक्षा अर्जदाराची गरज आणि पात्रतेनुसार नियमात लवचिकता ठेवावी असेही ठरले. केवळ तत्काळ गरजेसाठी चोवीस ते अठ्ठेचाळीस तासात जास्तीत जास्त पन्नास हजार रुपयांपर्यंत उचल द्यायची आणि सोयीनुसार त्याची परतफेड जास्तीत जास्त दोन वर्षांत करायची. या योजनेत फक्त मुद्दलाची परतफेड करायची होती.

अनेक अर्ज आले. महिलांच्या अर्जांत नवऱ्याला व्यसने असणाऱ्या. कष्टकरी स्त्रिया होत्या. काही पुरुषांचेही अर्ज आले होते. या योजनेत निर्व्यसनी, घरातील स्त्रियांशी नीट वागणाऱ्या पुरुषांनाही घ्यावे असे ठरले. उचल देताना शक्यतो आरोग्य, मुलांचे शिक्षण, स्वयंरोजगार या कारणांना प्राधान्य द्यावे आणि त्याची पडताळणी प्रत्यक्ष घरी भेट देऊन अथवा कामाच्या ठिकाणी जाऊन करावी हे निश्चित झाले. अर्जांची छाननी करून प्रथम पन्नास अर्जदारांना त्यांची अडचण जाणून घेण्यास पूर्वनियोजित वेळेनुसार संस्थेत बोलावले. या भेटीला मुलाखतीचे स्वरूप येऊन अर्जदारांच्या मनावर दडपण येऊ नये म्हणून आल्या आल्या त्यांच्यासाठी चहा मागवण्यात येतो. थोड्या इकडच्या तिकडच्या गप्पा मारून त्यांचा ताण कमी केला जातो.

सुरुवातीला या मुलाखतीच्या वेळी बँक ऑफ बडोदामधील कर्जमंजुरी करणारे जाणकार वरिष्ठ अधिकारी श्री. अनिल बिडकर आणि श्री. पोतनीस यांची मोठीच मदत

झाली. गरज आणि जागृतीत उपलब्ध असलेली रक्कम या दोन्हीचा विचार करून पहिल्या टप्प्यात छत्तीस महिला आणि नऊ पुरुष अशा एकूण पंचेचाळीस जणांना उचल दिली गेली. त्यांनी परतफेड ठरल्याप्रमाणे अठरा महिन्यात आठवण करावी न लागता केली. हा सुखद अनुभव सुरवातीलाच आल्याने आमचाही हुरूप वाढला. गेली चौदा वर्ष ही योजना यशस्वीरीत्या सुरू असून आतापर्यंत ११७० लोकांनी या योजनेचा लाभ घेतला आहे. काही किरकोळ अपवाद उदा. मयत, परागंदा होणे असे वगळले तर परतफेड नियमित आहे. आता करोना आपत्ती काळात तर 'हिरकणी' एखाद्या देवीसारखी प्रसन्न होऊन मदतीला धावत येत आहे असेच बऱ्याच जणांना वाटते.

या सुमारास बचत गटांच्या कामाचा खूप बोलबाला झाला. जागृतीने पुढाकार घेऊन पंधरा-वीस तरी बचत गट प्रत्येक वर्षी स्थापन करावेत असे स्थानिक पुढाऱ्यांकडून सुचवले जात असे. याबाबतीत आमच्या कानावर फारसे बरे येत नसे. बचत गटाची मुख्य म्हणून काम करायला बहुधा वस्तीतल्या दादागिरी करणाऱ्या महिलाच तयार असायच्या. काहीजणींनी बचत गट सुरू करून प्रथम स्वतःचे भले करून घेतले आणि त्या इतरांचे पैसे बुडवून पसार झाल्याचे कळले. यासंदर्भात पुण्यातील कोथरूड, वारजे, माळवाडी आणि इतर अनेक भागात बचत गट चालवण्याचे उत्तम कार्य करणाऱ्या मेधा सामंत यांना भेटून आलो. तेव्हा लक्षात आले की बचत गट तयार करून ते व्यवस्थितपणे चालवणे हे पूर्णवेळ करायचे काम आहे. त्यासाठी लागणारे योग्य असे मनुष्यबळ जागृतीकडे नव्हते. शिवाय बचत गटात राजकीय हस्तक्षेप बऱ्याच प्रमाणात होत असल्याचे दिसत होते. 'लमाण वस्तीतील' उदाहरण डोळ्यासमोर होतेच. ह्या सर्व गोष्टींचा विचार करून बचत गटांच्या वाटेला गेलो नाही.

***

आरोग्यदायी उपक्रम- जनवाडी दवाखाना

हिरकणी योजना चालवताना एक गोष्ट प्रकर्षाने लक्षात आली की वस्तीतील लोकांना तातडीची पैशाची निकड बव्हंशी आजारपणात रुग्णालयात उपचार घेताना लागते. त्यादृष्टीने आरोग्यविषयक उपक्रमावर अधिक भर दिला पाहिजे हे जाणवले.

लमाणवस्तीतून जागृती विस्थापित झाल्यावर मंगलाताईंच्या जनता वसाहत येथील जागेत जागृतीने नेटाने आपले अभ्यास वर्ग आणि दवाखाना सुरू ठेवला होता. डॉ. संगिता जगदाळे दवाखाना बघत होत्या. वर्षभरात जागृतीची स्वतःची सोयीस्कर जागा जवळ तयार झाली. तिथे डॉक्टरांची तपासण्याची खोली, रुग्णांसाठी बसायची सोय, औषधाची कपाटे या सर्व सुविधा करून घेतल्या होत्या. डॉक्टरांची मदतनीस आणि कंपाऊंडर म्हणून यास्मिन चोखपणे काम करत होती. नव्या जागेत डॉ. संगिता महिनाभरच काम करू शकल्या. त्यांनी निगडीला स्वतःचे घर घेतल्यानंतर त्यांना रोज तिथून जाणे-येणे शक्य होणार नव्हते. दुसऱ्या डॉक्टर येईपर्यंत गैरसोय होऊ नये म्हणून महिनाभर आठवड्यातून दोन दिवस येण्याचे त्यांनी कबूल केले.

तातडीने कोणी समाजसेवीवृत्तीनं काम करणाऱ्या डॉक्टरांचा शोध घेणे भाग होते. वस्तीत दवाखान्याची अत्यंत गरज होती. जागृतीच्या दवाखान्यामुळे वस्तीतल्याच वैदुंकडून होणारी गोरगरिबांची फसवणूक बरीचशी टळत होती आणि परवडत नाही म्हणून मोठाल्या दवाखान्यात न जाता दुखणे विकोपाला जाईपर्यंत ते अंगावर काढण्याची सवय कमी होत होती. रेखाच्या 'बँक ऑफ बरोडा' कॉलनीत राहणारी बँकेतील महाजन-साहेबांची मुलगी डॉ. शिल्पा पाटील अनुभवी, शांत आणि मनमिळाऊ स्वभावाची होती. तिने आठवड्यातून दोन दिवस येण्याचे कबूल केले. इतर चार दिवशी येणारे डॉक्टर शोधणे गरजेचे होते. आम्ही शक्यतो स्त्री-डॉक्टरांच्या शोधात होतो. कारण त्यामुळे वस्तीतील महिलाही निःसंकोचपणे येऊ शकत असत.

माझ्या परिचयाच्या मेधाताई यांचा एक दिवस सकाळी फोन आला की त्या त्यांच्या एका मैत्रिणीला घेऊन माझ्याकडे अकराच्या सुमाराला येत आहेत. या मैत्रिणीला काही स्वयंसेवी वृत्तीने काम करायची इच्छा होती. मला आनंद झाला. ती मैत्रीण होती डॉ. सुनीता सोमण. तिने बी.जे. मेडिकल कॉलेजमधून एम.बी.बी.एस. होऊन पॅथालॉजीमध्ये एम.डी. केले होते. डॉ. विजय सोमण पुण्यातील ख्यातनाम एण्ड्रोक्रोनोलॉजीस्ट होते. त्यांच्याबरोबरच डॉ. सुनीता काम करत असे. आमच्या विश्वस्त उषाताई मेडदकर त्यांच्याकडे उपचारासाठी अनेक वर्षे जात असत. त्यामुळे त्यांची परस्परांशी चांगली ओळख होती. डॉ. विजय अचानक हृदयविकाराने गेल्यानंतर दवाखाना बंद करून यापुढे समाजसेवी संस्थेत काम करावे असे त्यांनी ठरवले होते. डॉ. सुनीताला शिकवण्यात, विशेषतः लहान मुलांना इंग्लिश शिकवण्यात रस होता. जागृतीत गरीब मुलांसाठी अभ्यासवर्ग चालवले जातात हे कळल्याने ती जागृतीच्या मुलांना इंग्रजी शिकवण्याच्या इराद्याने आली होती. वैद्यकीय क्षेत्रात काम करायची तिची फारशी इच्छा नव्हती.

इंग्रजी शिकवायला चांगले शिक्षक मिळत नव्हतेच. तेव्हा तिला आठवीचा वर्ग दिला कारण तो वर्ग शिकवणाऱ्या बाई त्यांना सरकारमान्य शाळेत नोकरी मिळाल्याने येऊ शकणार नव्हत्या. सुनीता छान शिकवायची. तिच्या वर्गात संजू हा जरा व्रात्य, खोडकर मुलगा होता. ती नवीन होती म्हणून तिला जरा त्रास द्यायचा. त्रास म्हणजे घरचा अभ्यास न करणे, वर्गात शिकवत असताना मधमध्ये बोलणे, फळ्यावर लिहिताना बाईंची वर्गाकडे पाठ असली की चित्रविचित्र आवाज काढणे इतकेच. पण सुनीताने गोडीगुलाबीने त्याला समजून घेऊन, समजाऊन सांगून बरेच शांत केले. त्याला वडील नव्हते आणि आईच्या घरकामावर चार मुलांचा संसार चालायचा. ते मामाकडे राहत होते त्यामुळे मामी या नणंदेच्या मुलांना सापत्न भावाने वागवायची. या सगळ्याचा काही मानसिक परिणाम त्याच्यावर झाला होता. सुनीताने जातीने त्याच्याकडे आणि इतरही काही त्याच्यासारख्या मुलामुलींकडे विशेष लक्ष देऊन, प्रसंगी त्यांना घरी बोलावून त्यांचा अभ्यास घेतला, प्रसंगी त्यांच्या शाळेच्या फिया भरल्या. त्यांचा इष्ट परिणाम झाला. ही मुले दहावीला चांगले गुण मिळून उत्तीर्ण झाली आणि पुढेही शिकली. मी एकदा रत्ना हॉस्पिटलपाशी रिक्षाची वाट पाहताना एका टाय लावलेल्या तरतरीत मुलाने त्याची दुचाकी थांबवली आणि म्हणाला, "मॅडम, बसा ना. मी तुम्हाला पोचवतो." हा होता संजू. बी.एससी. होऊन मेडिकल रिप्रेझेंटेटिव्ह म्हणून एका फार्मा कंपनीत नोकरीला होता. "कसं चाललंय?" म्हणून विचारले तर म्हणाला, "मुली सांगून येत आहेत, म्हणून आईच्या सांगण्यावरून मामाच्या जवळच दुसरं छोटसं घर आमच्यासाठी घेतलंय. कंपनीच्या सोसायटीतून कर्ज मिळालं." तेवढ्यात हॉस्पिटलमधून एकजण जवळ आला आणि संजूला म्हणाला,

"साहेब, डॉक्टरांचे पेशंट बघून झालेत, तर डॉक्टर तुम्हाला बोलावत आहेत." खट्याळ संजू रुबाबदार संजयसाहेब झालेला पाहून मजा वाटली आणि आनंदही झाला.

डॉ. सुनीता जागृतीत रमली. सुरुवातीला दवाखान्यात डॉक्टर म्हणून काम करायला ती फारशी उत्सुक नव्हती. डॉ. शिल्पा पाटील दोनच दिवस येत असे. पण उरलेल्या दिवशीसुद्धा रुग्ण येऊन, "आज डॉक्टर नाहीत का हो?" असं कळवळून विचारत. कधी कधी कोणाला जास्त त्रास होत असला तर सुनीता शिकवत असताना तिलाच, "डॉक्टर शिल्पाला किंवा इतर कुठल्यातरी डॉक्टरना बोलवा." म्हणून गयावया करत. हे सगळे आरोग्यसुविधेअभावी धडपडणारे वास्तव बघून सुनीतालाही वाटू लागले, की आपल्या वैद्यकीय ज्ञानाचा इथे उपयोग व्हायला हवा. मग दोन दिवस ती दवाखान्यात येऊ लागली आणि दवाखाना झाल्यावर अभ्यासवर्ग घेऊ लागली. ती जवळच म्हणजे प्रभात रस्त्यावर राहत होती. स्वतःचे वाहन घेऊन यायची आणि उत्साहाने जागृतीच्या उपक्रमांत सहभागी व्हायची. लवकरच ती तिची मैत्रिण डॉ. ज्योत्स्ना भाटे (एम. बी. बी. एस.)हिला आठवड्यातील उरलेले दोन दिवस दवाखान्यासाठी घेऊन येऊ लागली. आता सहाही दिवस दवाखाना ११ ते २ या वेळेत सुरू राहू शकला. त्याचा वस्तीतील लोकांना अनन्यसाधारण उपयोग होऊ लागला.

सुरुवातीला तपासणीबरोबर आम्ही औषधेही पूर्णपणे मोफत देत होतो, पण त्याचा दुरुपयोग होताना दिसला. काहीजण ती वस्तीतल्या केमिस्टला कमी किमतीत विकत. काहींना औषधेही सांगितल्याप्रमाणे तशीच आणि तेवढीच घ्यायला पाहिजेत या गोष्टीतले गांभीर्य कळत नसे. प्रतिजैवकेचा पूर्ण डोस न घेता जरा बरे वाटू लागले की उरलेली फेकून देत. कोणतीही गोष्ट फुकट मिळाली की त्याचे मूल्य रहात नाही हेच खरे! त्यामुळे औषधांचे नाममात्र का होईना पैसे घ्यायला लागलो आणि त्याचा विनियोग वस्तीतल्या विकलांग मुलांना काही विशेष उपचार लागत असतील तर त्यासाठी करू लागलो. सुरुवातीला काही जेनेरिक औषधे वापरत होतो. परंतु ती हवी तेव्हा हवी तशी उपलब्ध होत नसत. शिवाय या औषधांच्या नावाखाली कमी प्रतीची भेसळयुक्त औषधेही विकली जात. आमच्या सगळ्या डॉक्टरांचा आग्रह असतो की औषधे उत्तम दर्जाची आणि चांगल्या फार्मा कंपनीची असली पाहिजेत. त्यानुसार सदाशिव पेठेत काही घाऊक औषधविक्रीची दुकाने आहेत तिथे चौकशी केली. पाच सहा महिने वेगवेगळ्या ठिकाणाहून खरेदी केल्यावर सरतेशेवटी 'काळे फार्मा'कडून औषधे घेऊ लागलो आणि आजतागायत तिथूनच घेत आहोत. काळे फार्मा समाजपयोगी काम असल्याने बिलावर काही सूट देतात, औषधे संस्थेत पोचवतात. एखादे औषध उपलब्ध नसेल तर मिळवायचा प्रयत्न करतात. डॉक्टर्स सुरुवातीला आठ दिवसांची औषधे एकदम देत होत्या. पण बरेच लोक अशिक्षित

असल्याने, औषधे नीटपणे घेतली जात आहेत की नाहीत, त्याचा योग्य-अयोग्य काय परिणाम दिसत आहे, यावर सातत्याने लक्ष ठेवणे गरजेचे होते. त्यामुळे दोन किंवा तीन दिवसांची औषधे देऊन डॉक्टर रुग्णांना पुन्हा तपासणीसाठी बोलावतात. सुरुवातीला डॉक्टर औषधे कशी घ्यायची ते लिहून देत असत आणि निरक्षर लोकांना बरोबर कोणा साक्षर व्यक्तीला घेऊन यायला सांगत. पण पुष्कळदा रोजंदारीवरच्या लोकांना ते जमत नसे. मग सकाळ, दुपार, संध्याकाळच्या गोळ्या वेगळ्या रंगाच्या पाकीटातून म्हणजे सकाळचे गुलाबी पाकीट त्यावर सूर्योदयाचे चित्र, दुपारचे पांढरे पाकीट त्यावर पूर्ण सूर्याचं चित्र आणि रात्रीचे पिवळे पाकीट त्यावर चंद्राचे चित्र अशा पद्धतीने दिल्या जातात. हे रुग्णांना खूप सोयीचे वाटते आणि चूक होत नाही.

डॉ. शिल्पा पुण्यात मुलांच्या कॉलेज शिक्षणासाठी राहत होत्या. मुलांचे शिक्षण पूर्ण झाल्यावर त्यांनी जळगावपासून नऊ किलोमीटरवर असलेल्या आडावत या त्यांच्या सासरच्या गावी जायचा निर्णय घेतला. तिथे त्यांचे प्रसूतिगृह आणि इतर वैद्यकीय सेवा देणारे रुग्णालय होते. ते त्यांच्या स्त्री-रोगतज्ज्ञ सासूबाई आणि शिल्पाचे डॉक्टर पती चालवत असत. त्यांच्या मदतीला घरातल्या आणखी एका स्त्रीडॉक्टरची गरज होती. त्यामुळे साहजिकच शिल्पाने पुणे सोडून तिथे स्थायिक व्हायचा निर्णय घेतला. डॉ. ज्योत्स्ना भाटे यांनीदेखील काही व्यक्तिगत कारणांनी पुढील महिन्यापासून येऊ शकणार नसल्याचे कळवले. या काळात सुनीताने बाजीप्रभूसारखी एकटीने खिंड लढवली. पण सुदैवाने लवकरच दोन तज्जमहिला डॉक्टर सेवाभावी वृत्तीने यायला तयार झाल्या.

डॉ. मंगला तेलंग (एम.बी.बी.एस., डी.ए.) यांचे पती भारतीय नौदलात खूप वरिष्ठ पदावर होते. त्यांचे बदलीचे जिथे कार्यस्थळ असे तिथे त्या वैद्यकीय सेवा देत. तसेच डॉ. माधुरी जोशी (एम.बी.बी.एस.) यांचे पती स्टेट बँकेत मोठे अधिकारी असल्याने त्यांच्या कार्यस्थळी विविध रुग्णालयात डॉ. माधुरीने नोकरी केली होती. त्यांनी मुंबईत महापालिकेच्या जे.जे. रुग्णालयात बाह्यरुग्ण विभाग सांभाळला होता. त्यामुळे अगदी अल्पउत्पन्न गटातील रुग्णांशी त्यांचा संपर्क येत होता. निवृत्तीनंतर ही मंडळी पुण्यात स्थायिक झाली. वस्तीकेंद्रापासून तसे दूर म्हणजे कर्वेनगर येथून डॉ. मंगला आणि औंध येथून डॉ. माधुरी नियमितपणे त्यांच्या ठरलेल्या दिवशी येऊ लागल्या.

या तिन्ही तज्जव अनुभवी डॉक्टर गेली अनेक वर्षे जागृतीचा दवाखाना जबाबदारीने संभाळत आहेत. वस्तीतील लोक अल्पशिक्षित, निरक्षर आहेत याचा विचार करून त्या केवळ त्यांना तपासून औषधे न देता त्यांचे आहार-विहारांसारख्याअनेक बाबतीत समुपदेशन करतात, आरोग्यशिक्षण देतात.वस्तीतीललोकांनाही त्यांच्याविषयी अतिशय आदर, जिव्हाळा आणि विश्वास आहे.

***

आरोग्यपूरक उपक्रम

दवाखान्यात येणारे अनेक रुग्ण कंबरदुखी, मानदुखी, गुडघेदुखी यासारख्या त्यांच्या रोजगाराच्या अनुषंगाने येणाऱ्या व्याधींनी पीडित होते. विशेषतः पापड लाटायचे काम करणाऱ्या महिला कंपन्यांतून पापडाचे पीठ डोक्यावरून वाहून आणायच्या आणि रोजचे दोनशे-तीनशे पापड लाटून, वाळवून पोचवून द्यायच्या. वेदनाशामक औषधे देणे हा तात्पुरता उपाय होता. ती सतत घेतल्याने त्याचे काही अनिष्ट परिणाम होण्याची शक्यता होती. यावर एक चांगला उपाय म्हणजे फिजिओथेरपी. बाहेरच्या फिजिओथेरपी केंद्रातले दर परवडण्यासारखे नव्हते म्हणून दवाखान्याला लागून असलेल्या खोलीत फिजिओथेरपीसाठी लागणारी साधने घेऊन केंद्रसुरू करण्याचे ठरले. डॉक्टरांची देखरेख राहणार होती. पण ते चालविण्यासाठी प्रशिक्षित, शक्यतो महिलेची जरूर होती.

आमच्या सुदैवाने आमचीच विद्यार्थिनी आशा एका नामवंत ओर्थोपेडिक रुग्णालयात फिजिओथेरपीच्या विभागात चांगल्या प्रकारे काम करत होती. सकाळी डॉक्टरांच्या वेळेत दोन तास द्यायला ती आनंदाने तयार झाली. त्यामुळे वस्तीतील अनेक महिलांना खूपच आराम मिळाला. पुरुषही येत असत. एका पुरुषाच्या खांद्याला शेक देण्यासाठी शर्ट काढायला सांगण्यात आला तेव्हा त्यांनी गैरसमजातून वेगळाच अर्थ काढला आणि अतिप्रसंग करण्याचा प्रयत्न केला. तेव्हा पुरुष रुग्णाबरोबर शक्यतो त्याची कोणी महिला नातलग जवळ असेल याची खबरदारी घेतो. डॉक्टर आणि त्यांची साहाय्यक यास्मिन ह्यांचेही बारीक लक्ष असतेच.

आता जागृतीत नेहमीच्या तीन महिला डॉक्टर आणि शिवाय इतरही वेगवेगळ्या क्षेत्रातले तज्ज्ञ डॉक्टर येऊ लागले. स्त्रीरोग, बालरोग निदान शिबिरे तसेच डोळ्यांची आणि दातांची तपासणी होऊ लागली. महिन्यातून एक तरी अशा प्रकारचे आरोग्य शिबीर आणि त्याला जोडून आरोग्य-जाणीव जागृतीचे कार्यक्रम घेतले जातात. शिबिर

घेताना एक निश्चितपणे केले जाते ते म्हणजे केवळ निदान करून न थांबता काही दोष असल्यास त्यावर पूर्णत्वाने इलाज जागृतीमार्फत केले जातात. अनेक मुलांना योग्य चष्मे मिळाल्याने फळ्यावरचे उत्तम दिसू लागले, अभ्यासात प्रगती झाली. मोतीबिंदू झाल्याने दृष्टी अधू झाली म्हणून घरी बसलेले, ऑपरेशन होऊन व्यवस्थित दिसू लागल्याने दैनंदिन रोजगारावर जाऊ लागले. स्त्रीरोग तज्ज्ञांच्या तपासणीनंतर वेळीच गर्भाशयातील विकार कळल्याने योग्य ते इलाज, शस्त्रक्रिया होऊन काही महिलांना पुढे भविष्यात होऊ शकणारे गंभीर आजार टळले. ट्रिपल-पोलिओ, हेपाटिटीस-बी, रूबेला इत्यादी सर्व प्रकारचे लसीकरण नियमित होत असते. कुटुंब नियोजनासाठी पुरुषांना प्रवृत्त करून नसबंदी शिबिरांचे आयोजन सातत्याने होऊ लागले.

गुप्तरोगांचे प्रमाण काही प्रमाणात दिसून येत होते. रुग्णांच्या आजाराचे स्वरूप लक्षात घेऊन डॉक्टर औषधे देत असत. पण एक दिवस सात वर्षांची पीडित मुलगी रमा उपचारासाठी आली आणि आम्ही सगळे चक्रावून, हबकून गेलो. चौकशी केली तेव्हा कळले, जवळच्या वैदुवाडीतील कुडमुड्यावैदूने कुमारी मुलीशी शरीरसंबंध ठेवण्याने गुप्त रोग होत नाहीत आणि झाले तरी बरे होतात असे सांगितल्याने घरातल्या कर्त्या काकांनी आपल्या निराधार पुतणीवर हा प्रयोग करून स्वतःची प्रतिकारशक्ती वाढवण्याचा प्रयत्न करून पाहिला. मुलीचा बाप क्षयरोगानं लवकर गेला होता. आईला माहेरचा काही आधार नव्हता म्हणून मुलीची आई चुलत्याच्या कुटुंबाबरोबर आपल्या मुलीसह राहून चार घरची काम करत होती. ती मुलीला दवाखान्यात घेऊन आली आणि रडत रडत तिनेच सर्व कर्मकथा सांगितली. त्या अल्पवयीन मुलीची वारंवार अत्याचार केल्यानं झालेली अवस्था पाहवत नव्हती. तिला उपचारासाठी ताबडतोब जवळच्या दवाखान्यात दाखल केले. तिच्या काकाला बोलावून घेतले आणि झाल्या प्रकारामुळे बाललैंगिक शोषणाच्या कायद्याखाली अटक होईल म्हणून दम दिला. मुलीच्या आईने आणि घरच्यांनी खूप रदबदली केली. काका गजाआड गेला, तर घर उघड्यावर पडणार होते. चुलतीने स्वतः याबाबत काळजी घेऊन देखरेख करण्याचे आश्वासन दिले. काकाही हातापाया पडू लागला. तसा तो बिलंदर न वाटता बावळटच वाटला. तो त्या वैदूच्या पूर्ण कह्यात गेलेला होता.

वैदूची अधिक माहिती काढली, तेव्हा झाडपाल्याचे औषध देऊन काही अघोरी उपचार सांगून अशिक्षित आणि भोळसट लोकांना तो लुटत असल्याचे कळले. त्याच्याविरुद्ध प्रत्यक्ष कृती करण्यापूर्वी अंधश्रद्धा निर्मूलन समितीचा प्रथम सल्ला घ्यावा असे ठरले. आमचं सुदैव म्हणजे स्वतः नरेंद्र दाभोळकर आम्हाला भेटले. साध्या लाकडी टेबल खुर्चीवर बसून आपल्या कार्यालयात काही लिखाण करत होते. त्यांनी शांतपणे सगळी

हकीकत ऐकून घेतली, काही सूचना केल्या. त्यानुसार आम्ही जागृतीच्या जरा तडफदार अशा पंधरा महिलांची फौज घेऊन वैदूवर निषेधाचा मोर्चा नेला, प्रबोधन पत्रके वाटली. त्याला त्याच्या घरातून बाहेर बोलावले. घोषणांचा आवाज वाढल्यावर तो नाईलाजाने बाहेर आला. सुरुवातीला आम्हाला दमात घेऊन पोलिसांची भाषा बोलू लागला. त्यानंतर बायका बधत नाहीत हे बघितल्यावर त्याने दुसऱ्या दिवशी संस्थेत येऊन माफीपत्र लिहून देण्याचे कबूल केले. सगळ्यांनी आम्हाला तो गुंडांना घेऊन येईल वगैरे सांगून घाबरवले. परंतु दुसऱ्या दिवशी तो आला आणि निमूटपणे माफीनामा देऊन गेला. स्त्रीशक्ती पुढे नमला हे खरे. पण अंधश्रद्धा निर्मूलन समितीचा पाठिंबा आम्हाला आहे हे कळल्याने खरा घाबरला आणि त्याने आपले चंबूगबाळे हलवले.

महिन्याभरात रमा पूर्ण बरी झाली. तिच्या आईच्या सांगण्यावरून आम्ही त्या दोघींची सोय एका भल्या माणसाच्या बंगल्याच्या आउटहाऊसमध्ये केली. या वृद्ध जोडप्यालाही कोणा विश्वासू व्यक्तीची सोबत हवी होती. आई त्यांच्या घरातले सर्व काम करत असे. त्यांनीही आईची आणि रमाची घरच्यासारखी काळजी घेतली. रमाला शिक्षणात फारशी गती नसली तरी ती स्वभावतःच सेवाभावीवृत्तीची आणि शिस्तप्रिय होती. तिने जागृतीच्या अभ्यासवर्गातून एस.एस.सी. केले. नंतर जागृतीच्या 'आरोग्यासाथी' वर्गात नर्सिंगचे प्रशिक्षण घेतले. या वर्गाची कल्पना खरे तर आम्हाला तिच्यामुळेच आणि वस्तीतील गरज ओळखून सुचली आणि कालांतराने ती चांगलीच रुजली. रमाला एका चांगल्या रुग्णालयात नोकरी मिळाली. तिथल्या एका ब्रदरशी म्हणजे पुरुष नर्सशी लग्न केले. दोन मुलांचा संसार सुखाने करताना एकेकाळी स्वतः पीडित असलेली ही मुलगी आज रुग्णांची पीडा हलकी करण्याचा मनापासून प्रयत्न करते आहे.

***

कुटुंब नियोजन

वस्त्यांतून कुटुंब नियोजन हा एक जागृतीचा महत्त्वाचा उपक्रम आहे. येथे सर्व धर्मांचे आणि जातीजमातीचे लोक असतात. काम सुरू केले तेव्हा सर्वसाधारण कुटुंबात तीन ते चार मुले असायची. 'हम दो हमारे दो' फारसे पचनी पडले नव्हते. मुलाकडे कुटुंबात लवकरच तयार होणारा कमावता हात म्हणून बघितले जायचे. मुलांचे शिक्षण-पोषण या गोष्टी दुय्यम होत्या. शिवाय काही धार्मिक कंगोरेही होते. पुरुष नसबंदी शिबिर घेत होतो, पण पुरुषांना प्रवृत्त करायला फार कष्ट पडायचे. नसबंदीने पुरुषत्व गमावले जाते हा तर अगदी सर्वसाधारण रूढ गैरसमज होता. मग मुद्दाम, पुरुष नसबंदी केलेल्या जोडप्यांना प्रशिक्षण देऊन त्यांना त्यांचे मनोगत, अनुभव सांगण्यासाठी तयार केले. त्यांच्याशी संवाद साधायला वस्तीतील लोकांचे मेळावे घेतले. विषय नाजूक असल्याने संकोचामुळे फारसे प्रश्न उपस्थितांकडून येत नसत पण अनुभवकथन करणाऱ्या जोडप्यातील पुरुष-स्त्रिया मोकळेपणाने त्यांच्याशी बोलत. यासाठी त्यांना प्रशिक्षणाबरोबर मानधनही दिले जाई. बोलताना यात कोठेही सवंगपणा येणार नाही याची काळजी घेतली जात असे. नसबंदीमुळे नंतर पक्षाघात येतो, अगदी प्रोस्टेट कॅन्सर होतो इथपर्यंत गैरसमज होते. सगळ्यांचे सगळे गैरसमज दूर झाले असं म्हणता येणार नाही पण नसबंदी शिबिरात अधिक संख्येने पुरुष येऊ लागले. आमचे कार्यकर्ते नसबंदीसाठी सरकारी योजनातून मिळणारी बक्षिसी, योग्य ते अर्ज भरून घेऊन शासकीय कचेरीत त्वरीत पोचवतात. त्यासाठी दोन तीन खेपा घालायला लागतात. पण नसबंदी करणाऱ्याच्या बँक खात्यात पैसे जमा होतील याची दक्षता घेतली जाते. त्याचाही नसबंदी प्रचारासाठी उपयोग होतो.

असे असले तरी कुटुंब नियोजनासाठी महिला अधिक तयार असतात. शेवटी गर्भारपण, बाळंतपण या सगळ्याला स्त्रीचा पुनर्जन्म का म्हणतात याची प्रचीती प्रत्येक स्त्रीला कमी-अधिक प्रमाणात येत असतेच. फॅमिली प्लॅनिंग असोसिएशन आणि

जवळच्या रुग्णालयातून महिलांना कुटुंब नियोजनाच्या शस्त्रक्रियांसाठी उद्युक्त करून पाठवतो. बहुधा सकाळी जाऊन संध्याकाळी सोडतात. तरी घरी आल्याआल्या तिला पदर खोचून स्वयंपाकाला लागायाला लागू नये म्हणून तिच्या कुटुंबासाठी दोन दिवसाचा जेवणाचा डबा, शिवाय केळी, राजगिरा वड्या इत्यादी पौष्टिक आहारही जागृतीतर्फे दिला जातो. सरकारी अनुदानही लगेच मिळते. बाईबरोबर तिचा नवरा शस्त्रक्रियेच्या वेळी सहसा जात नाही. तिच्या घरातलेच एखादे बाईमाणूस, सासू, बहीण यापैकी कोणी जाते. अगदीच कोणी जाण्यासारखे नसेल तेव्हा जागृतीची एखादी कार्यकर्ती बरोबर पाठवतो.

पुष्कळदा पहिल्या मुलांनंतर बाळ-बाळंतिणीच्या आरोग्याच्या दृष्टीने पाळणा लांबवण्याची गरज असते. अशा वेळी तांबी (कॉपर-टी) बाईसाठी वापरली जाते. ती बसवण्याची सोय डॉ. सरिता काकतकर यायला लागल्यापासून जागृतीत उत्तम प्रकारे होऊ लागली. त्या पुण्यातील नामवंत प्रसूतिशास्त्र आणि स्त्रीरोगतज्ज्ञ आहेत. त्यांच्या ज्ञानाचा आणि अनुभवाचा लाभ वस्तीतील अनेक स्त्रियांना मिळू लागला. पुरुषांसाठीपण कंडोम मोफत पुरवत होतो. परंतु नसबंदीप्रमाणेच इथेदेखील पुरुषी भित्रेपणा, चुकीच्या समजुती आड येऊ लागल्या. मोठ्या पुरुषांना समजावणे फार कठीण असते हेदेखील लक्षात यायला लागले. योग्य वयातच असे शिक्षण दिले गेले पाहिजे हे प्रकर्षाने जाणवले आणि मग 'मैत्रीचे इंद्रधनुष्य' हा किशोरवयीन मुलामुलींसाठी घेतल्या जाणाऱ्या चार दिवसांच्या कार्यशाळेत कुटुंब नियोजन, अंधश्रद्धा याबाबतही विशेष सत्रे आयोजित करू लागलो.

कुटुंब नियोजनाचे आद्य पुरस्कर्ते र. धों. कर्वे यांच्या जीवनावर दिग्दर्शक-निर्माते अमोल पालेकर यांनी 'ध्यासपर्व' हा मराठी चित्रपटसृष्टीत एक मानदंड ठरावा असा चित्रपट काढला होता. या द्रष्ट्या, कर्मयोग्याच्या कुटुंब नियोजन प्रसारासाठी केलेल्या कार्याचा परिचय आठवी ते दहावीच्या वर्गातील मुलामुलींना करून देऊन आम्ही त्यांना 'ध्यासपर्व' पहायला घेऊन गेलो. दुसऱ्या दिवशी त्यांना चित्रपट पाहून काय वाटले ते लिहून आणायला सांगितले होते. सगळ्याच मुलांनी कुटुंब नियोजन अतिशय गरजेचे आहे, ते परिणामकारकरित्या दाखवले गेले आहे, ते त्यांना पटलेले आहे, असे साधारण अपेक्षितच लिहिले होते. प्रत्यक्ष चर्चेच्या वेळी कुठला प्रसंग सर्वात जास्त आवडला विचारल्यावर मुलींनीच नाहीतर मुलांनीसुद्धा बायको कामावरून आली की कर्वे स्वतः चहा करून तिच्या हातात कप आणून देतात याचा उल्लेख केला. नंतर मग या विषयावर चर्चा खूप रंगली. गोपाळने सांगितले,"आई पिठाच्या गिरणीत दिवसभर काम करून थकून घरी आली की आपला घरातच लोळत पडलेला बाप तिच्यावर उशीर का केला म्हणून खेकसतो आणि वर तिलाच "चहा दे पटदिशी" म्हणून हुकूम सोडतो."सगळ्याच

मुलांच्या घरी कमी-अधिक प्रमाणात असेच विदारक चित्र होते. मुलेमुली चित्रपट पाहून खूपच प्रभावित झाली होती. कुटुंब नियोनाबरोबरच कष्ट करणाऱ्या बाईमाणसाला घरच्या सगळ्यांनी घरकामात मदत केली पाहिजे हेदेखील पटले होते. म्हणजे आंधळा मागतो एक डोळा आणि देव देतो दोन डोळे असे काहीसे झाले!

संततिनियमनाच्या शस्त्रक्रियेसाठी पटकन तयार न होण्यामागचे एक कारण म्हणजे बालमृत्यू. अल्पउत्पन्न कष्टकरी गटात हे प्रमाण बरेच आहे. त्यामुळे झालेले मूल नीटपणे मोठे होईल की काही विपरीत घडून आपल्याला सोडून जाईल अशी आशंका त्यांच्या मनात असते. सहाजिकच संतती प्रतिबंधासाठी कायमचा उपाय करण्याकडे कल नसतो. म्हणूनच बाईची प्रसूतीपूर्व काळजी, प्रसूतीनंतरची काळजी आणि तान्ह्या बाळाचे लसीकरण पूर्ण होऊन ते कमीत कमी दोन वर्षांचे होईस्तवरची देखभाल यांना फार महत्त्व आहे. याबाबत जागृतीतील सगळ्याच डॉक्टर अतिशय दक्ष असतात. गरोदर स्त्रिया आणि तान्ही बाळे यांची तपासणी दवाखान्यात नेहमीच्या इतर रुग्णाच्या वेळात न करता त्यांच्यासाठी वेगळे दिवस आणि वेळ राखून ठेवलेली असते. टॉनिक, ॲनेमियासाठी रक्तवर्धक औषधे, पौष्टिक आहार, लसीकरण, समुपदेशन या सगळ्याची सोय जागृतीतर्फे सातत्याने केली जात असते. परिणामतः कुटुंब नियोजनासाठी स्वतःहून वस्ती पातळीवरील लोक जागृतीकडे आता विचारणा करू लागले आहेत. मुस्लिम स्त्री-पुरुषही आपणहून येऊन,संततिप्रतिबंधाची साधने वापरत आहेत आणि शस्त्रक्रियेसाठीही राजी होत आहेत. माझ्या वडिलांनी त्यांना मिळालेल्या पुरस्कारांची बरीचशी रक्कम जागृतीला आणि फॅमिली प्लॅनिंग असोसिएशनला कुटुंब नियोजनाच्या कामासाठी म्हणून दिली. त्यांच्या मते बरेच प्रश्न हे शेवटी वाढत्या लोकसंख्येशी येऊन ठेपतात. जागृतीचे कोणी पदाधिकारी त्यांना भेटत, तेव्हा ते आपुलकीने कुटुंब नियोजनचे काम चांगले चालले आहे ना, आणखी काही मदत हवी असेल तर कळवा म्हणून आवर्जून सांगत. गेल्या वीस वर्षात जागृती करत असलेल्या कामाची फलश्रुती काही प्रमाणात निश्चित दिसू लागली आहे. बहुतेक ठिकाणी दोन अपत्यांवर थांबण्यात आले आहे. अपवाद फक्त पहिल्या दोन मुली असल्या तर काही वेळेला होतो. पण त्यासाठीही प्रबोधनात्मक प्रयत्न सुरू आहेत. कुटुंब नियोजनाच्या कार्यात जागृतीतर्फे खारीचा वाटा उचलला जात आहे ही समाधानाची गोष्ट.

मुलांना मुद्दामहून नेऊन आम्ही 'ध्यासपर्व' चित्रपट दाखवला. तशी जरूरनंतर बऱ्याच वर्षांनी आलेल्या 'सैराट' चित्रपटासाठी लागली नाही. तो इतका लोकप्रिय झाला की वस्तीतील बऱ्याच जणांनी तो स्वतः जाऊन पाहिला. त्यावर आम्ही एक चर्चासत्र आयोजित केले. प्रतिसाद अनपेक्षितपणे खूपच जास्त आला म्हणून वयोगटानुसार दोन-

तीन दिवस ओळीने, म्हणजे एकदा कुमारवयीन मुलं-मुली, दुसऱ्यांदा, उपवर म्हणता येतील अशा तरुण-तरुणी आणि तिसऱ्यांदा पालकवर्ग. समारोपाला सर्वजण एकत्र. त्यादिवशी चित्रपट निर्माते नागराज मंजुळे यांना बोलावावे अशी इच्छा होती पण काही कारणाने ते येऊ शकणार नाहीत असे समजले. त्यांच्या करमाळा गावची काही मुलेमुली आली होती. चर्चेत प्रथम बुजणाऱ्यांनीसुद्धा नंतर हिरीरीने भाग घेऊन भरपूर वादावादी केली. एकीकडे 'प्रेम करणं वाईट का? जात बघून प्रेम करायचं का? पैसा, प्रतिष्ठा याचाच विचार फक्त लग्न करताना करायचा का?' इत्यादी मुद्दे मांडले गेले तर दुसऱ्या बाजूने 'प्रेम करताना डोकी ताळ्यावर असतात का? आई-वडिलांचं ऐकलं तर काय बिघडतं? इत्यादी.' बऱ्यापैकी वैचारिक घुसळण झाल्यावर काही गोष्टी सर्वांना पटलेल्या दिसल्या.

एक म्हणजे, प्रेम करणे वाईट नाही, परंतु शाळा कॉलेजात शिक्षणाकडे लक्ष देऊन शिक्षण पूर्ण करणे गरजेचे आहे. त्यामुळे प्रेमात 'पडायला' न होता ते निभावून नेता येते. दुसरे म्हणजे, लहान वयात घाईघाईने लग्नाचा विचार करू नये. पैसा-प्रतिष्ठा यांना अवास्तव महत्त्व दिले नाही तरी स्वतःच्या पायावर खंबीरपणे उभे राहून मगच लग्नाचा विचार करावा. तिसरे महत्त्वाचे, मूल होऊ देण्यापूर्वी काही वर्षे तरी एकमेकांशी नीट पटते आहे ना, घरच्यांचा आधार मिळू शकतोय का हे सगळे लक्षात घेऊन मगच विचार करावा.

सगळ्यांनीच चित्रपटाच्या शेवटी भावाने बहीण आणि तिच्या नवऱ्याला मारून टाकलेल्या कृत्याचा कडाडून निषेध केला. थोडक्यांत 'सैराट'मुळे इतर हितकारक संदेशांबरोबर 'मूल व्हायची घाई नको' हा कुटुंब नियोजनासाठी पूरक संदेशही मिळाला.

***

क्षयरोग

क्षयरोग किंवा राजयक्ष्मा बऱ्याच पूर्वीपासून चालत आलेला म्हणजे अगदी पेशवेकालीन रोग आहे. कर्तबगार माधवराव पेशवेदेखील या रोगाशी झुंजत मृत्यू पावले. संसर्गातून पसरणारा आणि जिवावर बेतू शकणारा रोग. वस्तीतून क्षयरोगाचे प्रमाण बरेच जास्त आहे. मुळात कुपोषण, दाट वस्ती, वेळीच निदान न होणे, निदान झाल्यास ते लपवणे, औषधोपचार सुरू झाल्यावर ते काहीसे दीर्घकालीन असल्याने मधेच सोडून देणे इत्यादी अनेक कारणे आहेत. महापालिकेतर्फे क्षयरोग निर्मूलनाची मोहीम हाती घेऊन त्यासाठी विशेष उपाययोजना केल्या जातात. जागृतीत तज्ज्ञ डॉक्टर, अनुभवी समुपदेशक असल्याने शंका आल्याबरोबर रुग्णांना महापालिकेच्या क्षयरोगासाठीच्या विशेष कक्षाकडे पाठवले जाते. हा रोग म्हणजे झिजत झिजत मरणे, सगेसोयरे यांनी वाळीत टाकणे हे समाजवास्तव असल्याने लोक आपल्या आजाराचा सुगावा लागू नये म्हणून महापालिकेच्यातर्फे मिळणारे मोफत औषधोपचार घेण्यासाठी जाण्याचे टाळत. सुरुवातीला दोन चार वेळेला आमच्या कार्यकर्त्या त्यांना घेऊन जात असत. परंतु जवळजवळ वर्षभर ही औषधे नेमाने घेऊन, चाचण्या करव्या लागत असत. दवाखान्यात जायचा यायचा खर्च, तिथे करायला लागणाऱ्या प्रतिक्षेमुळे बुडलेला रोजगार, औषधे घ्यायला लागल्यावर सुरुवातीला होणारा त्रास यामुळे उपचारात सातत्य राहतनसे. रोग परत उफाळून येत असे. रुग्णाच्या खोकल्यातून, सान्निध्यातून फैलावत असे. यावर एक तोडगा म्हणून महापालिकेच्या क्षयरोग उपचार केंद्राचीडॉट-सेंटरची शाखा जागृतीत सुरू केल्यास रुग्णांच्या औषधोपचारावर जागृतीच्या डॉक्टरांना जवळून देखरेख करता येईल, त्याचा मासिक आढावा घेता येईल, रुग्णांचा वेळ पैसा वाचेल इत्यादी आरोग्य विभागाच्या अधिकाऱ्यांना वारंवार सांगून, पटवून देऊन आम्ही डॉट-सेंटर महापालिकेकडून मंजूर करून घेतले. तज्ज्ञ डॉक्टरांचे सतत आहार-विहाराबद्दल

मार्गदर्शन, त्वरित निदान-उपचार, समुपदेशकांद्वारे गृहभेटी देऊन रुग्णांवर देखरेख या सर्वांमुळे क्षयरोगाचे प्रमाण कमी होऊ लागले. जागृतीच्याच अभ्यास वर्गातून शिकलेल्या मीरा आणि माधुरी या बहिणींची या कामाला मोठीच मदत झाली.

मोठी मीरा बारावीला उत्तम गुण मिळवून इंजिनिरिंगच्या पहिल्या वर्षाला होती. तिचा खोकला पंधरा-वीस दिवस झाले, कमी होईना. वजन मात्र कमी होत चालले होते. डॉक्टरांना शंका आली आणि ती खरी ठरली. रक्ततपासणीत क्षयरोग असल्याचे निश्चित झाले. सुरुवातीला गोळ्या सुरू केल्यावर उलट्यांचा त्रास झाला, पण तिने उपचार सुरू ठेवले, त्यात खंड पडू दिला नाही. सहा महिन्यांत ती पूर्णपणे रोगमुक्त झाली. एकीकडे चांगला अभ्यास करून पहिल्या वर्षाची परीक्षाही उत्तीर्ण झाली. ती बरी होतेय तोवर तिची दहावीत शिकणारी बहिणही बाधित झाली. एका दहा बाय दहाच्या पत्र्याच्या खोलीत या दोघी बहिणी, मोठा भाऊ, आई, वडील राहायचे. मोठ्या बहिणीचे पाहून आणि तिच्या सल्ल्याने धाकटी माधुरी उपचार घेऊन बरी झाली आणि दहावीची एस.एस.सी. परीक्षा उत्तम गुणांनी उत्तीर्ण झाली.

क्षयरोग निवारण्याच्या कामी जागृतीच्या आरोग्यदूत म्हणून दोघी बहिणींनी मनापासून काम केले. त्यांनी क्षयरोग प्रतिबंध आणि उपचारसंबंधित अतिशय चांगली पत्रके बनवून घरोघर वाटली. त्या दोघी मिळून सुट्टीच्या दिवशी पथनाट्य करत. जागृतीत येणाऱ्या रुग्णांना स्वतःचे उदाहरण देऊन धीर देत. वस्तीतील लहान मुलांना क्षयरोग प्रतिबंधक बीसीजी लसटोचणी जातीने लक्ष घालून करून घेत. त्यांच्याकडूनच आमच्या पहिल्या 'आरोग्यसाथी' वर्गाचे उद्घाटन झाले.

मीसुद्धा क्षयरोगाच्या बाबतीत जरा जास्तच हळवी होते. माझे दोन्ही काका, वडिलांचे धाकटे बंधू, क्षयरोगाने गेले होते. त्याकाळी फारसे प्रभावी उपचार नव्हते. आमच्या लहानपणी आम्हा भावंडांना साधा सर्दी-खोकला झाला तरी वडिलांना क्षयरोगाची शंका येऊन ते काळजी करायला लागायचे. परंतु हळूहळू चित्र पालटले. जनवाडी, जनता वसाहत, रामोशीवाडी, वैदुवाडी या चार वस्त्यांसाठी जागृतीत डॉट-सेंटर महापालिकेतर्फे चालवण्यात येत होते. जागृतीच्या डॉक्टर्स आणि कार्यकर्त्या यांच्या अथक प्रयत्नांमुळे वरील वस्त्यांतील रुग्णांची संख्या मोठ्या प्रमाणावर कमी होऊ लागली. डॉट-सेंटर सुरू ठेवण्यासाठी लागणाऱ्या किमान रुग्ण संख्येपेक्षाही ती कमी झाली. त्यामुळे आता हे केंद्र जागृतीत ठेवण्याची गरज नव्हती. डॉक्टरांना कधीतरी एखादा संशयित रुग्ण आढळलाच तर जागृतीची कार्यकर्ती त्याला पालिकेच्या क्षयरोग नियंत्रण कक्षात नेऊन पुढील उपचारांचा पाठपुरावा करते. जागृतीच्या कामाचे कौतुक तेव्हाचे महापौर आणि आरोग्यप्रमुख यांनी केले. कामाचा दीर्घकालीन लाभ असा झाला की महापालिकेच्या आरोग्यकोठीतून

आमच्या डॉक्टरांनी त्यांच्या सही शिक्क्यासह जागृतीच्या दवाखान्यासाठी लागणाऱ्या औषधांची यादी दिली की तिथे उपलब्ध असलेली औषधे मोफत मिळू लागली. या औषधांचा जागृतीच्या जनवाडीतील दवाखान्यासाठी आणि ग्रामीण भागातील फिरत्या दवाखान्यासाठी उपयोग होत आहे. शासकीय प्रयत्नांना जागृतीसारख्या स्वयंसेवी संस्थांनी दिलेली साथ यामुळे क्षयरोगाचे प्रमाण लक्षणीयरित्या कमी होत आहे.

***

एच. आय. व्ही.- एड्स

नव्वदीच्या दशकात आणखी एका भस्मासुराने डोके वर काढले. ह्याचे नाव होते एच.आय.व्ही.- एड्स. या संबंधातही जागृतीने अनेक वस्त्यांमध्ये प्रतिबंधक जाणीव-जागृतीचे चांगले काम केले. त्याची दखल घेऊन नॅशनल एड्स रिसर्च इन्स्टिट्यूट या पुण्यातील संस्थेने जागृतीच्या समन्वयक मंगला पाटील यांना लंडनमध्ये एड्स संबंधित कार्यशाळेत भाग घेण्यासाठी नोव्हेंबर २०१३ मध्ये पाठवले. तिथे मंगलाताईंनी जागृतीतर्फे केलेले काम, त्यातील निरीक्षणे, निष्कर्ष यासंबंधी एक सादरीकरण केले. तेथील आरोग्य पत्रिकेत त्याची प्रशंसापूर्वक नोंद घेण्यात आली.

सुरुवातीच्या काळात एच.आय.व्ही. - एड्स म्हणजे मृत्यू अशी भीती होती. वस्तीत असंख्य गैरसमज, अंधश्रद्धा होत्या. सर्वात वाईट गोष्ट म्हणजे या रोगाशी निगडित सामाजिक अप्रतिष्ठा, अमान्यता आणि म्हणूनच बहिष्कृतता होती. अनेक कुटुंबेच्या कुटुंबे वाळीत टाकल्यासारखी झाली होती. एच.आय.व्ही. विषाणूंची लागण रक्तसंक्रमण आणि शरीरसंबंधातून होते. केवळ स्पर्शाने, अन्नातून, हवेतून तो पसरत नाही हे सतत सांगत राहावे लागे. महाराष्ट्रात सर्वात जास्त लागण मुंबईत होती आणि त्याच्या खालोखाल पुण्याचा क्रमांक होता. फैलाव रोखण्यासाठी, वस्तीत दीर्घकाळ वास्तव्य असलेल्या साधारण चाळीस ते पंचेचाळीस वयोगटातील साक्षर, समजदार पंचवीस महिलांची प्रबोधक म्हणून निवड करण्यात आली. संसर्गाबाबत अधिक जोखीम असणारे रुग्ण, गरोदर माता, क्षयरोगी यांना एच.आय.व्ही. चाचणीपूर्व समुपदेशन करून या प्रबोधक महिला त्यांना चाचणीसाठी ए.आर.टी. केंद्रांमध्ये घेऊन जात. एच.आय.व्ही. पॉझिटिव्ह रुग्णांची वैद्यकीय सल्ल्यानुसार औषधप्रणाली योग्य पद्धतीने सुरू आहे याची खात्री करणे, आहाराविहाराविषयी समुपदेशन करणे आणि मुख्य म्हणजे भावनिक धीर देणे ही कामे प्रबोधक मनापासून आणि काळजीपूर्वक करत. त्याबद्दल त्यांना योग्य

मानधन दिले जाई. या प्रबोधक महिला आणि त्यांच्या कुटुंबातील इतर मंडळी बरीच वर्षे वस्तीतच वास्तव्यास असल्याने त्यांना वस्तीतील लोकांची सर्वांगाने माहिती असे. बाहेरख्याली पुरुषांना जागृतीत आणून कंडोम देणे आणि ते वापरणे त्याच्या आणि कुटुंबाच्या कसे भल्याचे आहे हे पटवून देणे म्हणजे तारेवरची कसरत असे. पण त्यातही या प्रबोधक हळूहळू चांगल्या तयार झाल्या.

एड्स प्रतिबंधक काम करताना एका निरागस मुलीच्या बाबतीत घडलेले जे समोर आले ते मनाला कायमचा चटका लावून गेले. चौथीच्या अभ्यासवर्गातील सोनाली नावाप्रमाणेच सोन्यासारखी मुलगी होती. अभ्यासात हुशार, दिसायला आणि वागायला गोड. तिला अलीकडे सारखा सर्दी खोकला होत असे, अशक्तही झाली होती. जागृतीत मुलांची दर तीन महिन्यांनी वैद्यकीय तपासणी होत असे. तिचे वजन आणि हिमोग्लोबिन कमी होऊ लागले होते. जागृतीच्या डॉक्टर सर्दी-तापावर औषध देत होत्या, पण त्याचा तेवढ्यापुरताच गुण यायचा. जागृतीत सगळ्याच मुलांना पौष्टिक आहार दिला जात असे पण तिच्यासारख्या अशक्त मुलांना उकडलेले अंडे, राजगिरा लाडू, डाळ्याची चिक्की, केळी अधिक प्रमाणात दिली जात. तरीही सोनालीत सुधारणा दिसत नव्हती. एकदा तिची आई डॉक्टरांकडे स्वत:ला बरं नाही म्हणून औषध न्यायला आली तेव्हा सोनालीची चौकशी केल्यावर ती फारशी न बोलता निघून गेली. परिस्थितीने गांजलेली दिसली. डॉक्टरांना काही शंका आली आणि त्यांनी सोनालीची रक्त तपासणी करून घेतली तेव्हा ती एच.आय.व्ही. बाधित निघाली. आम्हाला सर्वांना मोठा धक्का बसला. ही लागण बापाकडून आईला आणि आईकडून गर्भातच सोनालीला झाली असावी असं ढोबळ अनुमान काढले आणि सोनालीबरोबरच आई वडिलांना उपचार सुरू करावेत म्हणून त्यांना बोलावले. बापाने निर्लज्जपणे माझे बाहेर बायकांशी संबंध आहेत म्हणून सांगितले. बायको याबाबतीत अगदीच फालतू आहे हे तिच्या समोर सांगताना त्याला काहीच वाटले नाही. तो बाधित होता आणि त्यासाठी गुपचूप एका महापालिकेच्या दवाखान्यात उपचार घेत होता हेही त्याच्याकडून कळले. बायको काहीच न बोलता निघून गेली. परंतु आदल्याच दिवशी ती दवाखान्यात आली होती तेव्हा मधुमेह तपासणीसाठी तिचे रक्त घेऊन लॅबोरेटरीमध्ये पाठवले होते. रिपोर्ट आल्यावर डॉक्टर आणि आम्ही चक्रावून गेलो. आई एच.आय.व्ही. निगेटिव्ह होती. म्हणजे सोनालीची आई एच.आय.व्ही. बाधित नव्हती आणि सोनाली होती. हे कसे शक्य आहे? आम्ही गृहीत धरले होते की सोनालीला ती गर्भावस्थेत असताना ही बाधा आईकडून झाली असावी. नंतरच्या काळात आई जरी बाधित असली तरी बाळ बाधित होऊ नये म्हणून गरोदरपणात प्रसूतिपूर्व उपचारपद्धती विकसित झाली होती. पण ही पद्धती तेव्हा नव्हती. आईला बोलावून घेतले तर ती काही

बोलली नाही आणि वर मला प्रश्न विचारून त्रास देऊ नका म्हणून आमच्यावरच डाफरून निघून गेली.

दोन तीन दिवसानंतर सोनालीचा चौदा वर्षाचा मोठा भाऊ संस्थेच्या बाहेर घुटमळताना आमच्या प्रबोधक शांताबाईंना दिसला. त्या बाहेरून या कुटुंबाबद्दल चौकशी करत होत्याच. सोनालीशी आम्ही काही बोललो नव्हतो, ती फार हळवी होती. प्रत्यक्ष उपचार सुरू केल्यावर तिला समजावून सांगावे असे ठरले. भावाला असे तीन-चार दिवस संस्थेच्या दाराशी येऊन जाताना पाहिल्यावर एक दिवस शांताबाई ठरवून तो यायची वाट पाहत बसल्या. त्याला घेऊन स्वतःच्या घरी गेल्या कारण संस्थेत त्यावेळी सोनाली अभ्यासवर्गाला आली होती. संध्याकाळी साधारण सातच्या सुमाराला शांताबाईंचा फोन आला आणि म्हणाल्या, "काही करा आणि इकडे या. मला तुमच्याशी काही महत्त्वाचं बोलायचं आहे." त्यांनी जे सांगितले ते ऐकून आम्हाला काय बोलावे ते सुचेना. निर्भत्सना करण्यासाठीसुद्धा शब्द अपुरे होते.

सोनालीचा बाप रात्री शुक्रवार पेठेतल्या एका हॉटेलात सुरक्षा सेवक म्हणून कामाला जायचा आणि तिथेच त्याचा बाहेरख्यालीपणाही चालायचा. पहाटे भरपूर दारू पिऊन घरी यायचा आणि नशेत बायकोला जवळ ओढायचा. तिला नवऱ्याची सगळी कल्पना असल्याने ती स्वतःला लागण होऊ नये म्हणून चक्क पोटच्या पोरीला पुढे ढकलायची. पाण्यात बुडायला लागल्यावर पोटच्या पोराला पायाशी घेऊन त्यावर उभे राहून स्वतःचा जीव वाचवणाऱ्या माकडीणीच्या गोष्टीची आठवण झाली. नंतर महत्प्रयासाने सोनालीला अगदी माहितीतल्या आणि खात्रीच्या संस्थेत पाठवले. तिथे एच.आय.व्ही. बाधित मुलांच्या राहण्याची, शिक्षणाची, उपचारांची चांगली सोय केली जात असे. पुढे अर्थशास्त्रात बी.ए. करून ती एका सहकारी बँकेत रुजू झाल्याचे संस्थाचालकाकडून कळले.

एड्समध्ये शास्त्रीय संशोधन करणारी एक मोठी निमशासकीय संस्था महिलांनी वापरायची कंडोम विकसित करत होती. याचा दुहेरी उपयोग होणार होता. संततीनियमन आणि शरीरसंबंधात पुरुषाकडून होणाऱ्या एच.आय.व्ही. बाधेला प्रतिबंध. या संशोधनासाठी प्रत्यक्ष महिलांना ते कंडोम वापरायला देऊन त्याच्या उपयुक्ततेची छाननी करणे आवश्यक होते. या प्रयोगासाठी त्यांना पुनरुत्पादन क्षमता असलेल्या शक्यतो पंचवीस ते तीस वर्षे वयोगटातील विवाहित महिला हव्या होत्या आणि त्या मिळत नव्हत्या.

जागृतीच्या वस्ती पातळीवरील कामामुळे त्यांनी या बाबतीत संशोधनात मदत करण्याची विनंती केली. स्वयंसेवी महिलांना ते बऱ्यापैकी मानधनही देणार होते. एका

उपयुक्त वैज्ञानिक संशोधनात जागृतीचा सहभाग असणार होता म्हणून आम्ही पण तयार झालो. कार्यकर्त्यांनी पंचवीस महिला स्वयंसेवक या प्रयोगासाठी तयार केल्या. सर्व शारीरिक तपासण्या करून त्यातील अठरा महिलांची निवड झाली. वर्षभर त्या दर पंधरा दिवसांनी संस्थेच्या प्रयोगशाळेत चाचणीसाठी जात असत. परंतु नंतर एकदमच आम्हाला चाचण्या थांबवल्या जात असल्याचे त्या संस्थेकडून तोंडी सांगण्यात आले. नंतर कळले की या प्राथमिक अवस्थेतील चाचण्यांचेदेखील फारसे बरे निष्कर्ष निघाले नाहीत आणि महिलांसाठींचा कंडोमचा हा प्रयोग यशस्वी होणार नाही हे लक्षात आले. कंडोम वापरणाऱ्या काही महिलांना थोडाफार शारीरिक त्रास झाला, सुदैवाने त्यापैकी कोणी जागृतीत येऊन दोषारोप, भांडण इत्यादी प्रकार करून नुकसान भरपाई वगैरे मागितली नाही. आज मागे वळून पाहताना लक्षात येते की एक समाजसेवी संस्था म्हणून या संशोधनात सहभागी होताना आम्हीदेखील अधिक सावध राहून कायदेशीर बाबी तपासून घ्यायला हव्या होत्या. या विषयातील तज्जडॉक्टरांचे मार्गदर्शन घ्यायला हवे होते.

सध्याच्या करोना विषाणूप्रमाणे तेव्हा एच.आय.व्ही.-एड्सचा जगभरात प्रादुर्भाव होता. त्यामुळे त्याच्या प्रतिबंधासाठी जागतिकपातळीवर प्रयत्न सुरू होते. नवनवीन गुणकारी औषधे, प्रभावी उपचारपद्धती यावर संशोधन होऊन त्याचे लाभ भारतापर्यंत पोचले होते. एकदा वापरून नष्ट करायच्या (डीस्पोझेबल) इंजेक्शनच्या सुयांचा वापर होऊ लागला होता. गर्भावस्थेतील बाळाला बाधित आईकडून बाधा होऊ न देणे शक्य झाले होते. एकीकडे विज्ञान-तंत्रज्ञानातील प्रगतीमुळे प्रभावी औषधोपचार आणि दुसरीकडे शासकीय आणि वस्तीपातळीवरील सेवाभावी संस्थेद्वारे केले जाणारे समुपदेशन, पुरवल्या जाणाऱ्या आरोग्य सुविधा यामुळे एच.आय.व्ही.- एड्स बाधित लोकांचे प्रमाण बऱ्यापैकी आटोक्यात आले आहे.

***

मधुमेह

भारतात एच.आय.व्ही. बाधितांचे प्रमाण गेल्या दहा वर्षात म्हणजे २०१० ते २०२० पर्यंत ०.४१% वरून ०.३०% झाले आहे. क्षयरोगाचे प्रमाण १०.८% वरून १% झाले आहे. पण मधुमेहाचं प्रमाण मात्र ९.७% पासून ११.८% पर्यंत वाढले आहे आणि वाढतच चालले आहे. मधुमेह ह्या व्याधीविषयी अनेक गैरसमज आहेत तसेच ते माझेही होते. डायबेटिक असोसिएशन, पुणे या संस्थेचे संस्थापक - संचिव डॉ. रमेश गोडबोले यांची भेट त्यांचे ज्येष्ठ बंधू अरविंद गोडबोले यांच्या उत्सव कार्यालयात जागृतीने भरवलेल्या प्रदर्शनावेळी झाली.

जागृतीतर्फे वस्तीपातळीवर गरीब रुग्णांसाठी दवाखाना चालवला जातो हे कळल्यावर डॉ. गोडबोले यांनी लगेच विचारले, "तिथे मधुमेहाचं प्रमाण किती आहे?" या व्याधीसंबंधी तेव्हा फारशी माहिती नसल्याने लोकांना रोज खायला मिळण्याची मारामार. त्यांना कुठला होणार गोडखाऊ श्रीमंती मधुमेह असे उत्तर मी दिले. डॉक्टर जरासे हसले आणि म्हणाले, "एखाद्या रविवारी आपण मधुमेह तपासणी शिबिर घेऊ म्हणजे नक्की अंदाज येईल." आम्ही लगेचच वस्तीतल्या पन्नाशीच्या पुढच्या अडीचशे लोकांची डायबेटिक असोसिएशनतर्फे तपासणी केली आणि आश्चर्य म्हणजे त्यातील पंचेचाळीस मधुमेही होते. काहींचे रक्तशर्करेचे प्रमाण साडेतीनशेच्या पुढे होते. जागृतीत काम करणाऱ्या विनायकच्या बायकोचे तर ते पावणे चारशे होते. डॉ. गोडबोलेंच्या पुढाकाराने मधुमेहाचे निदान झालेल्यांना कर्वे रस्त्यावरील डायबेटिक असोसिएशनमध्ये उपचार घेण्यासाठी पाठवू लागलो. डॉ. गोडबोले वस्तीतील लोकांशी नियमितपणे आहार-विहारावर बोलायला येऊ लागले. जागृतीत कोणाची भाषणे ठेवली तर उपस्थित राहण्यासाठी पुष्कळदा लोकांना बळेबळे आणायला लागायचे. त्यांनी मधेच उठून जाऊ नये म्हणून त्यांना मनवायलाही लागायचे. डॉ. गोडबोलेंच्या बाबतीत हा प्रश्न अजिबात

येत नसे. त्यांचे वक्तृत्व प्रभावी आणि व्यक्तिमत्त्व प्रसन्न होते. श्रोत्यांचा अंदाज घेऊन त्यांच्याशी त्यांच्या भाषेत संवाद साधत बोलायची हातोटी त्यांच्याकडे होती.

डॉ. गोडबोले यांच्यामुळे डायबेटिक असोसिएशनच्या कार्यालयात मधुमेहींना विनामूल्य उपचार मिळू लागले. परंतु वस्तीतले रोजंदारीवरचे लोक रिक्षाचा सत्तर-ऐंशी रुपयांचा खर्च करून तिथे जायला टाळाटाळ करत, शिवाय तिथे काही वेळ तरी थांबायला लागणं अपरिहार्य असे. अशावेळी त्यांचा रोजगारही बुडत असे. उपचारात म्हणावे तसे सातत्य राहत नव्हते आणि त्यामुळे फारसे इष्ट परिणामही दिसत नव्हते. डॉ. सुनीता सोमण ह्या उच्चशिक्षित पॅथोलॉजिस्ट जागृतीचा नेहमीचा दवाखाना चालवण्यासाठी येत होत्या. हे लक्षात घेऊन लगेचच डॉ. गोडबोल्यांनी तिच्या देखरेखीखाली जागृतीतच मधुमेह केंद्र सुरू करण्याची विनंती केली आणि आम्ही ती आनंदाने मान्य केली.

तेव्हापासून आजतागायत गेली अठरा वर्षे जागृतीचे मधुमेह केंद्र यशस्वीरित्या अव्याहतपणे सुरू आहे. त्याचा गरीब गरजू लोकांना लाभ होतो आहे. मधुमेह केंद्रात नोंदणी झालेल्या आणि उपचार घेणाऱ्या सातशे वीस मधुमेही रुग्णांची आणि त्यांच्यावरील उपचारांची नोंद जागृतीत काटेकोरपणे ठेवली जाते. अनेक मधुमेही लोकांच्या डोळ्यांच्या व इतर शस्त्रक्रिया होऊ शकत नव्हत्या त्या आता मधुमेह नियंत्रणात आल्याने होत आहेत. तब्येत आणि दृष्टी ठीक झाल्याने आधी घरी बसून राहणारे लोक आपापले नोकरी-व्यवसाय करून रोजीरोटी मिळवत आहेत. इन्शुलीनवर अवलंबून असलेले बालमधुमेही शाळा-कॉलेजात नियमितपणे जाऊन शिक्षणात प्रगती करत आहेत. डॉ. गोडबोले यांनी शब्द दिल्याप्रमाणे डायबेटिक असोसिएशनकडून मधुमेहाची काही औषधे, इन्शुलीन नियमितपणे मिळत असते. दर बुधवारी मधुमेही रुग्णांची रक्ततपासणी आणि नव्या नोंदी केल्या जातात.

मधुमेह केंद्राबरोबर संलग्न छोटीशी लॅबोरेटरी असावी अशी गरज प्रकर्षाने भासायला लागली, कारण आता आजुबाजुच्या वस्त्यांतून, शिवाय लांबूनही नवीन गरजू रुग्ण येऊ लागले होते. मधुमेह केंद्राला जोडून जागृतीच्या नव्या जागेत एक छोटीशी खोली होती. ती बरीचशी अडगळीची खोली म्हणून वापरली जात होती. खोली जरा आवरून, व्यवस्थित करून, तिथे टेबल, खुर्ची, कपाट टाकून खोलीचे रुपांतर लॅबोरेटरीत केले. रक्ततपासणीसाठी डॉ. सुनीताने जागृतीत काम करणाऱ्या जस्मिन हिला चांगले तयार केले. जस्मिनने काही दिवस एका लॅबोरेटरीमध्ये काम केले होते, त्यामुळे तिला थोडासा अनुभवही होता. लवकरच इन्शुलीन इंजेक्शन देणे, रक्तशर्करा तपासण्यासाठी ग्लुकोमीटर वापरणे यांचा तिला चांगला सराव झाला. गंमत म्हणजे आलेले रुग्ण डॉक्टर असल्या तरी तिला रक्त तपासणी करायला सांगायचे कारण तिची सुई म्हणे डॉक्टरांपेक्षा कमी

टोचायची! याचा आम्हाला आणि आमच्यापेक्षा डॉक्टरांना अधिक आनंद व्हायचा.

आपल्या मधुमेहाबद्दल किंवा इतर आजाराबद्दल कोणी फार कुरकुर करायला लागले, रडगाण गायला लागले, हातपाय गाळून बसले तर जागृतीच्या सगळ्या डॉक्टर आणि कार्यकर्त्या त्यांना एका व्यक्तीचा फोटो दाखवून त्यांचे उदाहरण द्यायच्या. ते म्हणजे जागृतीचे पहिले हितचिंतक-देणगीदार विंदा करंदीकर.त्यांचा एक छोटासा फोटो संस्थेत लावला होता. वयाच्या चाळीसाव्या वर्षापासून सोबतीला असलेल्या मधुमेह आणि उच्च रक्तदाब ह्या व्याधींना त्यांचाशी उगाचच झटापट न करता त्यांनी मित्रत्वाच्या भावनेने सांभाळले होते. पासष्टाव्या वर्षी झालेल्या कॅन्सरच्या ऑपरेशनचा त्यांनी कधी बाऊ केला नाही. अगदी शेवटच्या पंधरा दिवसापर्यंत, हिंडत फिरत साहित्य सहवासमधल्या चार जिन्यांची चढउतार करत, वयाच्या त्र्याण्णवव्या वर्षी ते शांतपणे गेले. त्याआधी एकवर्ष आई गेली होती. दोघांनीही नेत्रदान आणि देहदान केले होते. हे सगळं ऐकल्यावर रुग्णाला खूपच धीर यायचा.

या अशा आरोग्य समस्यांबाबत वैद्यकीयदृष्ट्या चुकीचे न सांगता परंतु त्यातील आशादायक चित्र रुग्णांसमोर मांडण्यात डॉक्टरांनी जागृतीच्या कार्यकर्त्यांना चांगले तयार केले होते. आरोग्य समुपदेशनात त्या वाकबगार झाल्या होत्या. एवढेच नाही तर कधी डॉक्टरांना यायला जमणार नसेल तेव्हा एखादा रुग्ण अगदीच तापाने फणफणून आला तर डॉक्टरांना फोन करून त्यांची साहाय्यक यास्मिन त्या रुग्णाचा ताप, रक्तदाब व इतर लक्षणे डॉक्टरांना सांगून त्या सांगतील ते औषध रुग्णाला बरोबर काढून द्यायची. नंतर अर्थातच डॉक्टर त्या रुग्णाच्या तब्येतीची हालहवाल स्वतः बघायच्या. डॉक्टरांच्या मदतनीस भारती, जस्मीन आणि अनिता घरातल्या कटकटीमुळे सुरुवातीला सतत कसली ना कसली काळजी करत चेहरा पाडून बसलेल्या असायच्या. मधुमेह केंद्रात त्यांनी काम चांगले शिकून घेतले होते. त्यामुळे वस्तीतल्या लोकांच्या त्या छोट्या डॉक्टर मॅडम झाल्या होत्या. या मुलींचा घरातला मान आणि दर्जापण एकदम वाढला. डायबेटिक असोसिएशनचा जागृती सेवा संस्था एक वस्ती विभागच झाला होता. त्यांच्या वार्षिक समारंभात, सहलीतही जागृतीच्या मुली सहभागी व्हायच्या. गोवा येथे गेलेल्या सहलीला डॉ. गोडबोले यांनी मनोरंजनाच्या कार्यक्रमात भारतीकडून कोळीनृत्य करून घेतले. ती नंतर इतकी खूश होती की आपल्या सततच्या चिंताकोषातून बाहेर पडली.

***

आरोग्यसाथी

जागृतीच्या दवाखान्यात सर्वसाधारण तपासणी आणि उपचार होत असतात. परंतु डॉक्टरांना रुग्णांसाठी काही विशिष्ट तपासण्यांची किंवा पुढच्या अधिक उपचारांची गरज आहे असे लक्षात आले की ते चिठ्ठी देऊन त्यांना रुग्णालयात पाठवतात. डॉक्टरांच्या साहाय्यक रुग्णांबरोबर रुग्णालयात जातात. जागृतीतील साहाय्यक रुग्णालयात गेली की ती रुग्णांना तिथे का आणले आहे हे व्यवस्थितपणे तिथल्या नर्सेस, डॉक्टरांना सांगते. हे गरजेचे असे कारण बरेचसे रुग्ण आणि त्यांचे कुटुंबीय अशिक्षित, अल्पशिक्षित असत. या साहाय्यक मुली इतकी नीटपणे सविस्तर माहिती देत की त्यामुळे रुग्णालयातील आरोग्य कर्मचाऱ्यांचे काम सोपे होई. ते खूश होऊन जात. पुष्कळदा मोठ्या हॉस्पिटलच्या मेट्रन म्हणजे मुख्य नर्स किंवा छोट्या हॉस्पिटलमधील डॉक्टरांचा जागृतीत फोन येई, किंवा येऊन प्रत्यक्ष भेटत आणि जागृतीतल्या साहाय्यिकेसारख्या काही मुली त्यांच्या रुग्णालयात मदतीस म्हणून पाठवा असे सांगत. त्यांना मोठ्या मान्यताप्राप्त मेडिकल कॉलेजमधून नर्सिंगची पदवी-पदविका घेतलेली मुले-मुली पुरेशा प्रमाणात मिळत नसत. त्यांची पगाराची अपेक्षा पण बरीच जास्त असे, आखाती देशातून त्यांना मोठी मागणी असे. अशा बऱ्याच नर्सेस विशेषतः पुरुष नर्स परदेशाची वाट धरत. एकूण पहाणी केल्यावर एक निश्चित झाले की पॅरामेडिकल-निम्न वैद्यकीय कौशल्य असलेल्या मनुष्यबळाची उपलब्धता आणि आवश्यकता यांचे प्रमाण फारच व्यस्त आहे. त्यामुळे रुग्णसेवेचे प्रशिक्षण देणाऱ्या अभ्यासक्रमाची आखणी करून त्यानुसार वस्तीतील मुला-मुलींना तयार करावे का असे विचार आमच्या मनात घोळत होते. पण ते प्रत्यक्षात उतरले ते मात्र एका अप्रिय घटनेमुळे! आता मागे वळून पाहताना ती एक इष्टापत्तीच ठरल्याचे जाणवत आहे.

पुण्यातील एका प्रथितयश, सार्वजनिक सेवाभावी न्यास म्हणून नोंदणी झालेल्या

रुग्णालयाची वर्तमानपत्रातील 'निवेदन' सदराखाली आलेली माहिती माझ्या वाचनात आली. त्यांना दहावी उत्तीर्ण मुले-मुली रुग्णासेवेसाठी हवी होती. त्यासाठी एक वर्षाचे प्रशिक्षण त्यांच्याद्वारे देण्यात येणार होते. प्रशिक्षणाच्या कालावधीत विद्यावेतनही मिळणार होते. त्यासाठी रुग्णसेवेची आवड असणाऱ्या दहावी उत्तीर्ण मुला-मुलींनी, पंधरा दिवसांनी रुग्णालयातर्फे घेण्यात येणाऱ्या लेखी परीक्षेत उत्तीर्ण होणे आवश्यक होते. त्यानंतर गुणवत्ता यादीनुसार पहिल्या तीस जणांना प्रवेश दिला जाणार होता. मी ती माहिती संस्थेत दाखवल्यावर सगळ्यांनी ही एक अतिशय चांगली संधी आहे आणि वस्तीतील इच्छुकांनी त्याचा लाभ घेतला पाहिजे असे मत मांडले.

मोठ्याल्या नर्सिंग कॉलेजमध्ये तीन ते पाच वर्षाचे नर्सिंग कोर्सेस होते आणि त्यासाठी बारावी सायन्स उत्तीर्ण असणे जरुरीचे होते. फीया काही हजारो रुपयांत होत्या. आम्ही लगेच कामाला लागलो. वस्तीतले बरेचसे विद्यार्थी दहावी नंतर शिक्षण थांबवत आणि ते सुरू ठेवले तरी सहसा कला किंवा वाणिज्य शाखा निवडीत. त्यामुळे एकीकडे काम करून बाहेरून परीक्षा देऊन शिक्षण पूर्ण करण्याची शक्यता रहात असे. ते निवेदन आम्ही मोठे करून त्याचे फलक तयार केले आणि ठिकठिकाणी लावले. या बाबतीत जागृतीत संपर्क करायला सांगितले होते कारण जागृतीतर्फे प्रवेशपरीक्षेची तयारी करून घेतली जाणार होती. आश्चर्य म्हणजे खूप चांगला प्रतिसाद आला. त्रेसष्टजण नाव नोंदवून गेले आणि काहीशी खेदजनक गोष्ट म्हणजे त्यात मुलगे फारच कमी म्हणजे फक्त पाच होते. रुग्णसेवा हे जणू काही फक्त स्त्रियांचे क्षेत्र आहे असाच सार्वत्रिक गैरसमज असतो. आम्ही निवेदन दिलेल्या रुग्णालयात जाऊन तेथील मुख्य नर्स आणि संबंधितांकडून परीक्षेचे स्वरूप समजून घेतले. परीक्षेची तयारी आम्ही करून घेतोय म्हटल्यावर त्यांना आनंद झाला. परीक्षेत इंग्रजी, अंकगणित आणि रुग्णसेवेसंबंधी असणारा दृष्टीकोन, वर्तणूक याबाबतची मानसिकता जोखणारे प्रश्न असणार होते. जागृतीच्या डॉक्टर मंडळींनी परीक्षेची तयारी करून घ्यायचे काम आनंदाने स्वीकारले. त्याच्या जोडीला डिसूजा सिस्टर येऊ लागल्या. शासकीय रुग्णालयात बरीच वर्षे काम करून त्या तेथून निवृत्त झाल्या होत्या. ते प्रशिक्षणाचे पंधरा दिवस भारलेले होते. शिक्षक आणि विद्यार्थी उभयपक्षी उत्साह आणि शिकवण्याची, नवे काही शिकण्याची उमेद मोठ्या प्रमाणात होती. ठरल्या दिवशी त्या मोठ्या मान्यवर रुग्णालयात एक तासाची लेखी परीक्षा आणि नंतर लगेचच प्रत्येकाची पंधरा मिनिटांची तोंडी परीक्षा घेण्यात आली. आश्चर्य म्हणजे परीक्षेला जागृतीने पाठवलेल्या विद्यार्थ्यांच्याशिवाय फारसे अन्य कोणी बसलेले दिसले नाहीत.

नंतर आठवडाभरातच रुग्णालयाने निवड झालेल्या तीस विद्यार्थिनींची नावे पाठवली.

त्यांनी सुरुवातीला त्यांच्या नर्सिंगच्या गणवेशाचे पैसे भरायचे होते. बऱ्याच मुलींकडे अडचण होती म्हणून हे पैसे जागृतीने भरले. रुग्णालयात प्रशिक्षण सुरू झाले. सुरुवातीला रुग्णालयाचे वातावरण, शिस्त यांचे मुलींवर दडपण येत होते. पण आठ-पंधरा दिवसातच त्या चांगल्या रुळल्या. तिथल्या उच्चशिक्षित डॉक्टर्स, नर्सेस यांचे शिकवणे, प्रशिक्षणासाठी वापरली जाणारी अद्ययावत साधने आणि महिन्यानंतर मिळालेले विद्यावेतन यामुळे मुली खूश होत्या. प्रत्यक्ष अनुभवासाठी रात्रपाळीत आनंदाने काम करत होत्या, शिकवणारेही खूश होते.

पण कुठे माशी शिंकली माहित नाही, एक दिवस रात्री नऊ वाजता रुग्णालयात प्रशिक्षण घेणाऱ्या एका मुलीचा फोन आला. बोलणारी मुलगी रडत होती. म्हणाली, "उद्यापासून कोणी येऊ नका. प्रशिक्षण बंद केलं आहे असं आम्हाला सांगण्यात आलय."तिला धीर देऊन सगळ्या मुलींना दुसऱ्या, दिवशी सकाळी सात वाजता जागृतीत बोलावले. त्यांना आधी शांत केले. मुलींना घेऊन आम्ही दोघी-तिघी कार्यकर्त्या रुग्णालयात गेलो. तिथल्या मेट्रनना भेटलो, त्या म्हणाल्या, "मला एकाएकी काय झालं याची कल्पना नाही. खरं तर सगळं सुरळीत चाललं होतं. तुम्ही रुग्णालयाच्या मुख्य व्यवस्थापकांना भेटा."ह्या व्यवस्थापक महोदयांनी दोन तास आम्हाला केबिनबाहेर बसवून ठेवले आणि नंतर निरोप पाठवला मिटिंगमध्ये आहे उद्या या. मुली तर रडतच होत्या. त्यांना कसेबसे समजावून दुसऱ्या दिवशी दिलेल्या वेळेला गेलो. तेव्हाही आम्हाला तासभर बसवून ठेवून त्यांनी केबिनमध्ये बोलावले. आम्हाला बसा वगैरे न म्हणता, "आधी बाहेर थांबलेल्या मुलींना जायला सांगा. रुग्णालयात गोंधळ, नारेबाजी चालणार नाही." म्हणून बजावले. खरे तर मुली अगदी शांतपणे एका बाजूला उभ्या होत्या. त्यांची समजूत घालून काय होईल ते कळवतो असे सांगून त्यांना घरी पाठवले. आम्ही केबिनमध्ये गेल्यावर ते स्वतः उभे राहिले आणि उभ्या उभ्याच आम्हाला म्हणाले, "नर्सिंग कौन्सिलचे काही नियम असतात. त्यानुसार येथे नर्सिंग प्रशिक्षण देता येणार नाही असा हॉस्पिटलच्या विश्वस्तांनी निर्णय घेतला आहे. तुम्ही जाऊ शकता." एवढे बोलून ते निघूनही गेले. पुढे बोलणेच खुंटले. आम्ही हताश होऊन बाहेर पडलो. रुग्णालयाच्या शेजारच्या गल्लीत मुली उभ्या होत्या. आम्ही दिसतात त्या धावत आल्या. "अजून काही निर्णय झाला नाही." हे सांगताना आमच्या डोळ्यात पाणी आले होते, पण तरी उसने अवसान आणून, "तुम्ही फक्त आठ दिवस थांबा, आम्ही काहीतरी तोडगा काढतो." असे आश्वासन दिल्यावर मुली परतल्या.

आम्ही सगळ्याच अस्वस्थ होऊन काय करावे ह्या विचारात होतो. कोणी सुचवले वर्तमानपत्रांत 'रुग्णालयाची फसवाफसवी' म्हणून बातमी द्यावी. कोणाची तर त्यांना कोर्टात खेचण्यापर्यंत मजल गेली. हे सगळं बोलणं मानसिक उद्वेग मोकळा करायला

ठीक होते. पण फारसे व्यवहार्य आणि योग्य नव्हते. त्यातून संबंध कायमचेच तुटणार होते. एक दिवस शांतपणे विचार करून दुसऱ्या दिवशी सकाळी नऊ वाजता बैठक घेऊन काय ते ठरवू असे ठरले. दुसऱ्या दिवशी आम्ही भेटलो, पण खऱ्या अर्थाने काही मार्ग दिसत नव्हता. शेवटी आपण 'अडला हरी' आहोत हे लक्षात घेऊन मुलींसाठी परत एकदा जाऊन विनवणी करावी असे ठरले. तेवढ्यात आश्चर्य म्हणजे रुग्णालयाचा फोन आला की तुम्हाला साडेअकरा वाजता मुख्य व्यवस्थापकांनी भेटायला बोलावलयं. आमच्या आशा पल्लवित झाल्या आणि आम्ही अकरालाच पोचलो. तिथे मुलींना शिकवणाऱ्या नर्सिंग विभागाच्या मुख्य मॅडम भेटल्या. त्या मुलींना अतिशय मनापासून आवडीने शिकवत होत्या. शिवाय एकदा सहा महिन्यांचे वर्गातील प्रशिक्षण संपल्यावर पुढचे सहा महिने त्या मुली त्यांच्या हाताशी प्रत्यक्ष कामावर राहणार होत्या. झाल्या प्रकाराबद्दल वाईट वाटल्याचे त्यांनी बोलून दाखवले, पण त्यांच्या हातात काही नव्हते. प्रशिक्षण तडकाफडकी बंद करण्याचे नक्की कारण त्यांनाही कळत नव्हते.

बरोबर साडे अकरा वाजता आम्हाला थांबायला न लावता रुग्णालयाच्या व्यवस्थापकांनी बोलावले. लगेच चहाही आला. मनातल्या मनांत आम्ही खूश झालो. वाटले उपरती होऊन परत प्रशिक्षण सुरू करायचे ठरवलेले दिसते आहे. पण त्यांनी एक वेगळाच तोडगा सुचवला. ते म्हणाले, "असं पहा या रुग्णालयात नर्सिंगचं प्रशिक्षण देता येणे शक्य नाही. परंतु आमच्या माहितीतल्या दुसऱ्या रुग्णालयात ते शक्य आहे. तेथे सोय करून देतो म्हणजे मुलींचे नुकसान होणार नाही." त्यांनी रुग्णालयाचे नाव सांगितले. ते कोणाच्या फारसे माहितीमधले नव्हते. पण लगेच काही न सांगता दुसऱ्या दिवशी कळवतो म्हणून सांगितले. चौकशी केली तेव्हा ते रुग्णालय जागृतीच्या वस्तीपासून बरेच लांब असलेले एक छोटसे खासगी रुग्णालय, मुख्यतः प्रसूतिगृह असल्याचे कळले. तिथे फारसे रुग्ण किंवा बाळंतिणी नसतात हेही समजले. मुलींना आणि आम्हालासुद्धा हे पटण्यासारखे नव्हते. तरी एकदा मुलींशी आणि त्यांच्या पालकांशी बोलण्याचे ठरवले. त्यांनाही ते पटले नाही. हे कळवायला म्हणून प्रशिक्षण देणाऱ्या रुग्णालयात गेलो तर त्यांनी आम्हाला जवळजवळ हाकलूनच दिले. "तुम्हीच आडमुठेपणा करून मुलींचे नुकसान करत आहात, असा ठपका आमच्यावर ठेऊन आता याबाबत पुढे काहीही बोलायला येऊ नका असे बजावले."

आम्ही परत एकदा हताश होऊन परतलो. एकीकडे मुली चेहरे पाडून बसल्या होत्या आणि त्यांचे पालक भांडायच्या तयारीत होते. शेवटी बरेच विचारमंथन झाल्यावर शेवटचा उपाय म्हणून रुग्णालयाच्या नऊही विश्वस्तांना एक 'विनम्र आवाहन'करणारे पत्र लगेच पाठवावे असे ठरले. आवाहनात तीन महत्त्वाचे मुद्दे मांडले होते. १) प्रस्तुत रुग्णालयाची

समाजात असणारी मोठी मान्यता, तिथे असलेली मोठ्या संख्येची रुग्णशय्या, रुग्णाच्या आणि विविध प्रकारच्या उपचारांची उपलब्धता यामुळे मुलींना चांगला अनुभव मिळून निरनिराळी रुग्णसेवेची कौशल्ये आत्मसात करता येणार होती. म्हणून मुली व्यवस्थापनाने सुचवलेल्या दुसऱ्या छोट्या रुग्णालयात जाऊ इच्छित नव्हत्या. २) प्रशिक्षण देणारे रुग्णालय वस्तीपासून जवळ असल्यामुळे मुलींचा वेळ आणि येण्या-जाण्याचा खर्च वाचणार होता. सुचवलेले रुग्णालय लांब असल्याने असे होणार नव्हते. ३) महत्त्वाचे म्हणजे रुग्णालयाने स्वतः वर्तमानपत्रात निवेदन देऊन, मुलींना बोलावून त्यांची परीक्षा घेऊन प्रशिक्षणासाठी निवडले होते. त्यासाठी बऱ्याच मुली आपले महाविद्यालयीन शिक्षण अर्धवट सोडून आल्या होत्या. ठरल्याप्रमाणे प्रशिक्षण पूर्ण न झाल्यास त्यांचे शैक्षणिक आणि वैयक्तिक पातळीवर अनेक प्रकारचे नुकसान होणार होते. या पत्रावर जागृतीच्या सर्व विश्वस्तांनी तर सह्या केल्याच, शिवाय समाजातील प्रतिष्ठित नागरिक, शिक्षणतज्ज्ञ, कार्यकर्ते यांच्याही सह्या घेतल्या. ते लगेचच विश्वस्तांकडे पाठवून पोच घेतली. दोन दिवसांतच विश्वस्त मंडळाची एक बैठक होऊन प्रशिक्षण सुरू करण्याचा निर्णय घेण्यात आला.

आता व्यवस्थापकांना विश्वस्त मंडळाच्या आदेशानुसार कार्यवाही करणे भाग होते. त्यांनी प्रशिक्षण सुरू करतो पण सुरुवातीला वातावरण निवळेपर्यंत महिनाभर हा वर्ग इतरत्र घेण्यात यावा. तिथे रुग्णालयाचे प्रशिक्षक जाऊन शिकवतील अशी अट त्यांनी घातली. दुसऱ्या जागेची सोय जागृतीने करायची होती. जागृतीचे एक हितचिंतक रुग्णाल्याशेजारी राहतहोते. त्यांच्या घरी मागील बाजूला बांधलेल्या मोठ्या आउटहाऊसमध्ये ही सोय करायला ते आनंदाने तयार झाले. महिन्यानंतर ठरल्याप्रमाणे रुग्णालयात प्रशिक्षण सुरू होऊन कोणतेही विघ्न न येता ते पार पडले. सगळ्या मुलींना प्रमाणपत्रे मिळाली. त्यातल्या बऱ्याच जणींना त्याच रुग्णालयात आणि बाकीच्यांना इतरत्र साधारण आठ हजार ते पंधरा हजार रुपयाच्या पगारावर साहाय्यक नर्स म्हणून नोकऱ्या मिळाल्या. नंतर कानावर आले की, व्यवस्थापकांना शिकणाऱ्या मुलींपेक्षा त्या छोट्या बुडीत चाललेल्या प्रसूतिगृहाचे भले करण्यात रस होता म्हणून हे सगळे रामायण घडले. नंतर कळले की तिथे प्रशिक्षणासाठी फीपण आकारली जाणार होती!

या रामायणातून आम्ही धडा घेतला की पुन्हा पुन्हा असली अग्निपरीक्षा देण्यात काही अर्थ नाही. आता जागृतीमार्फत आपणच रितसर प्रशिक्षणाच्या वर्गाची आखणी करावी. जागृतीतर्फे शैक्षणिक, आरोग्यविषयक आणि व्यवसाय शिक्षणाचे उपक्रम सुरू होतेच. या तिन्ही उद्देशांना गवसणी घालणारे, त्यात चपखल बसणारे असे हे प्रशिक्षण होते. यात रुग्णशुश्रूषेचे शिक्षण होते, आरोग्यविषयक ज्ञान होते आणि रुग्णसेवेची कौशल्ये विकसित

होऊन त्यायोगे नोकरी-व्यवसाय करून अर्थार्जन करता येणार होते. या उपक्रमाला काय नाव द्यावे याविषयी बरीच चर्चा होऊन नर्सएड किंवा साहाय्यक नर्स असे ठरत होते, पण त्यातील नर्स या शब्दाला कदाचित नर्सिंग कौन्सिल आक्षेप घेऊ शकेल असे सांगण्यात आले. मग अनेक नावे सुचवण्यात आली उदा. दायी-प्रशिक्षण, परिचर्या-प्रशिक्षण इ. शेवटी एक अतिशय अर्थपूर्ण आणि सुयोग्य असे नाव मिळाले.

रुग्णांची शुश्रूषा हा एक मोठा आणि महत्त्वाचा भाग प्रशिक्षणात असणार होता. जागृतीच्या डॉक्टरांचे मत पडले की या प्रशिक्षणाचा एक मूलभूत, महत्त्वाचा घटक आरोग्यशिक्षण आणि प्रतिबंधात्मक उपाय आणि त्यांचा प्रसार असला पाहिजे. ते आम्हा सर्वांनाच मान्य झाले. हे प्रशिक्षण पूर्ण केलेले प्रशिक्षणार्थी केवळ रुग्णालयात चांगल्या पगाराच्या नोकऱ्या मिळवून पोटार्थी न राहता त्यांनी स्वतःच्या कुटुंबात, स्वतःच्या वस्ती परिसरातून आरोग्यशिक्षणाला हातभार लावला पाहिजे. वस्तीपातळीवर प्रतिबंधात्मक उपायांचे आयोजन करण्यासाठी पुढाकार घेतला पाहिजे. आरोग्यविषयक प्रश्नांची जाण ठेवून वस्तीतल्या लोकांना त्यांचा भरोसा वाटेल अशा प्राथमिक आरोग्य सेवा त्यांना देता आल्या पाहिजेत. प्रशिक्षणाला या नव्या आयामांची जोड देणे आमच्या दृष्टीने महत्त्वाचे होते. हे लक्षात घेऊन 'आरोग्यसाथी'(हेल्थ फॅसिलिटर) हे नाव सुचवले गेले, ते सगळ्यांना लगेचच पसंत पडले.

***

आरोग्यसाथी-प्रशिक्षण

मोठ्या मान्यवर रुग्णालयाच्या प्रशिक्षणाच्या प्रवेश परीक्षेची पंधरा दिवसांची तयारी करून घ्यायला म्हणून आलेल्या सिस्टर डिसूजा, त्या निमित्ताने जागृती परिवारातीलच एक झाल्या. त्यांनी डॉक्टर्स आणि जागृतीच्या आरोग्य समुपदेशकांचा सल्ला घेऊन, तसेच या क्षेत्रातील अनेक तज्ज्ञांना विचारून तीन महिन्यांचा अभ्यासक्रम बनवला. त्याआधारे तीन महिने जागृतीत अनुभवी नर्सेस आणि डॉक्टरांद्वारे शिकवण्यात यावे असे ठरले. त्याचबरोबर जागृतीच्या दवाखान्यात नाडी, ताप, रक्तदाब पाहणे, मलमपट्टी-बँडेज करणे इत्यादी प्रत्यक्ष करून प्रशिक्षणार्थींनी ती कौशल्ये आत्मसात करावी हे निश्चित झाले. तीन महिन्यांनंतर एक लेखी आणि तोंडी परीक्षा त्रयस्थ तज्ज्ञांद्वारे घेऊन त्यांनी पुढील तीन महिने रुग्णालयात कामाचा अनुभव घेण्यास विद्यार्थी तयार झाला आहे की नाही ते ठरवायचे. प्रशिक्षणार्थी कुठे कमी पडत असल्यास त्या दृष्टीने अधिक तयारी करून घेतल्यावरच पुढे रुग्णालयात प्रत्यक्ष कामाच्या अनुभवासाठी पाठवण्यात यावे असे ठरले. रुग्णालयात तीन महिन्यांचा कार्यानुभव यशस्वीरित्या पूर्ण केल्यावर जागृतीतर्फे 'आरोग्यसाथी' प्रशिक्षण वर्गाचे प्रमाणपत्र दिले जाणार होते.

वैयक्तिक लक्ष देण्याच्या दृष्टीने एका वेळी साधारण वीस ते पंचवीस मुले-मुली घ्यायचे ठरवले. शिक्षण किमान आठवी उत्तीर्ण असावे. म्हणजे अंकगणित आणि इंग्रजी याची तोंड ओळख झालेली असेल. वय किमान सतरा वर्षे पूर्ण असावे. म्हणजे हे प्रशिक्षण संपून होऊन नोकरीला लागताना अठरा वर्षे पूर्ण झालेली असतील. सुरुवातीला मुले जमवायला बऱ्यापैकी कष्ट पडले. घरोघरी जाऊन पत्रके वाटली, प्रशिक्षणाची उपयुक्तता पटवून दिली तेव्हा तीन मुलगे आणि वीस मुली आले. बहुतेक जण दहावीपर्यंत शिकलेले, पण उत्तीर्ण न झालेले, म्हणजे आठवी, नववी उत्तीर्ण असेच होते. दोन मुली दहावी उत्तीर्ण आणि तीन मुली बारावी आर्टस करून घरीच बसल्या होत्या. रविवार सोडून रोज दुपारी

बारा ते पाच असे वर्ग सुरू झाले. मधे तीन वाजता सर्वांना चहा आणि नाश्ता देण्यात येई. आरोग्यसाथी वर्गही छान सजला. भिंतीवर शरीरातील विविध अवयवांचे कार्य स्पष्ट करणारे सचित्र तक्ते लावले गेले. आम्ही बी.जे. मेडिकलच्या नर्सिंग कॉलेजमध्ये जाऊन ते पाहून आलो होतो. तिथल्याप्रमाणे एक डमी, म्हणजे माणसाची प्लास्टिक फायबरने आतील अवयवांसकट बनवलेली प्रतिकृती, हैदराबादहून मागवली. यात पुरुष, स्त्रिया, लहान बाळे, स्वतंत्र सुटे अवयव असे अनेक प्रकार मिळतात, आम्ही सुरुवातीला स्त्रीची डमी मागवली. ही डमी बऱ्यापैकी महाग होती. स्त्रीशरीरातील सर्व अवयव योग्य ठिकाणी त्यात बसवलेले होते आणि वरचा पृष्ठभाग उलगडून ते विद्यार्थ्यांना दाखवता येणार होते. आरोग्यसाथी वर्गातील बऱ्याच मुलींना लेबर रूम म्हणजे - रुग्णालयातील बाळंतपणाच्या खोलीत साहाय्यक म्हणून काम करावे लागायची शक्यता होती. त्यामुळे डमीच्या अवलोकनाचा निश्चितपणे उपयोग होणार होता. आमच्या मुलींनी तिचे 'विद्याताई' असे नामकरण करून तिला डॉक्टरांच्या तपासणी टेबलावर पांघरूण घालून झोपवले होते. या डमीचा खूप चांगला उपयोग प्रशिक्षणार्थींना होत होता. या डमीमुळे मुलींच्या डोळ्यांना सर्व नकली का होईना अवयवांचे शरीरातील स्थान आणि रचना पहाता येत होत्या आणि ते डोक्यात घट्ट बसत होते. आम्ही सतत अप्पा बळवंत चौकातील शैक्षणिक साहित्याच्या दुकानात जाऊन नवे अभ्यासपूर्ण सचित्र तक्ते व इतर प्रशिक्षणपूरक वस्तू आणत असू. या गोष्टी आणायला जाणे म्हणजे आमच्यासाठी एक उत्साहपूर्ण आनंदाची सफर असे. शिकणाऱ्या मुलीही कुतूहलाने आणल्या आणल्या ते उघडून बघत. त्यावर सिस्टर डिसूजांना भरपूर प्रश्न विचारत आणि हेतू पूर्णतः साध्य होई.

शिकवताना एक कमी जाणवायची. ती म्हणजे नर्सिंग विषयावरचे एक सुबोध, सोपे पण चांगले पुस्तक प्रत्येक विद्यार्थाकडे संग्रही असणे आवश्यक होते. नर्सिंग कॉलेजमध्ये असलेली पुस्तके इंग्रजीत होती. आम्ही मराठीतून शिकवत होतो आणि मराठीत असे पुस्तक आढळत नव्हते. एकदा मी संभाजी पूलावरून येत असताना रस्त्यावर विक्रीसाठी मांडलेली पुस्तके मला दोन-तीन ठिकाणी दिसली. मी नेहमीच या पुस्तकांजवळ घुटमळते. कधीकधी दुर्मिळ, चांगली पुस्तके स्वस्तात मिळून जातात. यापूर्वी अशी काही इंग्रजी, मराठी कथा कादंबऱ्यांची पुस्तके मला मिळाली होती. पुस्तके वर-खाली करून बघताना एका पुस्तकाच्या मुखपृष्ठाने माझे लक्ष वेधले. त्या पुस्तकाचे शीर्षक होते 'परिचर्या: शास्त्र, तंत्र, कला' निळ्या मुखपृष्ठावर इतर अनुशंगिक चित्रांच्या मधोमध लेखिकेचे नाव डॉ. सौ.एस. एस. मोमीन, तिच्या विविध पदव्यांसह लिहिलेले होते. मी लगेच पुस्तक उचलले आणि विक्रेत्याने सांगितलेली किंमत देऊन ते सरळ जागृतीत डॉक्टरांसमोर ठेवले. दोन-चार दिवसात सिस्टर डिसूझा, डॉक्टरांनी आणि आम्ही कार्यकर्त्यांनी ते वाचून काढले.

सगळ्यांनाच पटले की नर्सिंगचा सर्वांगाने विचार करणारे हे पुस्तक आहे आणि प्रत्येक आरोग्यसाथीकडे संदर्भासाठी ते कायमस्वरूपी असले पाहिजे. आम्ही थोडी चौकशी केली आणि पुस्तकाच्या पन्नास प्रतींची मागणी मंगळवार पेठेतील वैद्यकीय पुस्तकांची विक्री करणाऱ्या कोठारी बुक डेपोमध्ये नोंदवली. पुस्तके लगेच उपलब्ध नव्हती; परंतु त्यांनी पंधरा दिवसात दहा टक्के सूट देऊन ती जागृतीत पोचती केली. प्रत्येकीला स्वतःचे असे पुस्तक मिळाल्यावर त्यांच्या चेहऱ्यावरचा आनंद पाहण्यासारखा होता.

आरोग्यासाथी वर्गात सर्वसाधारणपणे डिसूझा सिस्टर शिकवतात. परंतु शरीरशास्त्रातील काही विभाग विशेषतः पचन, श्वसन, पुनरुत्पादन ह्यांची माहिती डॉ. सुनीता सोमण देतात. मंगलाताई आरोग्यप्रतिबंधक उपाय आणि त्याचा वस्तीपातळीवरील प्रचार-प्रसार याबाबत प्रशिक्षणार्थिंना तयार करतात. यात लसीकरण, प्रसूतीपूर्व आणि प्रसूतीपश्चात बाळ-बाळंतीणीची काळजी, कुटुंब नियोजन, वैयक्तिक आणि सार्वजनिक स्वच्छता, साथीच्या रोगातील दक्षता, आरोग्यपूर्ण आहार-विहार, इत्यादि गोष्टींवर भर दिला जातो. हे सर्व शिकवताना केवळ वर्गातील तास न घेता प्रत्यक्ष वस्तीत फिरून प्रात्यक्षिके घेतली जातात.

जागृतीच्या पहिल्या 'आरोग्यसाथी' वर्गात तीन महिने कसे संपले कळले नाही. उपस्थिती उत्तम राहिली. सीमाची आजी वारली आणि बारावा तेरावा होईपर्यंत कुठे जायचे नाही असे घरचे लोक म्हणाले पण तिने घरच्यांना प्रशिक्षणाचे महत्त्व आणि ते न मिळाल्यास काय नुकसान होईल ते पटवून दिले. परिणामतः ती तर वर्गाला आलीच आणि तिचे ऐकून तिच्याहून दोन वर्षांनी तिची मोठी वहिनीपण पुढच्या प्रशिक्षणासाठी नाव नोंदवून गेली.

आता प्रशिक्षणार्थिंना रुग्णालयात प्रत्यक्ष परिचर्येचे शिक्षण देण्यासाठी आम्ही रुग्णालयातून चाचपणी सुरू केली. सगळीकडूनच होकार आला. मुलींना तीन महिन्यासाठी दरमहा पाच हजार रुपयापर्यंत विद्यावेतन द्यायला तयारी होती. आनंदाची गोष्ट म्हणजे ज्या मोठ्या रुग्णालयाच्या आडमुठेपणामुळे आम्ही 'आरोग्य साथी' वर्ग सुरू केला त्यांनीही मुलींचे स्वागत केले आणि त्यांना तीन महिन्यांचे मिळून एकदम वीस हजार रुपये विद्यावेतन दिले. मुली रुग्णालयात जाऊ लागल्या तरी आमचे त्यांच्याकडे लक्ष असते. त्यांच्या कामाचा अहवाल आम्ही अधूनमधून मुलींच्या रुग्णालयातील वरिष्ठांकडून घेत असतो. मुलींच्या कामाबद्दलचा अभिप्राय सर्वसाधारणपणे चांगला येतो. रुग्णालयाची वेळ पाळण्याबाबत जरा ढिलाई होते. पण समज दिल्यावर सुधारणा होत असते. एकूण वस्तीतच वेळेचे महत्त्व जरा कमीच! त्याबद्दल वारंवार सूचना कराव्या लागतात. बाकी, कामात सफाई आहे, प्रशिक्षणार्थिंना समज चांगली आहे, नवीन शिकण्याची तयारी

आहे अशा चांगल्या गोष्टी ऐकल्या की बरे वाटते. सगळीकडूनच मुली जरा बोलायला घाबरतात, रुग्णांबरोबर आणि वरिष्ठांबरोबर संवाद साधतायेत नाही, देहबोली गोंधळलेली असते, पोषाखात नीटनेटकेपणा नसतो, इंग्रजीत व्यवहार करायला जमत नाही यासारखे अभिप्राय सुरुवातीला येत होते. याबाबत सुधारणा करण्याची जागृतीमधील पुढच्या प्रशिक्षणात व्यवस्था करा अशा सूचना काही रुग्णालयांकडून आल्या. त्यात तथ्यही होते.

रुग्णालयातून आलेल्या प्रतिक्रियांनुसार प्रशिक्षणार्थींचे इंग्रजी-मराठी संवाद कौशल्य आणि व्यक्तिमत्त्व यात काही सकारात्मक बदल करणे आवश्यक होते. त्याबाबत लवकरच एक सुसंधी जागृतीकडे चालून आली. माझा ज्योत्स्ना नगरकर यांच्याशी परिचय झाला. प्रसन्न-प्रभावी व्यक्तिमत्व आणि शांत-सौम्य वागणं बोलणं. त्या पत्रकार होत्या आणि दुबईमध्ये मुलींसाठी शाळा उघडण्यात त्यांनी पुढाकार घेतला होता. त्या महिना-दोन महिने पुण्यातील त्यांच्या डेक्कन जिमखान्यावरील घरात वास्तव्यासाठी येत तेव्हा त्यांनी जागृतीत आपल्याला काही काम करायला आवडेल असे सूचित केले. त्या एकदा जागृतीत आल्या असताना 'आरोग्य साथी' वर्ग सुरु होता. त्यांची आम्ही मुलींशी ओळख करून दिली. तेव्हा त्यांनी मुलींना स्वतःची ओळख करून द्यायला सांगितली. मुली ओळख करून देत असतानाच त्या एकीकडे त्यांना प्रोत्साहन देत होत्या आणि त्याचबरोबर काही सूचनाही करत होत्या. काही वेळातच त्यांनी मुलींशी चांगला संवाद साधला. ते पाहून आम्हाला लक्षात आले की 'आरोग्य साथी' वर्गाच्या प्रशिक्षणामध्ये जी उणीव आहे ती त्या नक्की भरून काढू शकतील.

लगेचच ज्योत्स्नाताईंनी 'व्यक्तिमत्व विकासा'चा प्रशिक्षणार्थींचा रुग्णालयातील वावर केंद्रीभूत ठेवून पंधरा दिवसांचा अभ्यासक्रम तयार केला. नेहमीच्या तीन महिन्याचा प्रशिक्षणाला या 'व्यक्तिमत्व विकास' कार्यक्रमाची जोड दिली. हे प्रशिक्षण त्यांनी अतिशय सहजपणे, मुलींना बोलते करत दिले. शेवटच्या दिवशी त्या एका पेटीत वेगवेगळे विषय असलेल्याचिठ्ठ्या ठेवीत. प्रत्येक मुलगी त्यातील एक चिठ्ठी उचलून त्यात दिलेल्या विषयावर इंग्रजीमध्ये वर्गात सर्वांसमोर उभी राहून दोन मिनिटे बोलत असे. आश्चर्य म्हणजे प्रत्येक मुलगी न गोंधळता, जरा चाचरत का होईना पण बोलते. मुलींमधील हा नवा आत्मविश्वास वाखाणण्यासारखा असतो. नंतर त्यांना ज्योत्स्नाताईंच्या सहीचे 'व्यक्तिमत्व विकास प्रशिक्षण' यशस्वीरित्या पूर्ण केल्याबद्दल जागृतीतर्फे प्रशस्तीपत्रक देण्यात येते. प्रत्येकीला स्वतःची एक वेगळी ओळख असावी म्हणून जागृतीत शिवलेल्या पांढऱ्या मजबूत एप्रनची जोडी देण्यात येते. हे एप्रन घालून मुली वर्गाला येतात आणि नंतर रुग्णालयात जातात. एक वेगळाचआत्मविश्वास आणि वागण्या-बोलण्यातीलसफाई जाणवू लागते. रुग्णालयांनीही मुलींमधील बदलाचे स्वागतकेले. नंतर या उपक्रमात माझा

आतेभाऊ आणि जागृतीचा हितचिंतक श्रीपाद गोखले याची पत्नी सुहासिनी सामील झाली. तिच्यामुळेच आमची ज्योत्स्ना नगरकरशी ओळख झाली होती. सर्वसाधारण ऐंशी टक्के मुलींना त्या ज्या रुग्णालयात कार्यानुभवासाठी काम करतात, तिथेच साधारण दहा हजारपासून वीस हजारापर्यंत पगाराच्या साहाय्यक परिचारिका म्हणून नोकऱ्यास लागतात.पंधरा टक्के मुलींना दुसऱ्या रुग्णालयात सहजपणे नोकऱ्या मिळतात. तर अंदाजे पाच टक्के मुली काही वैयक्तिक कारणांमुळे, विशेषतः लग्न करून गावी जायला लागणार असल्याने नोकरीत अडकून न राहायचे ठरवतात.

पहिले 'आरोग्य साथी' प्रशिक्षण बऱ्यापैकी यशस्वीपणे पार पडले. मुख्यतः सगळ्यांना वाढत्या बेरोजगारीच्या काळात रोजगार आणि प्रतिष्ठा असणाऱ्या नोकऱ्या मिळाल्या. त्यामुळे सहाजिकच पुढच्या प्रशिक्षणासाठी त्वरित नोंदणी झाली. पुण्यातील पर्वती जनता वसाहत, बोपोडी, किश्किंदानगर, गोसावी वस्ती, वैदूवाडी, हिंगणे-वारजे, कोंढवा येथील वस्त्यांमधून वर्ग सुरू करण्याची मागणी आली. पुरेशा मनुष्यबळाअभावी सगळीकडे एकदम वर्ग सुरू करता येणे शक्य नसते. पण जिथे जवळ एखादे लहान, मोठे रुग्णालय आहे, वर्गात शिकवायला येऊ शकणाऱ्या नर्सेस, डॉक्टर्स आहेत, वस्तीतील एखादा कार्यक्षम संघटक जबाबदारी घ्यायला तयार आहे आणि जागेची व्यवस्था होऊ शकेल अशा वस्त्यांमधून वर्ग सुरू केले जात आहेत. आठवड्यातून प्रत्येकी दोन दिवस असे जागृतीच्या डिसूझा सिस्टर, मंगलाताई आणि डॉ. सुनीता स्वतः जाऊन मार्गदर्शन करतात. रेखा बिडकर अधूनमधून वर्गाला भेट देऊन तेथे काय हवे नको बघतात.

पुण्यातील बऱ्याच वस्त्यांतून 'आरोग्य साथी' वर्ग सुरू होऊ लागले आणि ते आजतागायत यशस्वीपणे चालू आहेत. अगदी आठवी उत्तीर्ण मुला-मुलींना नोकऱ्या मिळू लागल्या. त्यांचे स्वतःचे आरोग्य शिक्षण होऊन त्या कुटुंबात आणि परिसरात प्राथमिक आरोग्य सेवा देऊ लागल्या. 'आरोग्य साथीच्या सुरुवातीच्या शिक्षणक्रमामध्ये प्रवेश घेऊन तो यशस्वीपणे पूर्ण केलेला इंदिरा वसाहतीतील चैतन्य होता. पुण्यातल्या रुग्णालयामध्ये ब्रदर म्हणून नोकरी करताना तिथे आलेल्या दुबईच्या एका रुग्णाने त्याच्या सेवेवर खूश होऊन परत गेल्यावर दुबईच्या मोठ्या रुग्णालयामध्ये त्याला नोकरीसाठी बोलावले. आज चैतन्य दुबईमध्ये आहे. पुण्यातल्या वस्तीतल्या पत्र्याच्या एका खोलीतून त्याचे कुटुंबीय आता मोठ्या फ्लॅटमध्ये राहत आहे. त्याने आपल्या धाकट्या बहिणीचे मेडिकल कॉलेजमधील शिक्षण पूर्ण करण्याची जबाबदारी घेतली आहे. पुण्यातील एका नामांकित रुग्णालयामध्ये दरवर्षी रुग्णांकडून प्रतिक्रिया मागवून 'बेस्ट नर्स' पुरस्कार दिला जातो. लागोपाठ तीन वेळा तो जागृतीच्या 'आरोग्य साथी'ला मिळाला.

***

आरोग्यसाथी - ग्रामीण विभाग

'आरोग्यसाथी'वर्गाची माहिती जवळपासच्या ग्रामीण भागातूनही झाली होती, परंतु तिथपर्यंत पोचण्यात काही अडचणी येत होत्या त्या म्हणजे स्थानिक जबाबदारी घेणारे कार्यकर्ते, स्थानिक रुग्णालय आणि स्थानिक जागा यांची उपलब्धता या सगळ्याच अडचणी कामशेतच्या तरुण उत्साही डॉ. विकेश मुथा यांनी सोडवल्या आणि ग्रामीण भागात 'आरोग्य साथी' वर्गाची मुहुर्तमेढ रोवली गेली.

कामशेतपासून नऊ किलोमीटर अंतरावर सांगिसे गावात एक माध्यमिक शाळा आहे. या शाळेच्या उभारणीत मंगलाताईंचा मोठा सहभाग होता. जागृतीच्या विज्ञानशिक्षिका अलका साठे आपल्याबरोबर आपल्या मैत्रिणी आणि अहिल्यादेवी शाळेतील उत्तम शिक्षिका इंग्रजीच्या प्रतिभा भट आणि मराठीच्या जयश्री वैद्य यांना घेऊन सांगिसे शाळेतील शिक्षकांना मुलांकडून दहावीचा अभ्यासक्रम कसा करून घ्यावा याचे प्रशिक्षण देण्यासाठी जात. त्यामुळे अधूनमधून आमचे सांगिसेला जाणे-येणे असे. आपोआपच आजूबाजूच्या गावातील गावकरी आमच्या परिचयाचे झाले. सांगिसेला गेले की शाळेतील आणि आजूबाजूच्या गावातील मुलेमुली आणि गावकरी इथेही नर्सिंग कोर्स घ्या म्हणून आग्रह करायचे. ते समजल्यावर कामशेतमधील आमचे परिचित डॉ. मुथा यांच्याशी याविषयी बोललो. त्यांनी त्यांच्या कामशेतच्या 'महावीर' रुग्णालयात 'आरोग्य साथी' वर्ग घेण्याची जबाबदारी घेतली. तिथे एसटीने, बसने, सायकलने आणि प्रसंगी तास-दीड तास पायी जायची तयारी मुलांनी दाखवली. मावळ तालुक्यातील सांगिसेच्या जवळपासच्या खेड्यातून शेती हाच मुख्य व्यवसाय होता. मुलेमुली थोडीफार शाळा करून मुलगे शेतीच्या कामाला लागत आणि मुली घरातच मदत करत लग्नाची वाट पाहत बसत. मुलामुलींच्या दृष्टीने आरोग्यासाथी प्रशिक्षण वर्ग करणे कुटुंबाला अर्थार्जनासाठी हातभार लावायला सोयीचे आणि शिवाय त्याची प्रतिष्ठा वाढवणारे होते.

कामशेतला डॉ. मुथांचा स्वतःचा सर्वोपचार दवाखाना आणि रुग्णालय होते. अपघात झालेल्या किंवा इतर तातडीच्या उपचारांसाठी रुग्णांची ने-आण करायला ॲम्ब्युलन्सेस होत्या. रुग्णालय सतत वेगवेगळ्या प्रकारच्या आजारी रुग्णांनी भरलेले असायचे. डॉक्टरांचे पंचक्रोशीत चांगले नाव होते. त्यांच्याकडे जागा, रुग्ण आणि शिकवणारे तयार होते. आम्ही त्यांना अभ्यासक्रम, पुस्तके आणि इतर साहित्य दिले. रुग्णालयाच्या कामाच्या वाढत्या व्यापामुळे डॉक्टर काही विषय स्वतः शिकवणार होते पण वर्गाचे समन्वयक म्हणून जबाबदारी त्यांचे विश्वासू साहाय्यक सुभाष भांडे यांनी घ्यायची असे ठरले. प्रशिक्षण वर्ग अपेक्षेपेक्षाही चांगला पार पडला. एकूण सत्तावीस मुला-मुलींनी नोंदणी झाली. विशेष म्हणजे या वर्गाला चौदा मुलगे आले. एकही दिवस अनुपस्थितीत न राहतासर्वांनी उत्साहाने, जिज्ञासू वृत्तीने शिकून घेतले. अधूनमधून जागृतीचे डॉक्टर, नर्सेस आणि आम्ही कार्यकर्ते पाहणीसाठी जात असू. तेव्हा मुलांची प्रगती पाहून आम्ही अचंबित झालो. बरीच मुलेमुली एक ते दीड तास रोज चालत येत होती. सहा महिन्यानंतर प्रशस्तीपत्रक वाटप प्रसिद्ध स्त्रीरोगतज्ज्ञ डॉ. सरिता काकतकर यांच्या हस्ते केले. त्यांनी स्त्रीरोग आणि प्रसूतिशास्त्र विषयातील काही भाग अतिशय चांगल्या प्रकारे, मुलींची शैक्षणिक, आर्थिक, कौटुंबिक पार्श्वभूमी लक्षात घेऊन शिकवले. नंतर डॉ. मुथांनी काहींना आपल्याच रुग्णालयात नोकऱ्या दिल्या आणि इतरही इच्छुकांना जिल्हापरिषदेच्या दवाखान्यात व इतरत्र नोक-या मिळवून दिल्या. बाहेरगावी, खेड्यापाड्यातील मुलामुलींना घेऊन प्रशिक्षण वर्ग यशस्वीपणे पार पडला आणि ग्रामीण भागातून जागृतीचे काम सुरू झाले.

सुभाष भांडे हे एक चांगले पत्रकार आहेत. स्थानिक वर्तमानपत्रातून ते लेखन करत असत. शोधपत्रकारिता हा त्यांचा विशेष असल्याने ते सतत मावळ तालुक्यातील खेडोपाडी फिरत. ते स्वतः कामशेतपासून पाच किलोमीटरवर असलेल्या करजगाव येथे राहत. कुटुंबाची भातशेती होती पण बेभरवशाच्या पावसामुळे शेतीच्या उत्पन्नाची खात्री नसे. म्हणून ते डॉ. मुथांच्या महावीर रुग्णालयात ब्रदर म्हणून काम करत. आपल्या अंगीभूत जिज्ञासू आणि कष्टाळू वृत्तीने त्यांनी रुग्णसेवेची सर्व कौशल्ये तर आत्मसात केलीच होती पण मावळ तालुक्यातील दूरदूरच्या खेडेगावातून त्यांचा चांगला जनसंपर्क होता. रुग्णालयाच्या व्यवस्थापनातही त्यांची मदत असे. कामशेतमधील वर्गाच्या निमित्ताने त्यांचाशी आमचा चांगला परिचय झाला. भेटले की प्रत्येक वेळेला ते गावोगावी, खेडोपाडी 'आरोग्यसाथी'वर्ग पोचला पाहिजे हे कळकळीने सांगत. या वर्गाच्या व्यवस्थापनाची संपूर्ण जबाबदारी घ्यायला ते तयार होते. ग्रामीण भागातील अंधश्रद्धा, आरोग्य सुविधांचा अभाव आणि 'चूल आणि मूल' हेच मुलींचे क्षेत्र असल्याची

घट्ट धारणा यात काही सकारात्मक बदल या प्रशिक्षणाने निश्चित होतील असे त्यांचा पत्रकारितेचा अनुभव सांगत होता.

ग्रामीण भागात वर्ग सुरू करताना एक मोठा प्रश्न आमच्या समोर होता. तो म्हणजे खर्चाचा. साधारण आठ-पंधरा दिवसांनी पुण्यातील जागृतीचे काहीजण विशेषतः डॉक्टर्स, सिस्टर्स यांनी वर्गावर मार्गदर्शनासाठी जाणे इष्ट होते. स्थानिक डॉक्टर्स, नर्सेस, समन्वयक यांनादेखील बऱ्यापैकी अंतराची ये-जा स्वतःच्या वाहनाने करावी लागणार होती. प्रसंगी खूप लांबून येणाऱ्या मुलींना वाहनाची सोय करून देणे भाग होते. एकूण प्रशिक्षणासाठी बऱ्यापैकी खर्च होणार होता. पण महात्मा गांधींनी म्हटल्याप्रमाणे 'उद्देश चांगला ठेवा, त्यासाठी लागणारी साधने उपलब्ध होतील.' याचा प्रत्यय आम्हाला नेहमी येत असे. एखाद्या निश्चित उद्देशाने प्रेरित होऊन समाजपयोगी उपक्रम सुरू केला की तो संसाधनांच्या अभावी कधी बंद करण्याची वेळ आजपर्यंत आली नाही.यावेळी अगदी तसेच झाले. पहिला ग्रामीण 'आरोग्यसाथी' वर्ग आम्ही सांगिसे गावातील आश्रमशाळेत सुरू केला. वर्ग चांगला चालला होता. महिना झाला. आम्ही वर्ग नेटाने चालू ठेवला.

याच सुमाराला डॉ. शिल्पा पाटील यांची भावजय शुमिता महाजन यांनी जागृतीच्या उपक्रमासाठी अर्थसाहाय्य आवश्यक असल्यास सोशल व्हेंचर पार्टनरशीप, (SVP) पुणे यांच्यामार्फत मिळण्याची शक्यता बोलून दाखवली. डॉ. शिल्पा यांनी काही काळ जागृतीचा दवाखाना स्वयंसेवी वृत्तीने चालवला होता. त्यांच्यामुळे जागृतीत तळागाळातील लोकांसाठी प्रामाणिकपणे काम चालते याची शुमिताला कल्पना होती. सोशल व्हेंचर पार्टनरशीप, पुणेमध्ये ती मुख्य अधिकारी म्हणून काम करत होती. पुण्यातील काही मोठ्या प्रथितयश कंपन्या 'सामाजिक दायित्व' एकत्रितरित्या अधिक चांगल्याप्रकारे करता यावे म्हणून ह्या संस्थेमार्फत अनेक समाजसेवी संस्थांना मदत करत असत. जागृतीचा 'आरोग्यसाथी'उपक्रमासाठीअर्थसाहाय्यप्रस्ताव गेल्यावर तेथील पदाधिकारी जागृतीत येऊन प्रशिक्षणार्थींशी बोलून गेले. त्यांनी एकूण प्रकल्पाचा खर्च, त्यातून प्रशिक्षित होणाऱ्या विद्यार्थ्यांची संख्या, गुणवत्ता या सगळ्याचा सर्वांगीण विचार करून प्रस्तावाला मान्यता दिली. आर्थिक भार हलका झाल्याने 'आरोग्यसाथी' वर्ग अधिकाधिक ग्रामीण भागात, विशेषतः दुर्गम डोंगराळ भागातही पोचू लागले.

आतापर्यंत सुभाष भांडे यांच्या नियोजनाखाली आणि स्थानिक सरपंचांच्या पुढाकाराने मावळ तालुक्यातील जवळजवळ छत्तीस गावातून यशस्वीरित्या 'आरोग्यसाथी' वर्ग सुरू झाले आहेत. एका वेळी साधारण दोन ते तीन ठिकाणी वर्ग सुरू असतात. वर्गात भिंतीवर विविध आरोग्यविषयक सचित्र रंगीत तक्ते लावलेले असतात. या वर्गासाठीही तीन मानवी शरीराच्या आणि महत्त्वाच्या अवयवांच्या डमी दिल्या आहेत. वर्ग सुरू

झाल्यावर भांडे या डमींची तेथील जागेत प्रतिष्ठापना आणि नामकरण करतात. मुलींना यामुळे प्रशिक्षणात सुलभता, सुस्पष्टता येते आणि शिकतानाही सोपे पडते. या वर्गांना भेट द्यायला जाताना खूप आनंद होतो. हिरव्यागार निसर्गसौंदर्याने नटलेल्या या भागात जाता-येताना कोठे ना कोठे दुथडी भरून वहाणाऱ्या इंद्रायणी नदीचे दर्शन होते आणि मग 'इंद्रायणीकाठी आरोग्य पंढरी' असे म्हणावेसे वाटते.

खेडेगावातून घेतल्या जाणाऱ्या वर्गातील काही अधिक चुणचुणीत आणि पुढे जायची इच्छा असणाऱ्या मुला-मुलींना पुण्यातील अतिशय नामांकित अशा रुग्णालयातून महिनाभर प्रशिक्षण दिले जाते. त्यासाठी त्यांची रहाण्याची-जेवणाखाण्याची व्यवस्था जागृतीतर्फे होते. अनुभव असा आहे की पुष्कळदा त्या मुलींची जिज्ञासू वृत्ती बघून त्यांना त्याच रुग्णालयाच्या वेगवेगळ्या विभागात अधिक कौशल्ये शिकवून तेथेच काम दिले जाते. काही पॅथालॉजिकल लॅबमध्ये, काही एक्स-रे व तत्सम विभागात, काही लहान मुलांच्या विभागात आणि काही शस्त्रक्रिया विभागात पारंगत होऊन आज रुग्णांची उत्तम काळजी घेत, पंचवीस हजारापर्यंत पगार मिळवत आहेत.

***

आरोग्यदूत

ग्रामीण भागात एकूण आरोग्याविषयीची अनास्था आणि उपचारांचा अभाव लक्षात घेऊन प्रत्येक आरोग्य साथी वर्गातली एक मुलगी, शक्यतो विवाहित, त्यामुळे ती त्या गावातच राहते, 'आरोग्यदूत' म्हणून जागृतीतर्फे नेमली जाते. तिने लहान मुलांचे लसीकरण, कुटुंब नियोजन, लहान-सहान जखमांची मलमपट्टी, स्वच्छता, पाण्याचे निर्जंतुकीकरण, गरोदर माता व तान्ह्या बाळांची काळजी या गोष्टींवर लक्ष ठेवणे आणि मदत करणे अपेक्षित आहे. प्रत्येक आरोग्यदूताला जवळ ठेवण्यासाठी एक छोटी, कुठेही पटकन नेता येईल अशी बॅग दिलेली आहे. त्यात ब्लडप्रेशर मोजण्याचे साधन, बँडेजचे सर्व सामान, ग्लुकोमीटर, सर्वसाधारणपणे बाहेरून लावायची औषधे असतात. ताप उतरण्यासाठी, वेदना कमी करण्यासाठी, जुलाब थांबण्यासाठी पोटात घ्यायची औषधेही असतात. त्याची माहिती-प्रमाण आरोग्यादूतांना समजून देऊन सोबत लिखित स्वरूपातही दिलेली असते. तिने महिनाभरात केलेल्या कामाचा अहवाल पाठवला की तिला लगेच मानधन मिळते.

आरोग्यदूताची सर्वात महत्त्वाची जबाबदारी म्हणजे तिने आजाराचे गांभीर्य ओळखून जरुरीनुसार त्वरित पुढील उपचारांसाठी मोठ्या दवाखान्यात पाठवण्याची व्यवस्था करणे. खेडेगावातून सर्पदंश, धडपडल्याने होणारे अस्थिभंग, अन्नपाण्यातून होणारे संसर्ग यांचे प्रमाण मोठे असते. अनेकदा या आरोग्यदूत योग्य ते प्राथमिक उपचार त्वरित करून रुग्णाला जवळच्या आरोग्यकेंद्रावर घेऊन जातात. एकदा करंज या खेडेगावात शेतातल्या झाडावरून पडल्याने सुदामच्या हातापायांना लागले होते. उजवा हात ठणकत होता आणि घरातील लोक उपाय म्हणून कसल्यातरी तेलाने चोळत होते. तो वेदनेने विव्हळत होता. आरोग्यदूत माधुरीला बोलावण्यात आले. ती सायकलवरून पाच मिनिटात तिथे पोहोचली. आरोग्यदूतांचे काम बघून, जरुरीनुसार त्यांना सायकली दिल्या आहेत. तिने

पहिल्याप्रथम घरातल्यांना हात चोळण्यापासून थांबवले. हातापायाच्या जखमांवर पटकन औषध लावून मलमपट्टी केली. तिला हाताची स्थिती आणि वेदना पाहून अस्थिभंगाचा संशय आला. तिने हात आणखी हलू नये म्हणून योग्य पद्धतीने गळ्यात अडकवला आणि ताबडतोब जिल्ह्यातील सर्वोपचार आरोग्य केंद्रात नेले. तिने ॲम्ब्युलन्स बोलावली पण ती तेव्हा बरीच लांब असल्याने लवकर पोहोचू शकणार नव्हती. म्हणून गावातल्या एकाच्या टेम्पोत झोपवून त्याला नेण्यात आले. तेथील डॉक्टरांनी ताबडतोब एक्सरे काढून अस्थिभंगाचे निदान केले आणि पुढील उपचार झाले. त्यांनी आरोग्यदूत माधुरीचेही खूप कौतुक केले. तिच्या प्राथमिक उपचार आणि प्रसंगावधानाने आणखी हानी टळल्याचे सांगितले!

ग्रामीण भागात जागृतीच्या ठिकठिकाणी नेमलेल्या आरोग्यदूत चांगले काम करत आहेत. परंतु त्यांच्याशी बोलल्यावर, त्यांचे अहवाल वाचल्यावर त्यांच्या कामाला खूप मर्यादा पडत आहे हे जाणवले. त्याची दोन महत्त्वाची कारणे होती. एक म्हणजे आपत्कालीन वाहन व्यवस्था. पुष्कळदा गंभीररित्या दुखापत झालेल्या, आजारावर तातडीच्या वैद्यकीय उपायांची गरज असलेल्या रुग्णांसाठी वेळेवर ॲम्ब्युलन्स किंवा इतर कुठलेही वाहन जवळच्या म्हणजे साधारण वीस-पंचवीस किलोमीटर लांब असलेल्या रुग्णालयात न्यायला मिळत नसे. दुसरे म्हणजेआरोग्यदूत प्राथमिक स्वरूपाचीच आरोग्यसेवा देऊ शकत. जिल्हापातळीवरील शासकीय आरोग्यकेंद्रात पुष्कळदा तज्ज्ञ डॉक्टर किंवा विशिष्ट प्रकारची गुणकारी औषधे उपलब्ध नसत. अशा वेळी रुग्णाला कायमस्वरूपी दुखण्याला, व्यंगाला, प्रसंगी मृत्यूला सामोरे जावे लागत असे. या संदर्भात काय करावे ते सुचत नव्हते. पण साधारण दोन वर्षापूर्वी घडलेल्या एका घटनेने आम्हाला अस्वस्थ केले आणि त्याचबरोबर विचारांना चालना देऊन कार्यप्रवृत्तही केले.

२० एप्रिल २०१९, सायंकाळी सहाची वेळ. जागृतीचा 'आरोग्य साथी'वर्ग पिंपळोली या दुर्गम भागात असलेल्या गावात सुरू होता. अनघा चौसे, वय एकोणीस, हिला प्रसूतीच्या कळा सकाळपासून येत होत्या. लग्न होऊन जेमतेम वर्ष झाले होते. संध्याकाळी पाचच्या सुमाराला तिला खूप कळा येऊ लागल्या म्हणून तिचे पती गौतम यांनी कामशेतजवळच्या सरकारी दवाखान्यात फोन करून तिथे अनघाला हलवण्यासाठी ॲम्ब्युलन्स मागवली. मात्र ती काही जरुरीच्या आरोग्यसेवेसाठी इतर गावी गेल्याने उपलब्ध झाली नाही. अनघाच्या सासूबाई मग जागृतीचे पिंपळोलीतील आरोग्यसाथी वर्ग ज्या जागेत चालले होते तिथल्या लोकांकडे काही मदत मिळेल का म्हणून साडेसहाच्या सुमाराला चौकशी करायला आल्या. तेव्हा लगतच्या गावातील आरोग्यदूत सपना बोंबले हिच्याशी संपर्क साधण्यात आला. ती त्वरित अनघाच्या घरी गेली. रात्रीचे साडेनऊ

वाजले होते. इतर काही मार्ग नव्हता. तेव्हा सपनाने खंबीरपणे अनघाचे बाळंतपण केले. कात्री आणि इतर साहित्य उकळून निर्जंतुक करून घेतले. दीड वाजता मुलाचा 'ट्याहा' ऐकता आला. बाळ-बाळंतीण सुखरूप होती. अनघाच्या त्रेसष्ठ वर्षांच्या सासूबाईंनी सपना नको नको म्हणत असताना तिला, देवीला करतात तसा, वाकून नमस्कार केला आणि खणानारळांनी तिची ओटी भरली. मनात विचार आला अनघाचे बाळंतपण सोपे होते म्हणून ठीक. पण बाळ आडवे असणे, अतिरिक्त रक्तस्त्राव होणे असे काही उद्भवले असते तर काय झाले असते!

आम्ही दोन महिन्यातून एकदा तरी आरोग्यदूत आणि तिला नेमून दिलेल्या गावातील काही ग्रामस्थ अशी गटचर्चा घेतो. त्यामध्ये झालेल्या कामाचा अहवाल आणि काम अधिक चांगल्या प्रकारे होण्यासाठी काय करता येईल याविषयीच्या सूचना मोकळेपणाने मांडल्या जातात. अशीच एकदा चर्चा करताना गावकऱ्यांनी सपनाचे आणि जागृतीचे आभार मानताना काही अडचणी सांगितल्या.सपनाने स्पष्टपणे सांगितले की अनघाच्या बाबतीत बाळ-बाळंतीण सुखरूप राहिले तरी ते नेहमीच होते असे नाही. जवळपासच्या डोंगराळ भागात सायकलवरून लवकर पोचणे शक्य होत नाही. कोणतेही शासकीय वहान वेळेवर मिळत नाही. कित्येकदा आरोग्यदूताचे ज्ञान, कौशल्ये अपुरी पडतात.सर्प आणि श्वानदंशाच्या वेळी त्वरित इंजेक्शन आणि इतर आवश्यक उपाययोजना वेळेवर करता येत नाहीत. त्यामुळे प्रसंगी मृत्यू ओढवतात. यासाठी काही मार्ग काढा अशी सगळ्यांची कळकळीची मागणी होती. याबाबतीत काही विचार निश्चित करू असे आश्वासन देऊन आम्ही परतलो खरे पण फारसा काही मार्ग दिसत नव्हता.

***

ग्रामीण फिरता दवाखाना

सर्वसामान्यांचे विशेषतः गोरगरिबांचे आरोग्य ही एक गंभीर समस्या आहे. त्यासाठी राष्ट्रीय पातळीवर शासकीय यंत्रणेकडून पुरेसे मनुष्यबळ, सुसज्ज रुग्णालये, दवाखाने इत्यादींची व्यवस्था होणे आवश्यक आहे. पुरेशा निधीचीही तरतूद करण्याची जरुरी आहे. तरच काही लक्षणीय सुधारणा होऊ शकते. जागृती करत असलेले काम म्हणजे 'दर्यामें खसखस' अशा स्वरूपाचे आहे याची पूर्ण जाणीव असूनही, आपण आपला लहानसा का होईना हातभार लावत राहिला पाहिजे या निष्ठेने आम्ही ग्रामीण भागात आरोग्यक्षेत्रात काम करत आहोत.

एक दिवस अचानक एक प्रकाशाचा कवडसा दिसला. कामशेतमधील प्रसिद्ध व्यापारी सुकनशेठ बाफना यांनी जागृतीचे कामशेत परिसरातले काम पाहिले होते. त्यामुळे त्यांनी जागृतीला काही मदत करायची इच्छा सुभाष भांडे यांच्याजवळ बोलून दाखवली. आम्ही कामशेतला जाऊन त्यांना भेटायला तयार होतो. परंतु बाफनांनी तुम्ही इथे येऊ नका मी पुण्याला येईन तेव्हा संस्थेत येऊन भेटेन असे सांगितले. नंतर साधारण दोन-तीन आठवड्यांनी कोणतीही पूर्वकल्पना न देताअचानक सकाळी साडेअकराच्या सुमाराला पत्ता शोधत ते जागृतीच्या जनवाडीतील वस्तीकेंद्रावर आले. आम्ही सर्व तिथेच होतो. बालवाडी, जवळ असलेले पाळणाघर, मुलांचे सुरू असलेले अभ्यासवर्ग, डॉ. सुनीता घेत असलेला दवाखाना, शिवणवर्ग, आरोग्यसाथी वर्ग सर्वकाही पूर्णक्षमतेने सुरळीतपणे सुरू होते. तेवढ्यात मुलांची जेवणाची सुट्टी झाली. मुले आपापल्या ताटवाट्या घेऊन गोल बसली. आज त्यांच्यासाठी रंगीबेरंगी म्हणजे मटार, गाजर, भोपळा इत्यादी भाज्या घालून केलेली मूग, मसूर, तांदूळ याची खिचडी आणि वाटीत टोमॅटोचे सार होते. मुलांना जेवल्यावर खाण्यासाठी पेरुच्या फोडीही केल्या जात होत्या. बाफनाशेठनापण त्या सगळ्याची चव बघता आली. मुलांचा आहार बनवण्याचे काम यास्मिन करत असे.

तिच्या हाताला चव होती. डॉक्टरही काही सूचना करत, त्यामुळे आहार चविष्ट आणि पौष्टिकही होई. शिवाय त्यात रोजचे वैविध्य असे.

बहुधा अचानक भेट देऊन जागृतीत खरोखरीच समाजपयोगी काम सुरू असल्याची खात्री करण्याचा मनसुबा बाफनाशेठ यांचा होता. त्यांनी लगेचच आमच्याजवळ जागृतीच्या कामाबद्दल समाधान व्यक्त केले आणि त्यांच्या आईच्या नावाने काही वस्तू रूपाने देणगी द्यायची इच्छा व्यक्त केली. त्याच्या दोन अटी होत्या. पहिले, मातोश्री हंसाबाई अदानी बाफना हे नाव ठळकपणे दिसले पाहिजे आणि दुसरे म्हणजे त्यांच्या कामशेतपरिसरातील खेडेगावातून दवाखान्याचा उपयोग झाला पाहिजे. ग्रामीण आरोग्यस्थितीची थोडीफार कल्पना आल्याने आमच्या मनात जो विषय घोळत होता तोच एकमेव पर्याय देणगीसाठी समोर आला. आम्ही फिरत्या दवाखान्यासाठी गाडी देण्याचे सुचवले आणि ते तिथेच मान्य झाले. तातडीने आम्ही संघटक भांडे, आरोग्यदूत, कामशेत भागातील कार्यकर्ते आणि काही ग्रामस्थ यांच्याबरोबर बैठक घेतली. सर्वांचेच फिरता दवाखाना कामशेत परिसरातील ग्रामीणभागात अतिशय उपयुक्त होईल याविषयी एकमत झाले. बाफनाशेठनी गाडी देताना स्पष्ट केले की ते फक्त गाडी देतील. बाकी सर्व खर्च आणि गाडीत दवाखान्यासाठी योग्य त्या सोयी करून घेणे इ. जागृतीला करावे लागेल. शिवाय वर्षभराने ते अंदाज घेतील आणि काम योग्य पद्धतीने होत नसल्यास गाडी स्वतःच्या ताब्यात घेतील. त्यांच्या सगळ्याच अटी आम्ही तत्क्षणी मान्य केल्या.

मारुती व्हॅन गाडी दवाखान्याच्या दृष्टीने उपयुक्त ठरेल असे जाणकारांचे मत पडले. ती स्वत: विकत घेऊन बाफनाशेठनी किल्ल्या आमच्याकडे दिल्या. व्हॅनच्या आत रुग्ण तपासणीसाठी गादी अंथरलेले लांबट टेबल, डॉक्टरांसाठी दोन छोटेखानी खुर्च्या, एक छोटे टेबल,औषधे आणि इतर साहित्य ठेवण्यासाठी कपाट अशी सगळी उत्तम सज्जता भांडे यांनी कामशेतमधेच करून घेतली. व्हॅनवर 'मातोश्री हंसाबेन अदानी बाफना स्मरणार्थ देणगी' मिळाल्याचे मोठ्या अक्षरात रंगवले गेले. तसेच 'जागृती सेवा संस्था संचलित फिरता दवाखाना' ह्याचीही पाटी लावलीगेली. गाडीची पूर्ण सज्जता झाली होती. तशीच दवाखान्यासाठी लागणाऱ्या मनुष्यबळाचीही झाली.

डॉ. किरण पवार हे कामशेतमध्येच राहणारे तरुण डॉक्टर, भांडेंच्या चांगल्या परिचयाचे होते. ते तळेगाव रुग्णालय आणि लोकमान्य रुग्णालयाशीही संलग्न होते. कामशेतमध्ये लोकांच्या मदतीला तत्परतेने धावून जाणारे डॉक्टर म्हणून ते ओळखले जात.त्यांना फिरत्या दवाखान्याबद्दल सुचवल्यावर ते आनंदाने तयार झाले. त्यानुसार त्यांना इतर कामाच्या वेळा बदलणे शक्य होणार होते. मावळातील बहुतांश आरोग्यसाथी उपक्रमात प्रात्यक्षिकांचे वर्ग घेणाऱ्या नर्स आशा भालेराव गाडीवर तीन दिवस जायला

राजी होत्या. उरलेले दोन दिवस आरोग्यसाथी प्रशिक्षण झालेल्या आणि सांगिसेला राहणाऱ्या दोन मुलींनीगाडीबरोबर जाण्याचे निश्चित करण्यात आले. चव्हाण हे एक तरुण आणि निर्व्यसनी गाडीचालक गाडीचे सारथ्य करण्यासाठी कबूल झाले. त्यांना रुग्णालयातील ब्रदरच्या कामाचा अनुभव होता. आणि सर्वात महत्त्वाचे म्हणजे रात्री-अपरात्री केव्हाही काही जरूर लागली तरी भांडेच्याबरोबर तेथे जाऊन त्वरित रुणाची रुग्णालयात पोहोचवण्याची तयारी होती. त्याशिवाय मदतनीस म्हणून जे लागेल ते काम करण्याचेही त्यांनी आनंदाने मान्य केले. या सगळ्यांना बऱ्यापैकी वेतन देणे आवश्यक होते, ते देण्याचे जागृतीने आनंदाने मान्य केले. भांडे अधून-मधून त्यांच्या मोटरसायकलने जाऊन फिरत्या दवाखान्यासाठी काय हवे-नको आहे यावर लक्ष ठेवणार होते. अशा प्रकारे गाडी आणि गाडीचे साथीदार सज्ज झाले.

आता एकूण प्रकल्पाची रूपरेषा ठरवण्यासाठी आम्ही कामशेत परिसरातील गावातून, डोंगराळ, दुर्गम भागातून रोजच्या रोज असे आठवडाभर फिरलो. स्थानिक रहिवासी, गावचे सरपंच, कार्यकर्ते यांच्याशी सतत बोलत आणि त्यांच्या अडचणी समजून घेत होतो. जिल्हा पातळीवरील शासकीय आरोग्य केंद्र, तळेगाव, कामशेतच्या आसपासची रुग्णालये येथे जाऊन तेथील तज्ज्ञांशी विचार-विनिमय करून आलो. या सगळ्या भ्रमंतीतून आणि विचारमंथनातून पुढील महिन्याभरातच फिरता दवाखाना 'फिरता' झाला, गावागावातून आरोग्यसेवा देऊ लागला. त्यात गेल्या दोन वर्षात आवश्यकतेनुसार बारीकसारीक बदल करण्यात आले. पण मूळ साच्यात कोणतेच बदल करणे जरुरीचे वाटले नाही.

सकाळी अकरा ते दुपारी तीन पर्यंत, म्हणजे रोज चार तास अशी सोमवार ते शुक्रवार फिरत्या दवाखान्याची आरोग्यसेवा सेवा सुरू आहे. पाच दिवसांसाठी साई (सोमवार), सांगिसे (मंगळवार), उकसान (बुधवार), कोंडीवडे (गुरुवार) आणि डोंगरवाडी (शुक्रवार) ही पाच गावे निवडण्यात आली. ही सर्व गावे मध्यवर्ती ठिकाणी असून तिथून पंचक्रोशीतली प्रत्येकी साधारण दहा-पंधरा खेडी जवळ आहेत. म्हणजे एकूण पन्नास ते पंचाहत्तर खेडेगावातील रुग्णांना या सेवेचा लाभ होतो आहे. वरील प्रत्येक गावात नेमलेली आरोग्यदूत फिरत्या दवाखान्यावरील डॉक्टर, नर्स आणि ब्रदरच्या पथकाला मदत करते. वेळेच्या आधीच तीस-चाळीस रुग्ण येऊन फिरत्या दवाखान्याच्या ठिकाणी गावात वाट पहात असतात. बहुधा गावातील जरा मोठ्या घराच्या, देवळाच्या पडवीत किंवा देवळापुढच्या आवारात गाडी लावली जाते. एका दिवशी अंदाजे सत्तर-ऐंशी लोकांची तपासणी होऊन त्यांना आठवडाभराची औषधे दिली जातात. जखमांची मलमपट्टी करणे, धनुर्वाताची इंजेक्शने देणे, सर्दी-खोकला ताप-जुलाब यासाठी

जरुरीप्रमाणे औषधे, इंजेक्शने देणे, कधीकधी अधिक उपचारांसाठी चिठ्ठी देऊन मोठ्या रुग्णालयात पाठवणे ह्या किंवा जरूर असल्यास प्रसंगी गाडीतून नेणे अशा आरोग्यसेवा दिल्या जातात. अनेक उपचार लोकांना जागेवरच मिळू लागल्याने फिरता दवाखाना गावात आला की लोक देवदूत आले असे समजून भक्तीभावाने देवळात वाहतात तशी गाडीला नारळ-फुले वाहतात. फिरत्या दवाखान्यातील सगळेजण आपापले खाण्याचे डबे घेऊन जातात तरीपण त्यांना चहापाणी केल्याशिवाय ग्रामस्थ सोडत नाहीत. अनेक वेळा गाडीचा ॲम्ब्युलन्सप्रमाणे उपयोग होतो. अनेक अडलेल्या बाळंतिणी, सर्पदंश झालेले लोक,तीव्र हृदयविकाराचा झटका किंवा अस्थिभंगाने असह्य वेदना होणारे रुग्ण ताबडतोब जवळपासच्या रुग्णालयात पोचवले जातात. डॉ. किरण पवार आठवड्यातील काही दिवस आपल्याबरोबर स्त्रीरोग, बालरोग, अस्थीरोग या विषयांतील वेगवेगळ्या तज्जांनाही त्यांच्या वेळेनुसार गाडी बरोबर घेऊन जातात. त्यामुळे दुखणे विकोपाला जाण्याआधीच अचूक निदान होऊन आराम मिळतो.

पुण्याहून आम्ही कार्यकर्ते फिरत्या दवाखान्यास अधूनमधून भेट देतो. बरोबर दवाखान्याला लागणारी औषधे, उपकरणे, काही फर्स्ट एड बॉक्सेस नेतो. डोंगरगाव येथे जात असताना झालेला प्रकार आठवला की आता हसायला येते पण तेव्हा मात्र गाळण उडाली होती. सकाळी आठ वाजता मी, मंगलाताई, रेखा, डॉ. सुनीता आणि फिरता दवाखाना कसा चालतो ते दाखवण्यासाठी बोपोडीच्या आरोग्यसाथी वर्गात शिकणाऱ्या सीमा आणि शर्मिला अशा पुण्याहून निघालो. वाटेत कामशेतला डॉ. मुथांनी आग्रहाने चहा प्यायला थांबवून घेतले. पावसाळ्याचे दिवस होते. “बेताने जा. रस्ता खराब आहे. वाटेत थांबून झाडाझुडपात जाऊ नका. जनावरे असतात.” असे त्यांनी निघताना बजावले. त्याचा प्रत्यय लवकरच आला.

कामशेत ते डोंगरगाव हा अकरा किलोमीटरचा रस्ता डोंगराळ भागातून होता. फिरत्या दवाखान्यापर्यंत जाण्यास चांगलीच चढण लागली. पाठीला बऱ्यापैकी धक्के बसत होते. अर्ध्या पाऊण तासानंतर बरोबर आणलेला इडली चटणीचा नाश्ता करावा असे ठरले. बाहेर एक छान ओढा वहाताना दिसला. गाडी थांबवायला आणि बाहेर बसायला थोडी जागा होती. एका झाडाखाली आम्ही बसलो. तेवढ्यात तिकडून काही कातकरी बायका आल्या. या दुर्गम भागात बहुतांशी कातकरी आणि इतर आदिवासी वस्ती आहे. त्यांच्याकडे टोपलीत करवंदाचे, जांभळाचे द्रोण होते. ते विकायला चालल्या होत्या. आम्ही करवंदे विकत घेतली. जागृतीतून आलो आहे म्हटल्यावर त्या आमच्या पायाच पडायला लागल्या. त्यातल्या एकीचा जुलाब-वांत्यांनी मरणाच्या दारात पोचलेला मुलगा फिरत्या दवाखान्यातील उपचारांनी वाचला होता.त्या कामशेतच्या दिशेने गेल्या आणि

त्यांच्याकडून घेतलेली टपोरी आणि गोड करवंदे आम्ही फस्त केली.

सीमा आणि शर्मिलाला करवंदे फार आवडली. त्यांना त्यांच्या धाकट्या भावंडांसाठी ती न्यायची होती. आजूबाजूला जरा पाय मोकळे करताना डोंगराच्या चढावर करवंदाच्या जाळ्या दिसल्या. आम्ही नको नको म्हणत असताना हट्ट करून त्या तिकडे निघाल्या. आम्ही गप्पात गुंग होतो तेवढ्याच जोरात किंचाळण्याचा आवाज आला. आम्ही बघतो तर शर्मिला एकटीच हात करून आम्हाला बोलवत होती. आम्ही धावलो. तिने धापा टाकतच आम्हाला सीमा बेशुद्ध होऊन पडल्याचे सांगितले. पुढे गेल्यावर पाहिले तर सीमा जमिनीवर आडवी पडली होती आणि वरच्या फांदीवर चक्क एक नागोबा फणा काढून विळखा घालून बसला होता.

आम्हाला कोठून धीर आला कुणास ठाऊक हळूच पुढे होऊन आम्ही सीमाला उचलले आणि तडक गाडीत आणले. सीमा शुद्धीवर नव्हती. पायाला थोडेसे खरचटल्यासारखे होऊन जखम झाली होती. डोक्यालाही थोडा मार लागला होता. सगळ्यात जवळची मदत आमच्या फिरत्या दवाखान्यातच मिळणार होती. तिथे आम्ही पंधरा वीस मिनिटांत पोहोचलो. तोपर्यंत सीमाच्या तोंडावर थोडे पाणी मारून ती शुद्धीवर येते का ते बघत होतो. सीमा आता शुद्धीवर आली होती पण खूप घाबरल्याने काही बोलत नव्हती. आम्ही डोंगरगावला पोचता पोचता डॉक्टर आणि काही ग्रामस्थ धावत आले. त्यांना फोनवर झालेला प्रकार आणि सर्पदंशाची शक्यता कळवली होती. डॉक्टरांनी मलमपट्टी केली आणि काळजीपूर्वक पाहिले पण कुठेही सर्पदंशाचे व्रण दिसले नाहीत. शर्मिला ठामपणे सांगत होती की सापाला बघूनच सीमाला घाबरून भोवळ आली. साप फांदीवरून खाली आला नाही. आम्ही सुटकेचा निश्वास टाकला. शर्मिलाच्या प्रसंगावधानी धीटपणाचे कौतुक केले. पुढे दोघींनाही पुण्यातील एका मोठ्या मल्टीस्पेशालिटी रुग्णालयात असिस्टंट नर्स म्हणून नोकऱ्या मिळाल्या. शर्मिला पायऱ्या चढत चढत ऑपरेशन थिएटर असिस्टंट म्हणून काम करू लागली.

सर्पदंश झाला असेल या जाणिवेने आम्ही घाबरून गेलो होतो. पण सर्व स्थिरस्थावर झाल्यावर डोंगरगावच्या एका खेडूत आजींनी आमचे हात हातात घेऊन सांगितले, "खरोखरी जनावरानं काही केलं असतं तरी गाडीतल्या डागदरांनी वाचवलं असतं. माझ्या पोरालाबी वाचवलय." दरवर्षी तिथे देवळात गणेशउत्सवात काही भजन-कीर्तनाचे कार्यक्रम असतात. एका कार्यक्रमाला आम्ही गेलो होतो. एका वारकऱ्यानी कीर्तन केले. त्यात 'फिरत्या दवाखान्याच्या मंदिराची कहाणी'सांगितली. शेवटी तो म्हणाला, "विठोबा जसे आपले आसन सोडून पांडुरंगाकडे त्याला भेटायला गेला तसे या दवाखान्यातले विठ्ठल-विठाई आम्हाला भेटायला येतात."

फिरत्या दवाखान्याची गाडी खेडेगावात जाऊन आल्यावर रात्री सात ते सकाळी दहापर्यंत सांगिसे गावातच थांबत असे. सांगिसे कामशेतपासून पाच किलोमीटर अंतरावर होते. त्या भागात शाळा उभारण्यासाठी मदत करण्यापासून ते इतर अनेक व्यवसाय प्रशिक्षणाचे उपक्रम जागृतीमार्फत यशस्वीरित्या कार्यान्वित केले गेले होते. त्यामुळे साहजिकच तिथल्या ग्रामस्थांना जागृतीच्या कामाबद्दलअतिशय विश्वास, आदर होता. दवाखान्याची गाडी उभी बघून सांगिसेतील लोक सकाळ-संध्याकाळ "डागदरभेटतील का?" म्हणून चौकशी करत. त्या गावासाठी फिरता दवाखाना फक्त मंगळवारी असे. आठवड्यातील एरवीचे दिवस तातडीची गरज भासल्यास रुग्णासाठी जवळपास कोणताच दवाखाना, डॉक्टर उपलब्ध नव्हते. गावात नेमलेली आरोग्यदूत आणि गावकरी ही अडचण आम्हाला वारंवार बोलून दाखवत. यावर उपाय एकच होता तो म्हणजे दररोज काही वेळ सांगिसेत दवाखाना सुरू ठेवणे. यासाठी महत्त्वाची गरज होती ती डॉक्टरांच्या वेळेची. परंतु डॉ. किरण पवारांनीच त्यावर तोडगा काढला. ते आणि त्यांची काही कामशेतच्या जवळपास राहणारी डॉक्टर मित्रमंडळी यांनी, सांगिसेमध्येच आश्रमशाळेत फिरत्या दवाखान्यावर जाण्यापूर्वी दिवस ठरवून घेऊन सकाळी दोन तास (आठ ते दहा) आणि सायंकाळी दोन तास (पाच ते सात) दवाखाना चालवण्याचे ठरवले.

शारदा ढेंबे ह्या स्त्रीडॉक्टरचे तर फारच विशेष आहे. तिने सांगिसे येथील जागृतीचा आरोग्यासाठी प्रशिक्षणवर्ग पूर्ण केल्यावर तिला आरोग्याच्या विषयात रस वाटू लागला. मग दहावीनंतर घरीच बसलेल्या या मुलीने अकरावी-बारावीची सायन्सची परीक्षा दिली आणि चार वर्षाचा बी.ए.एम.एस. अभ्यासक्रम पूर्ण करून ती डॉक्टर झाली. आज एका नामांकित रुग्णालयात नोकरी करत असताना दोन दिवस जागृतीचा सांगिसे येथील दवाखानाही चालवते. स्त्रीडॉक्टर येत असल्याने परिसरातील महिला अधिक प्रमाणात येऊ लागल्या असून त्यांनाही आरोग्य सुविधांचा लाभ मिळत आहे. खेडोपाडी जागृतीचे आरोग्यसेवेचे काम आता चांगलेच रुजले आहे.

***

करोनाकाळातील कृतिशीलता

गेल्या पंचवीस वर्षांपासून आजतागायत जागृतीचे आरोग्यसेवेचे काम अव्याहतपणे आणि अनेक अंगाने सुरू आहे. त्यामुळेच करोना महामारीच्या कठीण काळात पुणे शहरासह ग्रामीण भागातही करोना प्रबोधन, प्रतिबंध आणि प्रथमोपचार या तिन्ही आघाड्यावर जागृती प्रभावीपणे काम करू शकली. साधारण जानेवारी २०२०च्या सुमारास आलेला करोना हा अगांतुक उपद्रवी पाहुणा महिना दोन महिने मुक्काम करून परत जाईल असे सुरुवातीला वाटत होते. पण सगळेच अंदाज चुकीचे ठरले आणि करोनाची साथ वाढू लागली. हळूहळू ही साथ पुणे शहर आणि जवळपासच्या खेडेगावातून मोठ्या प्रमाणावर पसरली. याबाबतमहापालिकेच्या आरोग्यविभागाशी चर्चा करून, साथरोगतज्ज्ञांचे सल्ले घेऊन जागृतीतर्फे काही उपाय योजना तातडीने करण्यात आल्या. मार्च महिन्यात साथ वाढू लागताच प्रथम जागृतीच्या शिवणविभागात मोठ्या प्रमाणावर दुपदरी, तीनपदरी मुखपट्ट्या बनवून त्या वस्तीकेंद्रांच्या आणि फिरत्या दवाखान्याच्या कक्षेत येणाऱ्या सर्व वस्त्यांतून, खेडेगावातून वाटण्यात आल्या. वाटताना जागृतीचे विशेष प्रशिक्षित कर्मचारी स्वतः मुखपट्ट्या लावून फिरत आणि मुखपट्ट्यांबरोबरच जागृतीने काढलेली करोना प्रतिबंधक पत्रके देत. विरोध किंवा आडमुठेपणा दिसला तर कधीकधी समजुतीने समजही देत. गर्दी टाळा, अंतर ठेवा, मुख्यपट्ट्यावापरा ही आवाहने शासकीय स्तरावर वारंवार केली जात होती. पण म्हणावे तसे ते गांभीर्याने घेतले जात नव्हते. संसर्गाचे प्रमाण वाढत होते. शेवटी तडकाफडकी राष्ट्रीय पातळीवर संपूर्ण टाळेबंदी जाहीर करण्यात आली. जनजीवन पूर्णतः विस्कळीत झाले. फक्त जीवनावश्याक वस्तुंची दुकाने थोडा वेळ आणि वैद्यकीय व्यवसायाशी संबंधित आस्थापना पूर्णपणे चालू ठेवण्यास मुभा होती.

जागृतीमधेही वस्तीतील आणि ग्रामीण भागातील व्यवसाय प्रशिक्षण वर्ग बंद ठेवण्यात आले. फक्त जवळजवळ पूर्ण होत आलेले आरोग्यसाथीवर्ग डिसूझा सिस्टर आणि

मावळातील सिस्टर आशा भालेराव यांनी मोबाईल माध्यमाद्वारे संपवले. मुलींना पुढील प्रत्यक्ष अनुभवासाठी रुग्णालयात पाठवण्यात आले. तिथे रुग्ण वाढू लागल्याने जास्तीच्या प्रशिक्षित मनुष्यबळाची आवश्यकता होतीच. अभ्यासवर्ग, पाळणाघर, बालवाड्या बंद करताना मुलांचे कसनुसे चेहरे पाहून वाईट वाटले. पण काही इलाज नव्हता.

अभ्यासवर्गाची प्रमुख योगिता हिने मुलांना, विशेषत: नववी दहावीच्या मुलांच्या गणित, विज्ञानातील शंका फोनवरून आणि जिथे शक्य असेल तिथे ऑनलाइन पद्धतीने शिकवण्यास सुरुवात केली. परंतु प्रमुख अडचण म्हणजे मुलांकडे त्यांचे असे स्मार्टफोन किंवा लॅपटॉपसारखी साधने नव्हती. काहींकडे असली तरीही एका खोलीत सहा सात माणसे वावरताना ती वापरणे सोयीचे नव्हते. तरीही अभ्यासवर्गाच्या शिक्षिका तीन-चार मुलांना बोलावून त्यांच्या अभ्यासातील अडचणी सोडवून मार्ग काढायचा प्रयत्न करत होत्या.

पाळणाघर आणि बालवाडीतील मुलांसाठी फारसे काही करता येणे शक्य नव्हते. रंगवायची चित्रांची पुस्तके, रंगीत पेन्सिली, मुळाक्षरांचे तक्ते अशा काही वस्तू मुलांच्या पालकांना घरी नेण्यासाठी दिल्या. लहान मुलांना पौष्टिक आहार देता येईना. मुले कधी कधी आशेने दारात येत. त्यांचे मलूल चेहरे आणि रोडावलेली अंगकाठी बघून पोटात तुटत असे. मुलांना नीट जेवायला द्या तसे पालकांना सांगितले तर त्यांचेही चेहरे कावरेबावरे होत असत. बरेच पालक हे लहान-मोठ्या दुकानात, कंपन्यांतून, बांधकामावर कामाला जात. पण सगळेच ठप्प झाले होते. त्यांना पगार-रोजगार मिळत नव्हता. त्यांचीही परिस्थिती बिकट होती. शेवटी वस्तीतील काही जाणकार लोकांशी सल्लामसलत करून दोन तीन महिने पुरेल एवढा शिधा दिला तर त्यांना लगेच उपयोग होईल असे लक्षात आले. गोखलेनगरमध्ये गणपत जनरल स्टोअर्स हे वाणसामान आणि लहानसहान गृहोपयोगी वस्तूंचे मोठे दुकान आहे. येथील मालाचा दर्जाही चांगला असतो. जागृतीच्या कार्यकर्त्यांनी वस्तीत फिरून निकडीची गरज असलेल्या म्हणजेच घरात कर्त्या पुरुषाचा रोजगार थांबलेला, इतर कोणी कमावणारे नाही, मुले- वृद्ध मिळून कमीत कमी सात-आठ खाणारी तोंडे अशा कुटुंबांची नोंदणी व्हाट्सअप ग्रुप बनवून केली. प्रत्येक कुटुंबातील फक्त एकाने कळवलेल्या वेळेप्रमाणे गणपत स्टोअर्समध्ये जाऊन आलेला संदेश दाखवून शिध्याची पिशवी घेऊन जायची असे ठरले. याप्रमाणे दोन दिवसात अतिशय शिस्तबद्ध, सुरळीत पद्धतीने सर्व करोना प्रतिबंधाच्या सूचना पाळून पाचशे चाळीस कुटुंबांना शिधावाटप झाले. सकाळी नऊ ते सहा या वेळात जागृतीचे दोन कार्यकर्ते गणपत स्टोअर्समध्ये मदतीला जात. शिध्यामध्ये गहूपीठ, ज्वारीपीठ, हरभरा डाळ पीठ, तांदूळ, डाळी, साखर, चहा, दूधपावडर,कांदे, बटाटे, साबण, सॅनिटायझरची

बाटली या सर्व गोष्टी असत. मालाची गुणवत्ता उत्तम असल्याबद्दल लोक परत परत खात्री देत होते. अशा प्रकारचे शिधावाटप गेल्या दोन वर्षात बऱ्याच वेळा करण्यात आले.

गरजेला आम्ही तातडीने सामोरे गेलो खरे पण गणपत स्टोअर्सचे बिल पाहिल्यावर बऱ्यापैकी निधी उभा करायला लागणार हे लक्षात आले. पण जागृतीच्या हाकेला कोणी ना कोणी धावत येते असा अनुभव होता आणि तसेच झाले. आमच्या आवाहनाला सोशल वेंचर्स पार्टनर्स (एस.व्ही.पी.)या संघटनेच्या काही मोठ्या उद्योगांनी तसेच समाजातील दानशूर व्यक्तींनी सकारात्मक प्रतिसाद दिला. त्यामुळे खर्चाचा बऱ्यापैकी भार उचलला गेला. बालवाडी-पाळणाघरातील मुलांच्या घरीमात्र शिध्याबरोबरचरोज सकाळ-संध्याकाळ जागृतीतूनच सकस आहार दिला जात असे. दररोज वरणभात, उसळ, भाज्यांचा मसालेभात आणि शिवाय उपमा, पोहे, केळी, राजगिरा लाडू, डाळ्याची चिक्की असे आलटून पालटून दिले जात होते. पालक आपापले डबे घेऊन येत. बरोबर बहुधा मुलेही असत. खाऊ बघताच त्यांचे चेहरे आनंदाने फुलत.

करोना आपत्तीच्या काळात खंड न पडता जनवाडी आणि सांगिसे गावातील दवाखाना, मावळातील फिरता दवाखाना अव्याहतपणे सुरू होते. येणाऱ्या रुग्णांची संख्या बरीच वाढली तरी काटेकोरपणे सर्व नियम पाळून गर्दी टाळली. मुखपट्टीच्या वापराबद्दल आग्रह धरला. आलेल्या प्रत्येक रुग्णाची पल्समिटर, टेंपरेचर-गन यांनी पहाणी करून त्यांची नोंद ठेवून, हातावर सॅनिटायझरचा शिडकावा मारून पुढील तपासणीसाठी डॉक्टरांकडे पाठवले जाई. नेहमीचा सर्दी खोकला झाला तरी लोक घाबरून डॉक्टरांकडे येत असत. त्यांना दिलासा देऊन, जरुरीप्रमाणे औषधे आणि प्रतिकारशक्ती वाढवण्याकरता टॉनिक, व्हिटामिनच्या गोळ्या देऊन डॉक्टर उपचार करत. परंतु डॉक्टरांना थोडीफार जरी शंका आली तरी ताबडतोब जवळच्या करोना चाचणी केंद्रात धाडले जाई. रुग्णाबरोबर जागृतीतील एक मदतनीसही जात असे. त्यामुळे त्या रुग्णाचा करोनासंबंधित पाठपुरावा शेवटपर्यंत होई. निदानानुसार जर विलगीकरण आवश्यक वाटले तर जागृतीच्या वसतिगृहाचा विलगीकरणकक्ष म्हणूनही वापर केला गेला. महाविद्यालये बंद असल्याने विद्यार्थिनी वसतीगृह रिकामे होते. रुग्णालयीन उपचार जरुरीचे असतील तर जागृतीतच्या दवाखान्यातून पाठवलेल्या रुग्णांना करोनावॉर्डात प्राधान्याने दाखल करून घेतले जात होते. सुरुवातीला पुण्यासारख्या अनेक शहरातून ऑक्सीजनबेडची कमतरता होती. करोनाच्या दुसऱ्या लाटेत काही जवळचे वाहून गेले, काहींना तरुन जाण्यासाठी खूप धडपडावे लागले. करोना महामारीचे गांभीर्य लोकांना आता कळले होते.

आरोग्याबरोबरच सामाजिक आणि आर्थिकदृष्ट्याही करोनाच्या कहराने लोकांना नामोहरम केले. करोना संशयित व्यक्ती आहे म्हटल्यावर त्या व्यक्तीला आणि तिच्या

कुटुंबाला वस्त्यांतून वाळीतच टाकले जाई. वरती 'मागच्या जन्मीचे पाप भोवते आहे' किंवा 'देवीचा कोप झालाय, आता भोगा कर्माची फळे' असे काहीतरी ऐकवले जाई. शासकीय करोनाकेंद्रात जरी उपचार मोफत होते तरी नंतरची औषधे-आहार हे सगळे न परवडणारे होते. याबाबतीत समुपदेशनाबरोबरच करोना रुग्णांना औषधे, पौष्टिक आहार जागृतीतर्फे सातत्याने देण्यात येत होता. साधारण फेब्रुवारी मार्च २०२१च्या सुमारास कोव्हीशील्ड आणि कोवॅक्सिन या लशी तयार झाल्या. सुरुवातीला लशींच्या उत्पादनानुसार पंचेचाळीसवर्षांवरील व्यक्तींना लस उपलब्ध झाली. लशींचा पुरवठा कमी होता तरी जागृतीचे दवाखाने आणि आरोग्यपूरक काम यामुळे जागृतीतील कर्मचाऱ्यांचे, स्वयंसेवकांचे आणि वस्तीतील अनेकांचे कोव्हीशील्डचे लसीकरण प्राधान्याने केले गेले. दुसऱ्या टप्प्यात असेच लसीकरण जागृतीमध्ये अठरा ते पंचेचाळीस वर्षे वयोगटासाठी करण्यात आले. लसीच्या वर्धक मात्राही नऊ महिन्यानंतर लगेचच दिल्या गेल्या. याकाळात जागृतीचे डॉक्टर, मदतनीस आणि स्वयंसेवक यांनी न डगमगता, काळ वेळ न पहाता निष्ठेने आणि झटून काम केले. डॉ. सुनीता आणि सांगिसे परिसरात डॉ. पवार यांनी आपल्या जागृतीतील सहकाऱ्यांसह अविरत परिश्रम घेतले. समाधानाची, अभिमानाची गोष्ट म्हणजे या सगळ्यांना विविध संस्थांकडून 'करोना योद्धा' म्हणून गौरवण्यात आले.

***

मैत्रीचे इंद्रधनुष्य

अलीकडेच म्हणजे मे २०२०मध्ये दिल्लीत घडलेली एक घटना अस्वस्थ आणि अंतर्मुख करून गेली. शालेय विद्यार्थ्यांच्या समाजमध्यमात 'बॉइज लॉकर रूम' नावाच्या ग्रुपवर पौगंडावस्थेतल्या मुलींची छायाचित्रे टाकून, ही मुले सामुहिक बलात्काराची आखणी करत होती आणि त्यात रमून व समरस होऊन जात होती. पुढे वृत्तपत्रातून समजले की यात मुलींचाही सहभाग होता. हे चक्रावून टाकणारे होते. कोविडमुळे झालेल्या गृहकैदेच्या काळातही स्त्रियांवरच्या आत्याचारात आणि पोर्नोग्राफी फिल्म्स बघणाऱ्यांच्या संख्येत मोठ्या प्रमाणावर वाढ झाली. पोलिसांकडून मिळालेल्या एकूण माहितीच्या आधारेही गेल्या काही वर्षात स्त्रियांवरच्या आत्याचारात आणि बलात्कारात वाढ होतेच आहे. हे सगळेच अस्वस्थ करणारे आहे. या सगळ्याचे बीज मुलांना वाढत्या वयात त्यांनीच चोरीछुपे मिळवलेल्या अपुऱ्या, अवास्तव आणि चुकीच्या माहितीत व त्यावर जोपासल्या गेलेल्या त्यांच्या लैंगिक भावनात आणि कल्पनेत दडलेले असते. जागृतीत काम करत असतांनाही, किशोरवयीन मुलांतील स्त्री-पुरुष मैत्री, प्रेम-संबंध याबाबत केवळ विकृत मानसिकता नाही तर अनभिज्ञता आणि अतिरंजितता ही अनेकवेळा समोर आली आहे. मनाला चटका लावून आणि चक्रावून टाकणाऱ्यास दोन-तीन घटना सांगता येतील.

आएशा नववीतली उफाड्याची शांत, सालस मुलगी. जागृतीच्या अभ्यासवर्गात येईनाशी झाली म्हणून मी आणि आमचे काही कार्यकर्ते तिला तिच्या घरी बघायला गेलो. ती झोपलेलीच होती आणि खूपच बारीक झालेली दिसली. "तेज बुखार है!" असं घरातल्यांनी आम्हाला सांगितले आणि जवळ जवळ कटवलेच! पण हळूच तेवढ्यात ती मला पटकन सांगून गेली, "बुरखा घालायला सांगतायत." मला कळेना. आम्ही तसेच परत आलो आणि काही दिवसांनी ती हतबुद्ध करणारी बातमी आली की, आएशा

गेली. नंतर कानावर आले आणि ते बहुधा खरे असावे की, तिनेच विष पिऊन स्वत:ला संपवून टाकले. आम्ही चौकशी केली तेव्हा समजले की वस्तीत पाच-सहा टारगट मुलांचे टोळके या मुलीला गेले दोन महीने सतावत होते. जाता-येतांना धक्के देणे, असभ्य स्पर्श करणे, शौचालयाच्या ठिकाणी चित्र काढून त्यावर अश्लील संदेश लिहिणे हे सगळे चालू होते. पण एक दिवस मात्र कहर झाला. दुपारी नळकोंड्यावर आएशा पाणी भरत होती. आजूबाजूला कोणाचे फारसे जाणे-येणे नव्हते. तेव्हा या मुलांनी मागून जाऊन तिला चक्क कवटाळले. ती ओरडली. मुले लगेचच निघून गेली आणि उलटी बोंब ठोकली की ही मुलगीच आम्हाला खुणावत होती. या प्रसगानंतर नंतर ती मुलगी जी घरात गेली ती घरातच राहिली. बाहेरच्यांनी तिला समजून घेतलेच नाही, पण घरच्यांनीही समजून घेतले नाही आणि तीच वावगी वागत असणार असे धरून चालले. यावर कहर म्हणून की काय तिच्या लांबच्या काकांनी येऊन तिला बुरख्यात ठेवा म्हणून सांगितले. तिला हा अपमान असाहाय्यझाला असावा. ती मनोमन कोलमडत गेली आणि तिने हे टोक गाठले. मग आम्ही याबाबतीत अधिक जागृत, सावधान झालो. या सावधानतेतूनच आम्हाला एका मुलीचा जीव वाचवता आला.

त्याची कहाणी अशी. सुमन अतिशय हुशार, बडबडी, चुणचुणीत मुलगी आठवीत शिकत होती. सुमनची नववीतल्या स्मार्ट, गडबड्या सचिनशी चांगली मैत्री जमली. हळूहळू चिठ्या-चपाठ्या, एकमेकांना संदेश पाठवणे हे सगळे सुरू झाले. नंतर एक दिवस सुमनची आई घाबऱ्या-घाबऱ्या आमच्या दवाखान्यात आली आणि डॉक्टरांना म्हणाली, "सुमनने विळीवर तिचा हात कापलाय. चला लवकर!" डॉक्टर घरी गेले तेव्हा रक्तस्त्राव होत होता. प्रसंगाचं गांभीर्य ओळखून तिला ताबडतोब इस्पितळात हलवण्यात आलं. ती मुलगी नंतर बरी होऊन घरीही आली. डॉक्टरांच्या लक्षात आले होतेच की या मुलीने स्वत:च आपला हात कापून घेतला आहे. हे सगळे गौडबंगाल आम्हाला स्वस्थ बसू देईना. आम्ही सुमनला एकटीला बोलावुन घेतले. आधी ती काहीच बोलत नव्हती. बरीच भेदरलेली होती. मग आमच्या कुशल आणि हुशार समुपदेशकांनी तिला बोलते केले आणि तिने तिच्या मनातली भीती व्यक्त केली. एक दिवस तिने आणि सचिनने शाळेच्यामागे अंधारात जाऊन दीर्घ चुंबन घेतले होते. सचिनची थुंकी पोटात गेली होती आणि तिची पाळीही आली नव्हती. याचा अर्थ आपल्याला दिवस गेले आहेत, आता आपल्याला तोंड दाखवायला जागा उरणार नाही, आपल्या आई-वडिलांची मानहानी होईल या सगळ्या विचारांनी तिने हे धाडस केले. मग आम्ही सचिनलाही बोलावून घेतले. दोघांनाही अपत्यधारणा कशी होते ते समजावून सांगितले. हे समजल्यावर सुमन आनंदाने रडली आणि सचिनलाही सुटल्यासारखे झाले. मग दोघांनाही तंबी दिली. समजावून सांगितले,

“हे योग्य वय नाही. अभ्यास करा, शिका, स्वतःच्या पायावर उभे राहा आणि मग काय ते ठरवा.” आता सुमन नर्सिंगच्या शेवटच्या वर्षाला आहे. सचिन बी.कॉम. झाला आणि आय.सी.डब्ल्यू.ए. करत आहे. सुमनने तिचे लग्नं तिथल्याच एका डॉक्टरशी ठरवले आहे. सुमन आणि सचिन दोघे आमच्या ‘मैत्रीचे इंद्रधनुष्य’ या कार्यक्रमात आपणहून सहभागी होतात. झाडलोट करण्यापासून पडेल ते काम आपलेपणाने करतात. मुख्य म्हणजे अपत्यजन्म याविषयीच्या सत्रात स्वतः मुलांशी उत्तम संवाद साधतात.

अलीकडचीच तिसरी घटना अशी की, चौदा आणि सोळा वर्षांची लैला-मजनू जोडी, ‘एकदुजे के लिये’ म्हणत घरातून पळून गेले. तिने जाताना आईचे गंठण आणि त्याने वडिलांच्या पाकीटातले पैसे चोरून घेतले. ‘ये दुनिया हमे जिने नहीं देती, हमारा प्यार उन्हें सहा नाही जाता’ वगैरे हिंदी डायलॉग ते नेहमी मारत असत. दोन दिवसांनी पोलिसात तक्रार करावीच लागली. मग पोलिसांनी दोघांना शोधून आणले. मुलीला आई-वडिलांनी दोन दिवस घरात डांबून ठेवले. नंतर ती महिनाभर दिसलीच नाही. पुढे असे कानावर आले की, गावाकडे एका बिजवरासोबत त्यांनी तिला उजवून टाकले. मुलाला सुधारगृहात ठेवण्यात आले. तिथून तो पळाला आणि गांजाच्या तस्करीत ओढला गेला. अशी उमलणारी आयुष्ये कायमची उद्ध्वस्तहोताना दिसली की बेचैन होत होतो पण काय करावे ते कळत नव्हते.

या सगळ्याचे खापर केवळ पोर्नोग्राफी फिल्म्स, हिंदी सिनेमा, लहान घरातून मुलांना दारुड्या बापाकरवी बघावे लागणारे अत्याचार यावर फोडून आणि ‘हे वास्तव आपण कसे बदलू शकणार!’ असे म्हणून, हताश होऊन चालणार नाही. या मुलांना आपणच समजून घ्यायला हवे आणि त्याचबरोबर समजावूनही द्यायला पाहिजे हे लक्षात आले. याच जाणिवेतून ‘मैत्रीचे इंद्रधनुष्य’ हा उपक्रम साकार झाला. या उपक्रमासाठी डॉ. मोहन देस यांच्या ‘आरोग्यभान’प्रकल्पातीलमांडणी आधारभूत ठेवली. उपक्रम सुरू केल्यावरवेळोवेळी आलेल्या अनुभवातून बदलही करण्यात आले. उदा. अंधश्रद्धा, व्यसनाधीनता या विषयवारील सत्रांची उपक्रमाला जोड देण्यात आली. या सत्रातील संवादक म्हणून, मुलांबरोबर बोलण्यासाठी त्या-त्या विषयातल्यातज्ज्ञांना आमंत्रित करण्यात येते. संपूर्ण उपक्रमाच्या नियोजन आणि प्रशिक्षणात अभ्यासू विचारवंत डॉ. आनंद करंदीकर आणि समुपदेशक सरिता आवाड यांचा महत्त्वाचा सहभाग असतो. शिक्षक आणि पालकदेखील उपक्रमात सक्रिय असतात. वस्तीतील अनिता पवार चार दिवसांच्या कार्यशाळेची व्यवस्थाकीय जबाबदारी सांभाळते.

उपक्रमाची सुरुवात करतानाच शिक्षकांसाठी एक निबंध स्पर्धा आयोजित केली होती. विषय होता, ‘शरीरात घडणारे बदल, स्पर्श संबंध आणि प्रेम या बद्दल वयात येणाऱ्या

मुलांशी संवाद कसा साधावा?' शिक्षकांनी भरभरून प्रतिसाद दिला. निबंधमंथनातून मुलांना कोणत्या विषयाबद्दल अधिक जिज्ञासा असते, आकर्षण असतं, भीती असते याविषयी अधिक माहिती मिळाली. तसेच संवाद साधतांना कोणत्या संभाव्य चूका टाळल्या गेल्या पाहिजेत, त्याला सवंगपणा कसा येता कामा नये या बद्दल सर्व शिक्षकांची मते आणि उपाय पुढे आले. निबंध स्पर्धेत भाग घेतलेल्या शिक्षकांसाठी आणि या उपक्रमात सहभागी होऊ इच्छिणाऱ्या संवादकांसाठी दोन दिवसांची पूर्णवेळ कार्यशाळा घेतली. यात अनेक तज्ज्ञांनी येऊन मार्गदर्शन केले. प्रसिद्ध समाजकार्यकर्त्या विद्याताई बाळ यांनीदेखील आपले मनोगत व्यक्त केले. अशा प्रकारच्या उपक्रमांची नितांत गरज आहे असे त्यांनी आवर्जून सांगितले.

पहिल्या टप्प्यात दहा गरीब वास्तीतील आणि आठ उच्चभ्रू वस्तीतील शाळांमधून चार दिवसांचे पूर्णवेळ शिबीर सातवी, आठवी आणि नववी या वर्गातल्या मुलांसाठी घेण्यात आले. शिबिरासाठी संवादक म्हणून जागृतीचे तीन-चार कार्यकर्ते जात. तसेच शाळेतील एक-दोन शिक्षकही उपस्थित असत. स्वतःडॉ. देस, आनंद, सरिता, जागृतीचे विश्वस्त अधूनमधून भेट देऊन एखादं सत्र घेत. संवादकांना संदर्भासाठी सोयीचे व्हावे म्हणून 'मैत्रीचे इंद्रधनुष्य' नावाची चाळीस पानी पुस्तिका तयार करण्यात आली. यामध्ये प्रत्येक दिवशी घ्यायच्या क्रमवार सत्रांची विभागणी केली आहे. त्यात चर्चिले जाणारे विषय, मुलांची प्रसंगनाट्ये याविषयी सविस्तर सचित्र माहिती दिलेली आहे. शिबिरातील नियम मुलेच ठरवतात. नासधूस, मोडतोड, विध्वंस करायचा नाही. अपशब्द वापरायचे नाहीत. मुलगा-मुलगी असा भेदभाव, मानहानी होऊ द्यायची नाही. हे निश्चित केले जाते. नेहमीची नियम पाळणाऱ्यांची भूमिका जाऊन, आपण आता नियम करणाऱ्यांच्या भूमिकेत आलोत याचा मुलांना नक्कीच अभिमान वाटतो आणि नियम सहसा मोडले जात नाहीत. साधारण दहा मुला-मुलींचा एक गट असे चार गट केले जातात. गटचर्चा, प्रसंगनाट्य, यातून सुरुवातीला बुजणारी मुलं हळूहळू मोकळी होतात. संवादक, "मुलांनो गप्प बसा तुमचे चुकतेय."असे न म्हणता, मुला-मुलीतील परस्पर चर्चेला, संवादाला चालना देतात. संवाद अवैज्ञानिक, अश्लीलतेकडे झुकणार नाही याची ते दक्षता घेतात. ही सर्व तयारी झाल्यावर मगच हळूहळू मुलांना कामवासना, शरीरसंबंध आणि गर्भधारणा या विषयांकडे नेले जाते.

'मैत्रीचे इंद्रधनुष्य' कार्यशाळा सुरू करण्याआधी आणि नंतर एक महिन्यांनी पालक-शिक्षक सभा घेतली जाते. बहुतेकवेळा पुरुषवर्गाची उपस्थिती बेताचीच असे. पण सर्वसाधारणपणे गरीब वस्तीतल्या आणि उच्चभ्रू पालकांच्या प्रतिक्रिया या सारख्याच सकारात्मक असतात. पालकांचा सूर, 'तुम्ही हे मुलांशी जरूर बोला. आम्हाला बोलायला

संकोच होतो' असाच असायचा. एकदा एका सुशिक्षित बँकेत अधिकारी असलेल्या महिलेनी आम्हाला बजावले,“खरं तर मुलांना आपोआप सगळं कळतच असतं, पण तुमच्याकडून भलतं-सलतं मुलांच्या डोक्यात जाणार नाही हे बघा.” पण नंतर मात्र त्यांनी आता आपला मुलगा धाकट्या बहिणीवर दादागिरी करत नाही, तिच्यावर हात उगारत नाही, माझ्याशी अधिक आपलेपणाने वागतो, घरातल्या कामात मदत करतो असे आपणहून पुढे येऊन सांगितले. एका सुविद्य आईने मुलीला ती सातवीत असताना पाळी आल्यावर तिला उत्तम प्रतीचे सॅनिटरी नॅपकिन्स आणून दिले. पण त्यापुढचे कसे सांगावे याची त्यांना प्रचंड धाकधूक वाटत होती. शिबीर झाल्यानंतर, शिबिरात काय-काय झाले ते सांगताना मुलीने आपणहूनच, 'गुडटच' 'बॅडटच' कसा ओळखायचा आणि मुलांना फार शारीरिक जवळीक का करून द्यायची नाही याची सविस्तर कारणे सांगितली आणि त्या निश्चिंत झाल्या.

वस्तीतले पालक आणि मुली यांनाही टिंगलटवाळीचे आणि छेडछाडीचे प्रमाण थोडे कमी झाले म्हणून हायसे वाटत होते. मुलेमुली आता आपणहून वक्तृत्व स्पर्धेत, वादविवादात आणि नाट्यस्पर्धेतही भाग येतात, तसेच शाळेतल्या वस्तूंची नासधूस करत नाहीत आणि वर्गात शिकवत असतांना भलतीकडेच लक्ष देत नाहीत म्हणून शिक्षकही खूश होते. करोना निर्बंध उठल्यावर पुण्यातल्या आणि जवळपासच्या ग्रामीण भागातल्या जवळ-जवळ अठराशे मुलांपर्यंत 'मैत्रीचे इंद्रधनुष्य' पोहोचले आहे.

निर्माण संस्थेच्या डॉ. राणी बंग यांनी या क्षेत्रात खूप मोठे काम केले आहे. तसेच NCERTमध्ये लैंगिकता विषयाचा पाठ्यक्रम उपलब्ध आहे. या सगळ्याचा आधार घेऊन 'मैत्रीचे इंद्रधनुष्य' अधिकाधिक समृद्ध करून सर्वदूर पोचवण्यासाठी प्रयत्नशील आहोत. या उपक्रमातून सजग, जबाबदार नागरिक घडवण्यास जागृतीचा थोडाफार हातभार लागतो आहे याचा आनंद आहे.

***

पुढे जाताना

गेल्या पंचवीस वर्षांचा मागोवा घेताना काही इष्ट बदल जागृतीच्या माध्यमातून साधता आले याचे समाधान आहे. पण त्याचबरोबर जे काही साधता आले नाही, त्याचीही जाणीव आहे. जागृतीचे काम हे मोठ्या प्रमाणावर रचनात्मक कल्याणकारी राहिले. ते संघर्षात्मक किंवा थेट पद्धतीने परिवर्तनवादी झाले नाही कारण मुळात तसा उद्देश नव्हता. स्त्रीमुक्तीची चळवळ मोठ्या प्रमाणात उभी राहीली होती. विद्याताई बाळ यांच्यासारखे तळमळीचे खंदे नेते त्याला लाभले होते. त्यांचे विचार वस्तीतील लोकांपर्यंत पोचावेत म्हणून जागृतीत त्यांची व्याख्याने, चर्चा आयोजित केल्या होत्या. समाज ढवळून टाकणाऱ्या स्त्री अत्याचाराच्या घटना घडल्या की त्यांच्याबरोबर मोर्चातही सामील होत होतो. पण हे सर्व तत्कालीन परिस्थितीला अनुलक्षून आणि त्या त्या वेळेच्या घटनांपुरते मर्यादित असे. प्रत्यक्षपणे परिवर्तनवादी काम किंवा चळवळ उभी केली नाही. ही जागृतीची मर्यादा राहिली. तरीपण अप्रत्यक्षपणे अशा चळवळींना हातभार नक्कीच लावता आला याचे समाधान आहे. जागृतीत शिकून अनेक मुले मुली पुढे गेली. त्यांच्यामध्ये पुरोगामी विचार, स्त्री-पुरुष मैत्रीतील आदरभावना, संयम, अहिंसा या भावना सहजपणे खोलवर बिंबल्या गेल्या. त्यांनी त्या स्वतः तर अंगिकारल्याच आणि आपल्याबरोबर कुटुंबात, परिप्रेक्ष्यातही रुजवल्या. जागृतीच्या भक्कम आधारावर कौटुंबिक हिंसाचार, अत्याचार याबद्दल वस्तीतील स्त्रिया, मुली बोलून दाखवू लागल्या आणि पुढे येऊन पोलीस चौकीत गुन्हेही नोंदवू लागल्या. 'चांगला स्पर्श-वाईट स्पर्श', 'मैत्रीचे इंद्रधनुष्य' यामुळे किशोरवयीन मुलेमुली स्पर्श-नजर यातील धोका, गैरभाव ओळखून सावध राहून काळजी घेऊ लागली. निखळ मैत्रभाव जपू लागली. बऱ्याच प्रमाणावर ही जाणीव-जागृती झाली असली तरी अत्याचारग्रस्त

स्त्रिया-मुलींसाठी काही काळापुरती ती भावनिकदृष्ट्या सावरेपर्यंत, सुरक्षित निवासाची उणीव भासत आहे. एक तात्पुरते आधारगृह सुरू करणे जरुरीचे आहे.

कुटुंब नियोजनाच्या बाबतीत जागृतीत प्रबोधन आणि प्रत्यक्ष मदत अशा दुहेरी स्तरावर काम झाल्याने सकारात्मक बदल निश्चित दिसत आहेत. पूर्वी जिथे सर्रास पाच-सहा मुले असायची त्यांची पुढची पिढी आता दोन-तीन मुलांवर थांबत आहे. याबाबतीत पहिल्या दोन मुली असल्या तर मात्र कुलदीपकासाठी कधीकधी चार-पाच अपत्यांपर्यंत मजल जाते. जागृतीच्या शोभा, सरला, रमेश, गणेश यांसारखी अनेक मुलेमात्र एक किंवा दोन मुलींवर थांबून स्वत:चा चांगला आदर्श घालून देत आहेत. वस्तीतही याबाबत हिरीरीने प्रबोधन करत आहेत. असे जरी संतोषदायक चित्र असले तरी स्त्रीभ्रूण हत्येचा एक छुपा भयंकर धोका अजूनही शहरी आणि ग्रामीण भागात दिसतो आहे. लिंगचिकित्सेला कायद्याने बंदी आहे तरी पळवाटा शोधून अयोग्य मार्ग डॉक्टरांकडून आणि गर्भवती स्त्रीच्या कुटुंबाकडून अवलंबले जात आहेत. ही बाधा केवळ गरीब-अशिक्षित कुटुंबातूनच नाही तर सुस्थितीतील-सुशिक्षित कुटुंबातूनही दिसून येते. काही वर्षांपूर्वी स्त्री चळवळीतील कार्यकर्त्यांच्या नेतृत्वाखाली पुण्यातील एका उच्चभ्रू डॉक्टरच्या दवाखान्यात सोनोग्राफीद्वारा लिंग निदान कसे चालते त्याचा पर्दाफाश केला होता. मध्यंतरी एका ग्रामीण भागात सर्रास स्त्रीभ्रूणहत्या करून स्त्रीगर्भ कचऱ्यात फेकून देणाऱ्या डॉक्टरबद्दलची माहिती शोध पत्रकारितेतून उघड झाली होती. या डॉक्टरला नंतर शिक्षाही झाली. कायद्याचा बडगा हा हवाच पण तो या बाबतीत पुरेसा नाही हे लक्षात येते. लोकशिक्षण, स्त्रियांचा सामाजिक दर्जा, त्यांच्याकडे पहाण्याचा समाजाचा दृष्टीकोन या सगळ्यात आमूलाग्र बदल झाल्याशिवाय हे शक्य होईलअसे नाही. यासंदर्भात जागृतीतून पुढे गेलेली अनेक मुलेमुली सजगपणे आपले आयुष्य घडवत स्वत:च्या उदाहरणातून इष्ट ते सामाजिक बदल होण्यासाठी हातभार लावत आहेत.

गेल्या दहा वर्षात लिंग निदान करण्याची पद्धत बदलली आहे. पूर्वी गर्भजल परीक्षेद्वारे ते केले जाई. गर्भाभोवती, गर्भाच्या सुरक्षितेसाठी असलेल्या पाण्याच्या पिशवीतून थोडे पाणी काढून त्याची चिकित्सा केली जाई. या चाचणीचा मूळ हेतू गर्भात काही वावगे असले तर वेळीच कळावे हा होता. पण त्याचा लिंगपरीक्षेसाठी सर्रास दुरुपयोग होऊ लागला. योग्य काळजी न घेतल्याने गर्भवती स्त्रियांना जंतूसंसर्ग होऊन दगावल्याची उदाहरणे आहेत. दोन मुलींवर नसीमने गावी जाऊन गर्भजल परीक्षा करून घेतली. मुलगा होता पण नंतर जंतूसंसर्ग होऊन पोट दुखून ताप येऊ लागला आणि गर्भ आणि गर्भवती त्यातच दगावले.

गर्भजलपरीक्षेची जागा आता सोनोग्राफीने घेतली आहे. त्याचे अनेक इष्ट उपयोग आहेत. परंतु गैरवापरामुळे होणारे दुष्परिणाम तितकेच भयानक. विशेषतः ग्रामीण भागातून हे प्रमाण मोठे आहे. अगदी करोना काळातील सत्यकथा! गीताला तीन महिने झाले होते. जागृतीत तिची दर पंधरा दिवसांनी रीतसर तपासणी होऊन तिला आवश्यक त्या जीवनसत्व आणि लोहाच्या गोळ्या दिल्या जात होत्या. पहिली मुलगी होती, दुसरा मुलगा हवा होता. गीताची सासू राधाबाई एका उच्चभ्रू सुशिक्षित कुटुंबात घरकामासाठी जायची. तिथल्या मालकिणीने आपली सून एक मुलगी झाल्यावर गरोदर असताना दुबईला जाऊन तिची चाचणी करून घेतली आणि मुलीचा गर्भ तिथेच पाडून टाकला. नंतर सहा महिन्यांनी परत दिवस गेले आणि दुबईहून मंडळी नातू होणार म्हणून आनंदाने परतली. हे पाहून राधाबाईच्या मनातही नको ते विचार येऊ लागले आणि ते तिने आमच्यापाशी येऊन बोलून दाखवले. आम्ही हे करणे अयोग्य आणि बेकायदेशीर आहे हे समजावून तिला परत पाठवले. नंतर तिची सून गीता तपासणीसाठी जागृतीत येईनाशी झाली. चौकशी केली तेव्हा तिला गावी माहेरी पाठवल्याचे सांगण्यात आले. थोड्याच दिवसात कानावर आले की गीता करोनाने गेली. वाईट वाटले पण करोनाच्या कहरापुढे काय करणार! काही दिवसांनी गीताच्या गावाला जायचा योग आला. तिथे आरोग्यसाथी वर्ग सुरू होणार होता. आम्ही मुलींशी बोलत असताना गीताचा विषय निघाला. "तुमच्या गावातील गीता करोनाने गेली. तुम्ही नीट काळजी घेणार असाल तरच वर्ग सुरू करू." असे बजावले. परत निघताना एक मुलगी मागे मागे करत आमच्यापाशी आली. ती कुजबुजली, "मॅडम, कुणाला बोलु नका. मी गीताची मावस बहीण. तिला करोना वगैरे काही झाले नव्हते. सोनोग्राफी करून मुलगी असल्याचे कळल्यावर पोटातली मुलगी पाडायला वैदूची झाडपाल्यांची औषधे दिली. अंगावर खूप रक्त गेले आणि त्यातच गेली." परत येताना आम्ही सगळे सुन्न होतो. आता आरोग्यसाथी वर्गातदेखील 'गर्भ लिंग निदान' या विषयावर चर्चा होऊन त्यास प्रतिबंध करण्यासाठी योग्य ते प्रबोधन कसे करावे हे सांगितले जाते.

गीताबाबत जे अघोरी घडले ते आमच्या डोक्यातून काही केल्या जात नव्हते. थोडासा चांगला उतारा आम्हाला लवकरच मिळाला. नूतन ही रामोशीवाडीत राहणारी हुशार, चुणचुणीत मुलगी,चौथीपासून जागृतीच्या अभ्यासवर्गात येत होती. दहावी बारावी चांगली उत्तीर्ण होऊन तिने बी.एससी., बी.एड. केले. तिला पुण्यातल्या एका शाळेत विज्ञानशिक्षिका म्हणून नोकरी लागली. रीतसर लग्नही झाले. मुलाचे आई-वडील गावाकडे राहत होते, त्यांची चांगली शेती-वाडी आणि

तिथेच किराणाचे दुकान होते. मुलगाही बी.कॉम. होऊन चाकणच्या एका कंपनीत अकाउंटंट होता. नूतन जागृतीतही सातवी आठवीच्या मुलांना विज्ञान आणि गणित शिकवायला यायची. वर्षभरात नूतनला दिवस गेले आणि आम्ही कौतुकाने तिच्या डोहाळजेवणाचा घाट घातला. सासरच्यांनाही बोलावले. पानात एका वाटीत बर्फी आणि एकात पेढा असे झाकून ठेवले. त्यातली एक वाटी गरोदर बाईने उचलायची, पेढा आला तर मुलगा आणि बर्फी आली तर मुलगी अशी एक मजेची जुनी प्रथा होती. नूतनचे वाटी उचलली, त्यात बर्फी आली. ते पाहिल्याबरोबर सासरची मंडळी तिच्या अंगावर धावून आली. सासूने तर तिच्या हातावर जोरात फटका मारला. तिला बर्फीची वाटी परत ठेवून पेढ्याची वाटी उचलायला सांगितले. नूतनचे डोळे पाणावले. ती मिनिटभर डोळे मिटून बसली आणि मग काहीतरी निश्चय केल्यासारखी उभी राहिली. ठामपणे तिने मोठ्यांदा सगळ्यांना सुनावले, "पेढा-बर्फी हा एक गमतीचा भाग आहे. मी परत हा खेळ करणार नाही. मुलगीही मला मुला इतकीच किंवा कांकणभर अधिक प्रिय होईल. कारण मुलगी मोठी झाल्यावर मला मैत्रीण मिळेल, आमची अधिक मायेने काळजी घेईल." तिच्या चेहऱ्यावरचा गंभीर आविर्भाव, बोलण्यातला काहीसा कडक निश्चयीपणा पाहून सर्व गप्प झाले. नंतर तिला मुलगी झाली. तिचे सासरच्यांनीही स्वागत केले. नाव मनीषा ठेवले. नूतनने एका मुलीवर थांबायचे ठरवले. तिच्या या निर्णयालाही सासरच्यांनी विरोध केला नाही. आतापर्यंत अशाच कितीतरी 'नूतन' जागृतीतूनतयार होऊन स्त्रीविषयक प्रतिगामी मानसिकतेत बदल घडवत आहेत. हे परिवर्तन हळूहळू होत असले तरी ते खोलवर रुजत आहे. त्यासाठी जागृतीचा थोडासा हातभार लागत आहे याचे समाधान आहे.

२००८मध्ये शिक्षणाधिकार कायदा (राईट टू एज्युकेशन) झाला. चांगल्या नामांकित शाळांमध्ये वस्तीतील गरीब मुलांना काही जागा राखून ठेवण्यात आल्या. मुलांच्या शिक्षणाबाबत पालकांना जागृत करून या शाळांतून मुलांना प्रवेश मिळवण्यासाठी जागृती प्रयत्नशील असते. त्याचबरोबर वस्तीतील मुलांचे जन्मदाखले काढून प्रत्येक मूल प्रथम जागृतीच्या बालवाडीत आणि मग तेथून पुढील शिक्षणासाठी चांगल्या शाळेत दाखल होईल याची जागृती काळजी घेते. परिणामतः शाळेत अजिबात न जाणाऱ्या मुलांचे जागृती काम करत असलेल्या वस्त्यांमधील प्रमाण खूपच घटले. शाळागळतीचे प्रमाण राष्ट्रीय आणि राज्यपातळीवर वाढत असताना ह्या वस्त्यांमधून मात्र ते लक्षणीयरीत्या कमी झाले आहे. पहाणीनुसार पुणे शहरात शाळागळती ४.५९ टक्के आहे तर जागृतीच्या वस्त्यांमधून ते ०.४९

टक्के आहे. याचे मुख्य श्रेय जागृतीच्या अभ्यासवर्गांना आणि तिथे शिकवणाऱ्या शिक्षकांना जाते. परंतु एक लक्षात आले की इंग्रजी माध्यमांच्या शाळेत मुलांना घालण्याच्या अल्पशिक्षित पालकांच्या हट्टापायी मुलांना इंग्रजी काय आणि मराठीतूनसुद्धा धड लिहिता-वाचता येत नाही. मुले बाबांना पप्पा आणि आईला मम्मी म्हणू लागतात पण चार वाक्ये नीट बिनचूक इंग्रजी किंवा मराठीतून आपल्या मनाने लिहू शकत नाहीत. यादृष्टीने सध्या इंग्रजी-मराठी वाचन, लेखन आणि संभाषण यावर भर देतो आहोत. थोडीफार सुधारणा दिसू लागली आहे. विंदा करंदीकरांनी 'यंत्रावतार' या कवितेत यंत्र हा परमेश्वराचा अवतार असून तो मानवतेच्या कल्याणासाठी यंत्राच्या रुपाने अवतरला आहे अशी कल्पना केली आहे. गेल्या काही वर्षात ह्या यंत्रावताराने संगणक आणि मोबाईल फोन याचे रूप धारण केले. संगणक क्रांतीने जग जवळ आले आहे. करोनाकाळात शाळा, महाविद्यालयीन शिक्षण या माध्यमातून सुरू राहू शकले. सुपरिणामाबरोबरच काही दुष्परिणाम हे येतातच. रस्त्यावर गाडी चालवल्याने अपघात होतात म्हणून ती चालवायचे कोणी थांबवत नाही! विविध समाज माध्यमातून मोबाईलद्वारे वस्तीतील घराघरातून मुलांसमोर आंतरजालातर्फे माहितीचा खजिना उपलब्ध होत आहे. त्यातील योग्य-अयोग्य काय हा नीरक्षीरविवेक मुलांमधे आणि त्यांच्या अल्पशिक्षित पालकांमधे नाही. उच्चशिक्षित लोकांमधेही तो असतोच असे नाही! अनेक लैंगिक विकृती दर्शवणारी दृश्ये मुले बघतात आणि स्त्री-पुरुष मैत्रीविषयी भलत्याच आणि चुकीच्या कल्पना ही किशोरवयीन मुले करून घेतात. मुला-मुलींच्या मैत्रीतील जबाबदारी, परस्पर आदर, आनंद, सद्भावना उलगडून दाखवणाऱ्या 'मैत्रीचे इंद्रधनुष्य' या चार दिवसांच्या कार्यशाळेला शाळांकडून आणि वस्त्यांतून चांगला प्रतिसाद मिळू लागला आहे. आता जागृतीतून शिकलेली मोठी मुलेच हा कार्यक्रम अनेक शाळाशाळांतून पौगंडावस्थेतील मुलांपर्यंत पोहोचण्यासाठी सज्ज झाली आहेत.

जात नाही ती 'जात' असे म्हटले जाते आणि त्याचा प्रत्यय पुष्कळदा येतो. गेल्या वीस पंचवीस वर्षात नेहमीच्या व्यवहारात, वरवर बघता जाती-धर्मांचे भेद उघडपणे दिसत नाहीत. नाव सांगताना, ओळख करून देताना बहुदा फक्त पहिले नावच सांगितले जाते. त्यामुळे आडनावावरून कळत-नकळत जातीधर्मापर्यंत पोचण्याची प्रक्रिया सुरू होत नाही. जागृती परिसरात हिंदू, बौद्ध, मुस्लिम,ख्रिश्चन अशी सारी मंडळी गुण्यागोविंदाने नांदताना दिसतात. पण कधी ठिणगी पडली, हे पाडणारे बहुधा आपमतलबी स्थानिक पुढारी म्हणवून घेणारे असतात. मग मात्र द्वेषाचा वणवा भडकतो. त्यात सगळ्या जाती-जमातीचे गरीब लोक होरपळून

निघतात. जागृतीत सातत्याने वस्तीत आणि मुख्यतः वस्तीतील मुला-मुलींमध्ये याबाबतचे प्रबोधन करण्यात येते. अभ्यासवर्गाची सुरुवातच पाठ्यपुस्तकातील पहिल्या पानावरील भारतीय संविधानातील प्रास्ताविका वाचून, त्यातील अर्थ समजावून देऊन होते. समता, बंधुता, एकता हे शब्द केवळ पाठ्यपुस्तकी घोकंपट्टी करायचे नसून या शब्दांची सांगड मुलांच्या आणि त्यांच्या पालकांच्या रोजच्या व्यवहारात कशी घालायची याविषयी जागृतीचे शिक्षक रंजक, बोधक पद्धतीने मांडणी करतात. त्यामुळेच गेल्या काही वर्षांत जरी विद्वेषाच्या ठिणग्या पडल्या तरी स्फोट न होता त्या जागीच विझवून टाकल्या गेल्या. असे असले तरी रोटी-बेटी व्यवहारात हे भेद अजूनही कडकपणे-कर्मठपणे पाळले जातात. मग ती जाती-उपजातीतील उतरंड असो की धार्मिक कट्टरवाद असो. त्याविरुद्ध जाणाऱ्याची त्या समाजाकडून आणि प्रत्यक्ष जन्मदात्या आईवडिलांकडूनही गय केली जात नाही. पोटच्या मुलांना मारून टाकण्यापर्यंतही कधीकधी मजल जाते. आंतरजातीय, आंतरधर्मीय विवाह करणाऱ्या जोडप्यांच्या पाठी जागृती ठामपणे उभी रहाते. पण तरीही व्यथित करणाऱ्या विपरीत घटना कधीतरी घडून जातात. याबाबतीत कायद्याचा बडगा, पोलीस संरक्षण आणि मुख्य म्हणजे जोडप्याचे आर्थिक-सामाजिक स्थान, धैर्य, निश्चय महत्त्वाचे ठरतात. जागृतीतून तयार झालेली अनेक मुले-मुली ठामपणे, विरोधाची पर्वा न करता आंतरजातीय, आंतरधर्मीय विवाह करून सुखासमाधाने नांदत आहेत. समाजाच्या पुढे एक आदर्श घालून देत आहेत. हे निश्चितच दिलासा देणारे आहे.

गेल्या पंचवीस वर्षांत पुण्यातील गरीब वस्त्यांतून आणि जवळपासच्या ग्रामीण भागातून जागृतीच्या शिक्षण, व्यवसायशिक्षण आणि आरोग्यविषयक उपक्रमातून नक्कीच सकारात्मक बदल घडून आले. आपलेपणाने, निष्ठेने, स्वयंसेवी वृत्तीने कार्यरत असणाऱ्या जागृतीच्या कार्यकर्त्यांमुळेच हे शक्य झाले. आज सामाजिक बांधिलकी जपणारे अनेक दानशूर हात जागृतीला वेळोवेळी अर्थसाहाय्य करून पुढे जाण्यासाठी मोठेच बळ देत आहेत. म्हणूनच जागृतीचे काम अनेक अंगांनी विस्तारत आहे. भविष्यात कौटुंबिक हिंसाचारानेपिडीत महिलांसाठी आधारघर, विकलांग-गरीब वृद्धांसाठी वानप्रस्थालय, गरजू-होतकरू मुलामुलींसाठी निवासी शाळा, महाविद्यालयीन शिक्षण घेणाऱ्या अंध मुलींसाठी वसतीगृह उभारण्याची उमेद बाळगून आहोत. ही स्वप्ने पुरी होतील असा विश्वास आहे. जागृतीच्या उपक्रमातून घडलेली मुलेमुली आज स्वतःच्या पायावर उभे राहून स्थिरस्थावर झालेली असताना परत जागृतीत येऊन विविध जबाबदाऱ्या समर्थपणे उचलत आहेत. 'घेता घेता एक

दिवस देणाऱ्याचे हात घ्यावेत' या विंदांच्या काव्यपंक्तीप्रमाणे इतके दिवस घेणारे हात आता देणारे होत आहेत. यामुळेच जागृतीच्या कामाची दिशा योग्य आहे याची खात्री पटते आणि पुढील वाटचालीसाठी नवीन ऊर्जा मिळते.

***

जागृतीमधील काही क्षणचित्रे

विश्वस्त मंडळ

विश्वस्तांची बैठक १४-११-२०२२ : (डावीकडून) विश्वास काळे, मंगला पाटील, कर्नल पवन नायर (निवृत्त), रूपा मुळगुंद, शुभा गडकरी, रेखा बिडकर आणि जयश्री काळे.

» आरोग्यविषयक उपक्रम

वस्तीकेंद्र दवाखाना

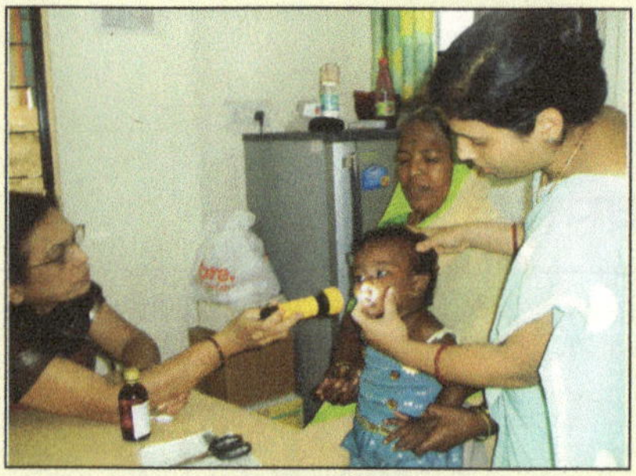

डॉ. सुनीता सोमण

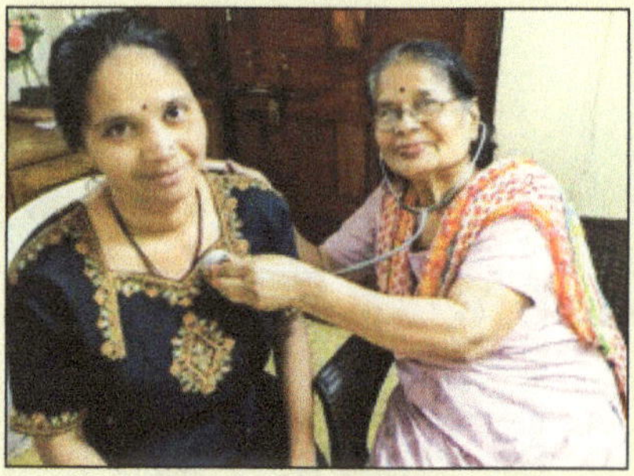

डॉ. मंगला तेलंग

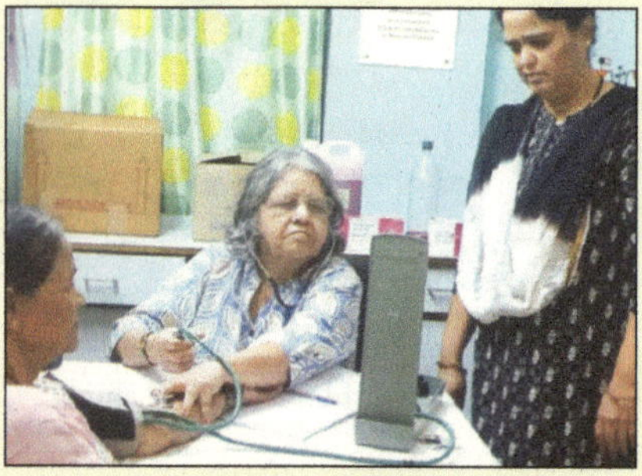

डॉ. माधुरी जोशी

डॉ. सरिता काकतकर

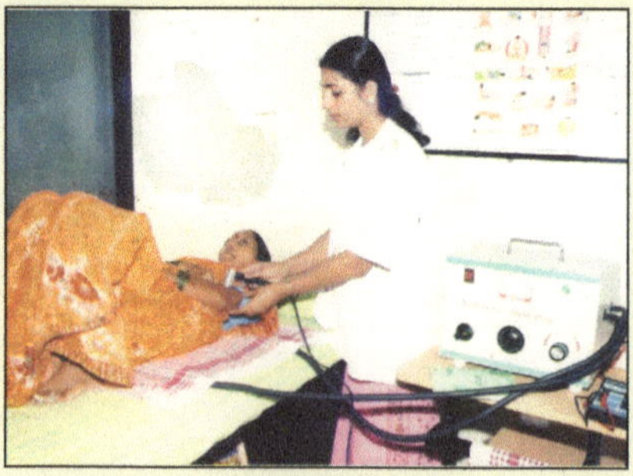

फिजिओथेरपी

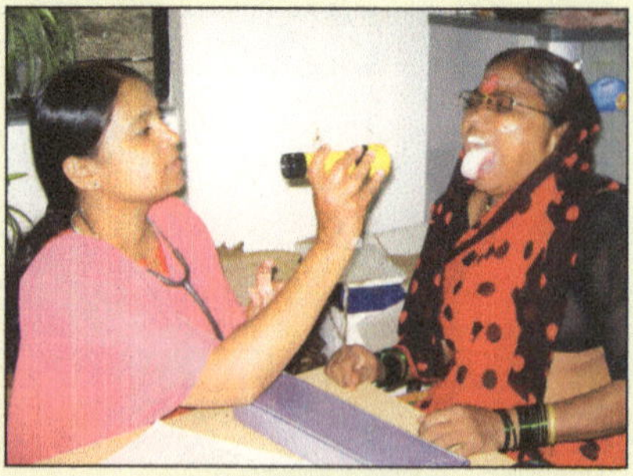

डॉ. शिल्पा पाटील

आरोग्यसाथी प्रशिक्षण

प्रशिक्षकांसमवेत आरोग्यसाथी प्रशिक्षणार्थी

आरोग्यसाथी

» आरोग्यविषयक उपक्रम

ग्रामीण फिरता दवाखाना

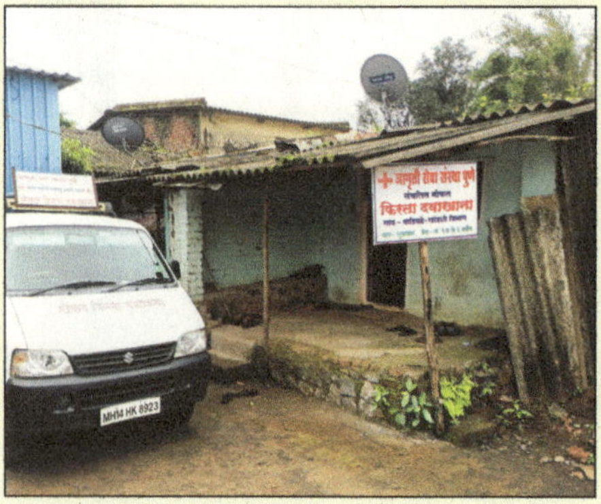

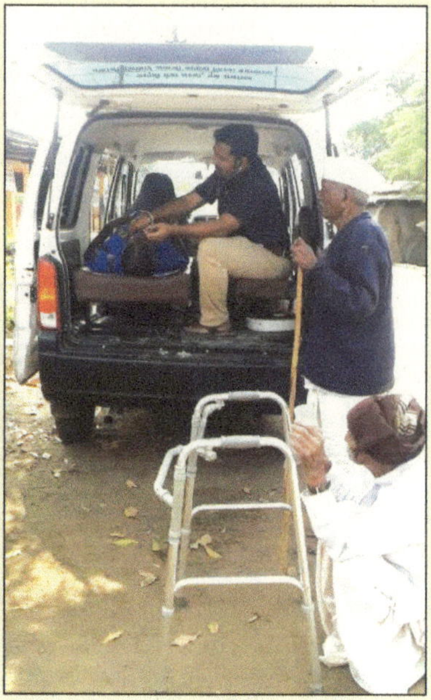

फिरता दवाखान्यामुळे रुग्णांची मोठी सोय झाली.

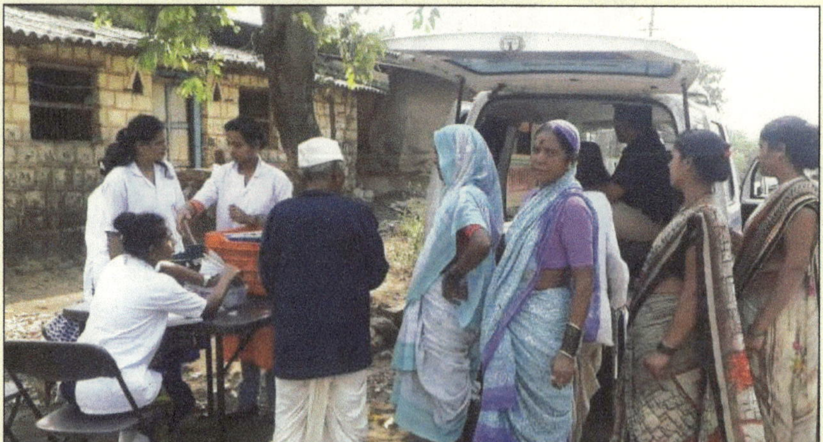

रुग्ण तपासताना डॉक्टर

» व्यवसाय प्रशिक्षण उपक्रम

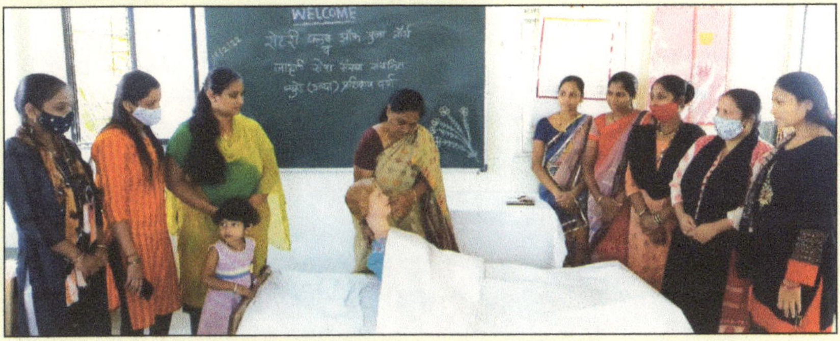

स्त्री-प्रतिकृतीच्या साहाय्याने आया-प्रशिक्षण

ब्युटी पार्लर प्रशिक्षण

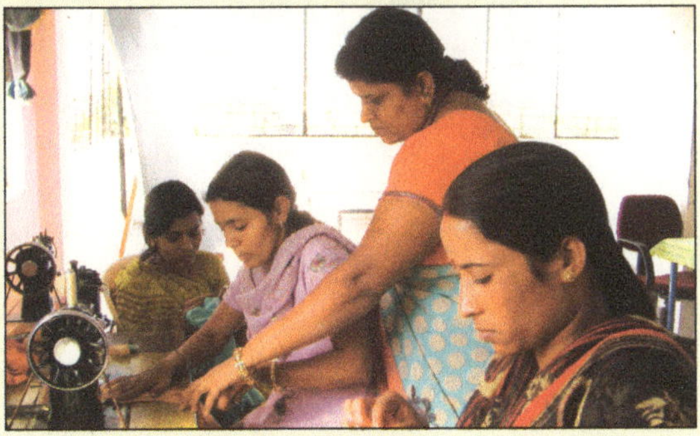

शिवणकला प्रशिक्षण

संगणक प्रशिक्षण

इंडसर्चतर्फे व्यवसाय-व्यवस्थापन प्रशिक्षण : संस्थापक डॉ. अशोक जोशी प्रमाणपत्र देताना,
शेजारी प्रा. अश्विनी जोशी

» शैक्षणिक उपक्रम

पाळणाघर

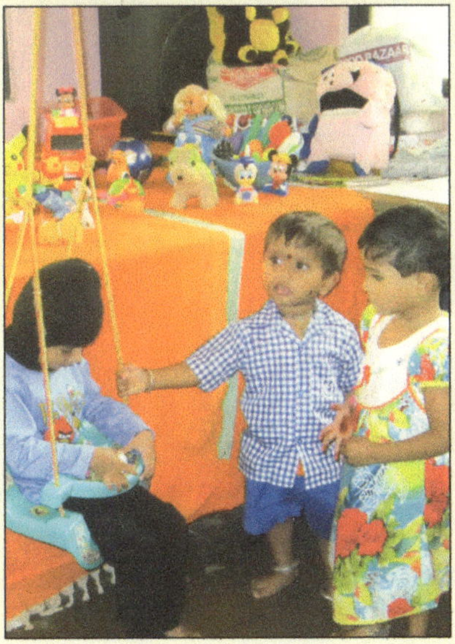

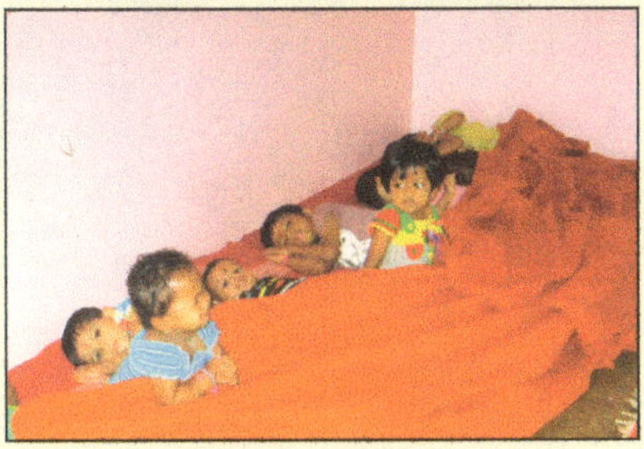

बालवाडी

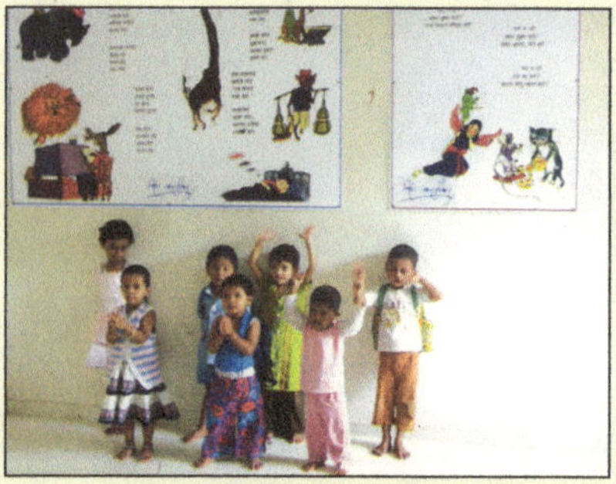

पालकसभा

ग्रंथालय

अभ्यासवर्ग

पूरक अभ्यासक्रम

मैत्रीचे इंद्रधनुष्य

स्नेहालय खोली

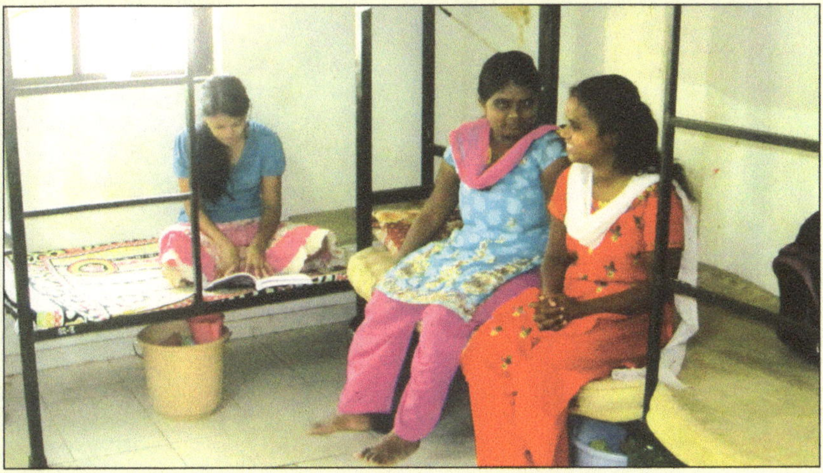

» जागृती वस्तीकेंद्र आणि परिसर

पुणे शहर आणि ग्रामीण भागातील उपक्रमांची ठिकाणे
मुख्य वस्ती केंद्र जनवाडी, पुणे ४११०१६

हनुमाननगर	शिरवळ	आंबेडकरनगर
लमाणवस्ती	शिक्रापूर	कुसगाव
शिक्षकनगर	भिगवण	वडगाव
बोपोडी	पौड	कांब्रे
चिखलवाडी	आसदे	देवघर
इंदिरावसाहत	मुळशी	वाकसई
चाफेकरनगर	भादस	येळसे
वैदुवाडी	खेचरे	कडधे
रामोशीवाडी	माले	काले-पवनानगर
वडारवाडी	कोळवण	महागाव
पाचपांडवनगर	वेल्हे	शिवुली
वेताळनगर	कशाळ	साई
बिबवेवाडी	भोयरे	भुगाव
येरवडा	नाणे-उकसाण	मळवली
विश्रांतवाडी	वाडीवले	नवलाखउंबरे
पाटीलइस्टेट	ओळख	टाकवे
कोंढवा	शिलातणे	बोरज
वारजे	कार्ला	ताजे
आंबिलओढा वसाहत	पिंपोळी	भाजे
खडकी	नायगाव	देवले
वाघोली	बऊर	वेदरगाव
उंड्रीपिसोळी	शिवाजीनगर	दांडेकरपूल
हांडेवाडी	मोहितेवाडी	करंडोली
नवी पेठ	केळेवाडी	आळंदी

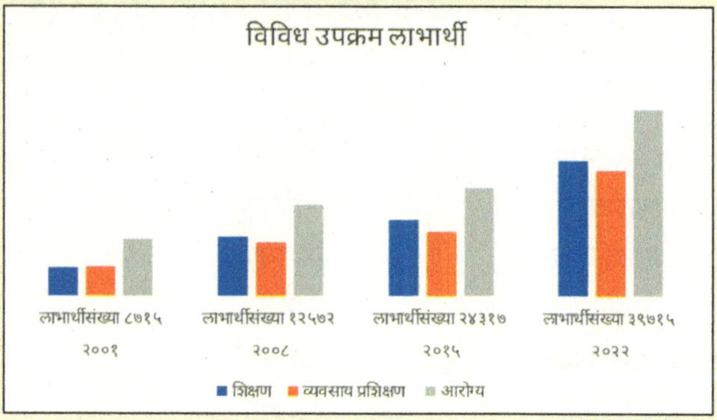
विविध उपक्रम लाभार्थी
लाभार्थीसंख्या ८७१५
२००१
लाभार्थीसंख्या १२५७२
२००८
लाभार्थीसंख्या २४३१७
२०१५
लाभार्थीसंख्या ३९७१५
२०२२
शिक्षण
व्यवसाय प्रशिक्षण
आरोग्य

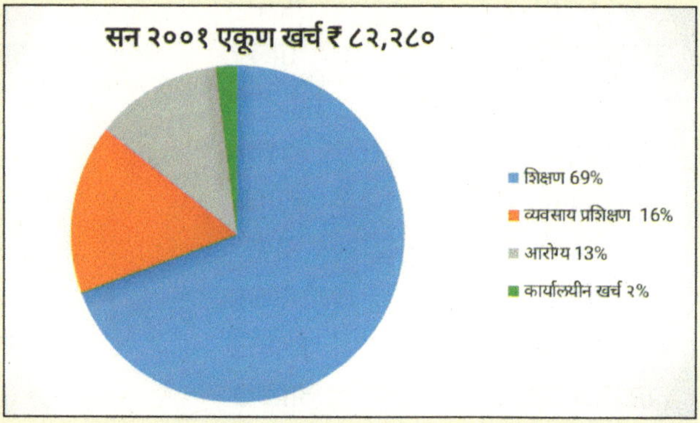
सन २००१ एकूण खर्च ₹ ८२,२८०
शिक्षण 69%
व्यवसाय प्रशिक्षण 16%
आरोग्य 13%
कार्यालयीन खर्च २%

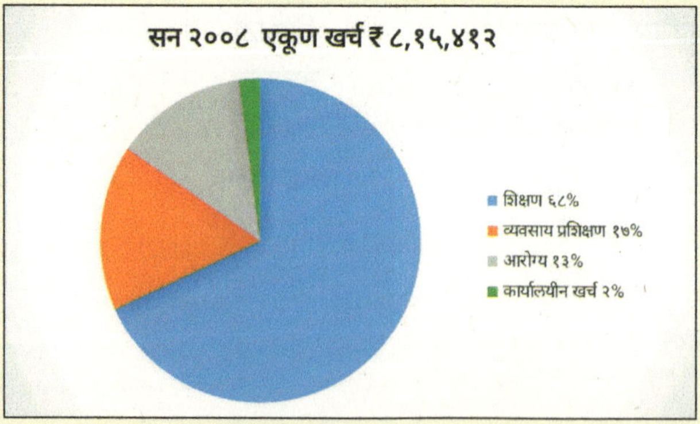
सन २००८ एकूण खर्च ₹ ८,१५,४१२
शिक्षण ६८%
व्यवसाय प्रशिक्षण १७%
आरोग्य १३%
कार्यालयीन खर्च २%

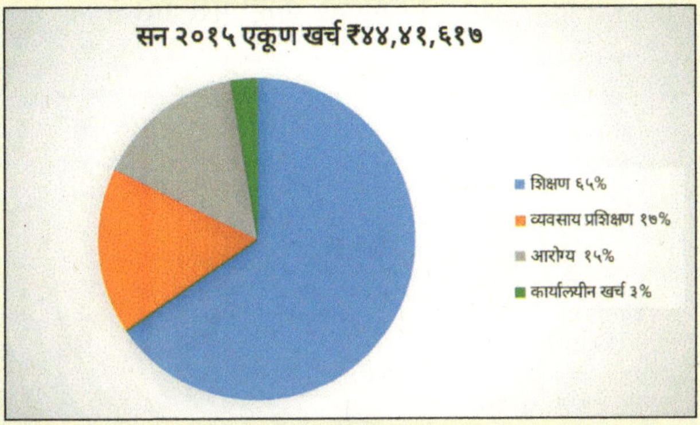
सन २०१५ एकूण खर्च ₹४४,४१,६१७
शिक्षण ६५%
व्यवसाय प्रशिक्षण १७%
आरोग्य १५%
कार्यालयीन खर्च ३%

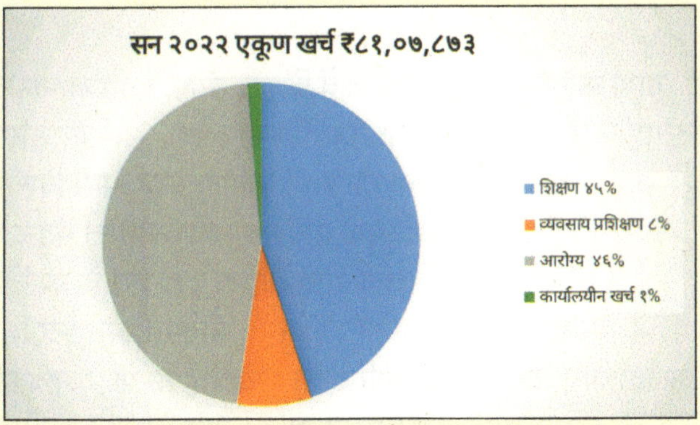
सन २०२२ एकूण खर्च ₹८१,०७,८७३
शिक्षण ४५%
व्यवसाय प्रशिक्षण ८%
आरोग्य ४६%
कार्यालयीन खर्च १%

जागृतीच्या कार्यासाठी
मिळालेले काही पुरस्कार

बाया कर्वे पुरस्कार - महर्षी कर्वे शिक्षण संस्था । नीरजा भानोत पुरस्कार
आंतरराष्ट्रीय मोंटेसरी मंडळ । युवाभारती समाजसेवा । अखिल सारस्वत समाजसेवा
आदिशक्ती । नारीशक्ती गौरव - प्रजापिता ब्रह्मकुमारी विश्वविद्यालय
दीपा मिसाळ स्मृती प्रतिष्ठान । जीवन ज्योत मंडळ
वनिता समाज । रक्षक असोसिएशन । डी एस के फाउंडेशन
सेठ चिमणलाल मेमोरियल ट्रस्ट । सोरोप्टीमिस्ट इंटरनॅशनल
कलाछाया । डायबेटिक असोसिएशन । महाराष्ट्र कन्या - आयकॉन फाउंडेशन
समाजसेवा - क्रांतिसूर्य प्रतिष्ठान । समाजभूषण-महावीर ट्रस्ट
मानिनी-शिवाजीनगर नागरी कृती समिती । साहित्यिक कलावंत संमेलन सन्मान
सामाजिक कर्तव्य पुरस्कार - स्नेहसेवा ।
उत्कृष्ट वैद्यकीय सेवा पुरस्कार- इनरव्हील क्लब
सामाजिक कार्यकर्ता पुरस्कार - पुणे महानगरपालिका
सुधा आणि सदानंद वर्दे पुरस्कार - साने गुरुजी विद्यालय

* 9 7 8 9 3 9 5 1 3 9 7 4 8 *

FCW - #0064 - 061026 - C0 - 216/140/12 - PB - 9789395139748 - Matt Lamination